माझ्या मित्री!

दिलीपराज प्रकाशन प्रा. लि.™
२५१ क, शनिवार पेठ, पुणे - ४११०३०.
दिलीपराज प्रकाशनाची सर्व पुस्तके आता आपण Online खरेदी करू शकता. आमच्या Website ला कृपया अवश्य भेट द्या.
www.diliprajprakashan.in
दूरध्वनी क्रमांक (फॅक्ससहित) - २४४७१७२३, २४४८३९९५, २४४९५३१४
Email : - info@diliprajprakashan.in

माझ्याविषयी

(लेखसंग्रह)

निरंजन घाटे

दिलीपराज प्रकाशन प्रा. लि.
२५१ क, शनिवार पेठ, पुणे - ४११ ०३०.

माझ्याविषयी / Mazyavishayee

ISBN - 978 - 93 - 5117 - 095 - 2

प्रकाशक । राजीव दत्तात्रय बर्वे । मॅनेजिंग डायरेक्टर
दिलीपराज प्रकाशन प्रा. लि.
२५१ क, शनिवार पेठ, पुणे ४११०३०.
दूरध्वनी : २४४७१७२३, २४४८३९९५, २४४९५३१४ (सर्व फॅक्ससहित)

प्रकाशन दिनांक : १५ नोव्हेंबर २०१५

प्रकाशन क्रमांक : २२४८

मुद्रक । Repro India Ltd,
Mumbai.

टाइपसेटिंग । सौ. मधुमिता राजीव बर्वे । पितृछाया मुद्रणालय
९०९, रविवार पेठ, पुणे ४११००२.

मुद्रितशोधन । श्रीकृष्ण दीक्षित

मुखपृष्ठ । सागर नेने

माझ्याविषयी

माझ्या आयुष्यात
ज्यांनी मला वेळोवेळी मदत केली,
त्या सर्वांना...

मनोगत

मी विविध नियतकालिकांत 'माझे आयुष्य', 'माझे लेखन' अशा विविध गोष्टींबद्दल वेळोवेळी लिहिलेले लेख ह्या 'माझ्याविषयी'च्या पुस्तकात आहेत. त्यामुळे त्यात काही प्रमाणात पुनरावृत्ती आढळेल, हे मान्य असलं तरी, ते प्रसंग आणि त्या व्यक्ती माझ्या आयुष्याचा महत्त्वाचा भाग आहेत. त्यामुळे मी ते वगळले नाहीत. मला ते योग्य वाटेना. मी ज्या परिस्थितीत वाढलो, त्या परिस्थितीत ह्या व्यक्तींनी माझं आयुष्य सुसह्य करायला मदत केली होती; तर त्या-त्या प्रसंगांनी मला पुढची वाट दाखवली होती.

बाकी गरीब परिस्थितीत, आर्थिक अडचणी सोसत वाट शोधणाऱ्या अतिसामान्य माणसाच्या आयुष्यातले हे प्रसंग आहेत. लेखनाने मला खूप काही दिलं, हे मान्य करणं भाग आहे. त्याचं प्रतिबिंब ह्या लेखनात पाहायला मिळेल. बाकी जे सांगायचंय, तेच पुढं लिहिलंय. ते कसं झालंय, हे वाचकच ठरवतील.

– निरंजन घाटे

मी लिहितो ते वाचून वेळोवेळी माझ्याशी संपर्क साधणाऱ्या आणि इतरही वाचकांना...

माझ्याविषयी

अनुक्रमणिका

माझ्याविषयी

१. माझ्या आयुष्याला वळण देणारी घटना

एखाद्याच्या आयुष्याला वळण देणारी एखादी घटना विचारली, तर ती व्यक्ती कदाचित एखादीच घटना सांगून झट्कन् मोकळी होऊ शकेल; मग तो विषय तेवढ्यावरच संपेलही. पण जेव्हा विचार करायला वेळ मिळतो, तेव्हा असं लक्षात येतं की— मानवी आयुष्याला एकच वळण असत नाही, तर मानवी आयुष्य हे वळणावळणांचे असते आणि प्रत्येक वळण हे त्या व्यक्तीच्या दृष्टीने महत्त्वाचे असते. यांतली काही वळणे तर फार महत्त्वाची असतात. याचं काल-परवाचं एक उदाहरण देतो. माझ्याकडे नुकतंच लग्न झालेला एक तरुण मित्र आला. त्या दोघांनी काळजी घेऊनही त्याच्या बायकोला दिवस गेले होते. मुलीला गर्भनिरोधक गोळ्या घेतल्या की त्रास होत असे; यामुळे त्यांनी इतर उपाय वापरले होते. आता गर्भपात करावा की करू नये, याबद्दल त्यांना माझा सल्ला हवा होता. माझ्यासारख्या— ज्याच्याकडं लोक सहजपणे येऊ शकतात अशा— विज्ञानलेखकाला असे अनेक सल्ले अनेकांना द्यावे लागतात. त्या दोघांच्या नोकऱ्या, त्या मुलीची शारीरिक स्थिती वगैरेंचा विचार करून वैद्यकीय सल्ल्यानुसार गर्भपात करू नये, असा त्यांनी मग माझ्या सूचनेवरून निर्णय घेतला आणि हे अपत्य जन्मास आले. आता 'ही या अपत्याच्या आयुष्याला वळण देणारी घटना' असं त्या अपत्याला सांगितलं तर?

त्याच्या जन्मापूर्वीच्या या घटना त्याच्या आयुष्याला वळण देणाऱ्या नाहीत का?

माझ्याबाबतीत असं काही घडलं नाही. अशा घटना ७० वर्षांपूर्वी घडत नसत. पण हे उदाहरण अशासाठी दिलं की, कुठल्या तरी

एकाच घटनेनं काही व्यक्तींचं आयुष्य बदलत असेलही; पण आपण आपल्या आयुष्याकडे किती काटेकोरपणे बघतो, किती त्रयस्थपणे बघतो, आपल्या आयुष्याबद्दल आपल्याला किती माहिती असते आणि आपल्याबद्दलच आपल्याला किती सत्य माहिती असते आणि किती माहिती ऐकीव असते, याचाही आयुष्याच्या वळणात विचार करावा लागतो.

जेव्हा मी काही वाक्यं लिहिली, तेव्हा यातल्या स्वत:बद्दलच्या ऐकीव माहितीच्या विधानामुळे काहीजण बुचकळ्यात पडतील, असं मला वाटतं. त्यासाठी इथेच थोडं स्पष्टीकरण देतो. एखाद्या सरकारी अधिकाऱ्यालाच भेटलात तरी मी काय म्हणतोय याचा उलगडा होऊ शकेल. किंवा अपघातात सापडलेल्या आणि त्यातून वाचलेल्या एखाद्या व्यक्तीला भेटलात तरी मी काय म्हणतोय, हे कळायला मदत होऊ शकेल.

आता बघा, एखादी शासकीय व्यक्ती आहे. ती तुम्हाला भेटते. हे गृहस्थ मोठ्या खुर्चीवरचे आहेत, मानाच्या पदावर आहेत. तुमच्याबरोबर जेवायला येतात, मद्यपान करतात, त्या वेळी तुमचं बारीकसं काम असतं ते तुम्ही साध्य करून घेता.

"हे काम तुमचं म्हणून करतोय. कुलकर्णी/ जोशी/ पाटील यांचे जावई तुम्ही म्हणजे आपलेच. आमच्या खात्यात खाणारे फार पण आपण कुणाचे मिंधे नाही. कुणालाही विचारा!"

अरे बाबा, तू स्वत:बद्दल बोलतोहेस; मग तू दुसऱ्याची साक्ष कशाला काढतोस? हा प्रश्न बऱ्याचदा माझ्या तोंडी येतो, पण मी बोलत नाही. मी फक्त एवढाच निष्कर्ष काढतो की, या गृहस्थांना स्वत:बद्दलचीच खात्रीपूर्वक माहिती नाही.

अपघातात, अगदी जिवावरच्या अपघातात सापडलेल्या अनेक व्यक्तींना भेटायला जायची वेळ येते. या व्यक्तीस खरोखरच गंभीर दुखापत झालेली असते. मरता मरता वाचलेली ती व्यक्ती दर दोन वाक्यांनंतर 'असं डॉक्टर म्हणाले', हे पालुपद लावते. याचं कारण आपण मरू शकतो, यावर कुणाचाही मरेपर्यंत विश्वास बसत नाही. ही व्यक्ती मृत्यूच्या दारात जाऊन परतलेली असते. मृत्यू येऊ शकेल याची तिला आयुष्यात प्रथमच जाणीव झालेली असते. 'जातस्यही धृवो मृत्यू', जन्माला आलेली व्यक्ती मरणारच. हे माहीत असूनही 'आपल्याला इतक्यात काय होतंय', हा भ्रमाचा भोपळा फुटलेला असतो. कळतं पण वळत नाही ही अवस्था असते. तरी आपण स्वत: मरू शकतो याची खात्री

डॉक्टरकरवी केली जाते. 'योग्य वेळी रक्त मिळालं म्हणून वाचलात,डॉक्टर म्हणाले', अशी वाक्यं मग बाहेर पडतात. हे मुद्दाम घडत नसतं, तर ही अंतर्मनाची जाणीव आपल्या तोंडून हे वदवून घेत असते.

यामुळेच आणि ज्या आयुष्याला प्रवाहाची उपमा दिली जाते, त्या आयुष्याला माझ्या मते एकच वळण असत नाही. माझं हे म्हणणंही बऱ्याच जणांना पटणार नाही. पण मी जेव्हा मागं वळून पाहतो तेव्हा माझ्या आयुष्याला फारच वळणं आहेत हे माझ्या लक्षात येत राहतं. घाबरू नका. मी आत्मचरित्र लिहायला बसलेलो नाही. सर्व वळणं आत्ताच सांगत बसणारही नाही. बरं, सांगावं असा जिवावरचा अपघातही मला झालेला नाही. यामुळेही असेल कदाचित, की ही माझ्या आयुष्याला वळण देणारी एकमेव घटना असं मी सांगू शकत नसेन. पण आयुष्याला कायिक घटनांनीच वळण लागतं यावर कुठल्याही परिस्थितीत सर्वचजण विश्वास ठेवतील, असंही मला वाटत नाही.

'ज्या सजीवाला मन असतं तो माणूस', अशी माणसाची व्याख्या करण्यात येते. यामुळे माणसाच्या आयुष्यात भावनिक वळणं फार महत्त्वाची ठरतात. 'ही मांडी तुझी नाही', या वाक्यानं ध्रुव हादरतो, मनातून गलबलतो आणि अढळपद मिळवायच्या निश्चयानं घराबाहेर पडतो. अशी उदाहरणं भारतातच अनेक कथांतून बघायला मिळतात. त्याची यादी अगदी आजपर्यंतसुद्धा लांबवता येईल. माझ्या मते मानवी आयुष्यात या भावनिक वळणांना फार महत्त्व आहे.

माझ्या वडिलांचा खून झाला तेव्हा मी साधारणपणे तीन एक वर्षांचा होतो. वडील म्हणजे काय? ते गेले म्हणजे काय? वगैरे कळायला खूप अवकाश होता. एक दिवस ते होते. दुसऱ्या दिवशी ते हॉस्पिटलात होते. तिथेच ते एक दिवस गेले. ते खूप लोकप्रिय होते. हाताखालच्या लोकांनी त्यांना देव मानलं होतं. त्यांचे मित्र, आज जे हयात आहेत ते मित्र, अजूनही त्यांच्या आठवणींनी अश्रूंना वाट मोकळी करून देतात. जे गेले ते होते तोपर्यंत आमची भेट होताच आपल्या गेलेल्या मित्राच्या आठवणीनं गलबलून जायचे.

बरीच माणसं माझ्या वडिलांनी त्यांच्यासाठी केलेल्या कामांची यादी वाचायची. घाटे मास्तर म्हणजे फार मोठा माणूस, यावर त्यांचं एकमत. घाटे मास्तर, म्हणजे माझे वडील, हे कुठंही शिक्षक नव्हते. तर ते मोरारजी गोकुळदास मिलमध्ये लेबर ऑफिसर होते. तिथे आपल्या युनियनला शिरकाव मिळावा म्हणून स्वत:ला कम्युनिस्ट कार्यकर्ते म्हणवणाऱ्या काही कार्यकर्त्यांनी माझ्या वडिलांचा खून केला. साक्षीदार गायब केले आणि स्वत:ची या आरोपातून

पुराव्याअभावी निर्दोष सुटका करून घेतली. यापैकी कोणत्याही प्रकाराची मला काडीचीही माहिती कळू लागेपर्यंत नव्हती. आपल्याला वडील नाहीत ही जाणीव मात्र हळूहळू मनात पक्की होत होती.

आईची तब्बेत ठीक नसे. मुंबईतलं घर, मुंबईची हवा हे तिला मानवत नव्हतं. आम्ही सांगलीजवळ माधवनगरला रहायला गेलो. हा निर्णय कुणी घेतला हे मला अजूनही माहीत नाही. पण तिथं चांगली हवा, भरपूर दूध-दुभतं, स्वस्ताई होती. त्या वेळी ते खरोखरच खेडं होतं. रेल्वेस्टेशनही होतं. इथं उतरून तेव्हा टांग्यानं सांगलीला जावं लागत असे, असं आठवतं.

या गावात मी राह्यलो नसतो, तर मी पूर्णपणे पोशाखी शहरी माणूस बनलो असतो. ट्राम, लोकल, बस, मुंबई यापलीकडे काही जग आहे याची मला इथं खरी जाणीव झाली. दूध देणारी म्हैस, उसाच्या शेतात येणारे कोल्हे, घरात निघणारे साप आणि विंचू इथं पाहायला मिळाले. रामोशी, कैकाडी यांच्याशी इथं परिचय झाला. मैत्री झाली. गोड बोलणाऱ्या माणसांपेक्षा ही माणसं श्रेष्ठ वाटली. याच लोकांनी मी ब्राह्मणाचा आहे, याची जाणीव करून दिली. शेटे नावाचे गृहस्थ जैन होते. त्यामुळे काही माणसं जैन असतात, हे कळलं. या शेट्यांनी कोंबड्या पाळल्या होत्या. ते स्वत: काहीही खात नसत. आम्ही त्यांच्याकडून अंडी आणायचो. आमचा एक मुसलमान मित्र होता. त्याच्या वडिलांचं सायकलचं दुकान होतं. त्याला अनेक युक्त्या माहीत होत्या. आम्ही अंडी विकत आणतो, या गोष्टीला तो हसत असे. कोंबडीनं जरा इकडंतिकडं अंड घातलं, की या पठ्ठ्यानं ते कवट घरी आणलंच! एक ना दोन, अनेक गोष्टी. सुंता म्हणजे काय ते इथंच कळलं, पण त्यावर विश्वास बसत नव्हता. मराठी भाषेतले अनेक घाटी अर्वाच्य शब्दही इथंच शिकलो. कोकणी शिव्या तळ कोकणात आजोबांकडे.

वडील गेल्यामुळं हे एवढंच मिळालं आणि यामुळे आयुष्याला वळण लागलं किंवा वेगळं वळण लागलं, असं म्हणता येत नाही, पण आयुष्याला जे अनेक पैलू वडील जाण्यामुळं पडले त्यातला हा एक, पण याहीपेक्षा आणखी एक जबरदस्त पैलू पडला तो मानसिकच होता.

आपल्याला वडील नाहीत ही जाणीव जशी इथं झाली, तशीच वडिलांच्या पूर्वायुष्याची माहितीही इथंच मिळाली. माझे वडील कानडी चौथी पास झाले ते गुर्लहोसूर या गावी. त्यांना पुणेरी किंवा मुंबईधाटणीचं मराठी कधीच बोलता आलं नाही. किंबहुना माझे सर्वांत मोठे काका सोडले तर बाकी सर्वजण कर्नाटकातले आहेत, हे लगेच ओळखता येते. गुर्लहोसूर सौंदत्तीजवळचं खेडं. अण्णासाहेब

किर्लोस्कर आमचे शेजारी. आता हे गाव नवलतीर्थ धरणाच्या पाण्याखाली गेलं. चौथी पास होऊन आमचे तीर्थरूप शिक्षणासाठी पुण्यात आले. खरे नावाच्या गृहस्थांकडे राहिले. वार लावून जेवत नि पाणक्या म्हणून काम करीत त्यांनी शिक्षण पूर्ण केलं. स्वातंत्र्यलढ्यात भाग घेतला. मग गिरणीत नोकरी. थोडंसं वादग्रस्त असं लग्न.

माधवनगरहून सांगलीला आमच्या एका नातेवाइकांकडं लग्नाला गेलो होतो. तिथं कुणीतरी म्हणालं,

"तुझे वडील फार थोर होते बरं! स्वत: शिकले, दुसऱ्यांना शिकवलं. भावांना सांभाळलं. लोकांसाठी खूप केलं." यामुळे आपणही शिकायचं ही एक महत्त्वाकांक्षा मनात जागली. आर्थिक परिस्थितीमुळे लोकांना आर्थिक मदत करून शिकायला लावणं जमलं नाही, तरी शक्य तेवढी मदत केली. हे सगळं वडिलांमुळेच.

वडील गेल्यामुळे आणखीही एक झालं, ते म्हणजे समोर वडिलांचा जिवंत आदर्श नव्हता. वडील नसल्यामुळे लोकांच्या मदतीवर जगत शिकत होतो. गरिबीतही ज्यांना वडील आहेत त्या मुलांचे अपमान केले जात नाहीत; मात्र आपल्याला कुणीही हटकतं, कामाला लावतं, वेडंवाकडं बोलतं, फाटक्या कपड्यांवरून टिंगल केली जाते, हे लक्षात येत होतं पण याला उपाय एकच आपण यांच्यापेक्षा मोठं होणं, ही खूणगाठ डोक्यात पक्की होत होती. तसंच प्रत्येक माणूस हा माणूस म्हणून वागवावा, हे वळणही मनाला पडत चाललं होतं. समोर वडिलांचा थेट आदर्श नमुना रोल मॉडेल नसल्यामुळं क्वचित् प्रसंगी दिसणाऱ्या पण हयात असलेल्या माझ्या मामांना मी आदर्श मानलं, तेही वडील नसल्यामुळेच. सरकारी खुर्चीमुळे मिळणारा मान हा निवृत्तीपर्यंत असला तरी इतर क्षेत्रांतील निष्ठेनं केलेल्या कामाचं चीज होतं हा मंत्र मामांकडून मला मिळाला. अथक परिश्रम आणि अभ्यास यांना पर्याय नाही, हेही त्यांच्याकडूनच शिकलो. माझे मामा इ.स. २०००च्या सुमारास वारले. अखेरपर्यंत त्यांचं लेखन कार्य चालू होतं. ते पंतप्रधानांचे सल्लागार होते, केंद्र सरकारचे अतिरिक्त सचिव होते. या गोष्टींचा बऱ्याच जणांना विसर पडला असला, तरी आज संस्कृत पंडित म्हणून त्यांना जो मान आहे, ती त्यांच्या कार्याची पावती आहे. पंडित श्री. भि. वेलणकर यांचा मी भाचा आहे हे मी अभिमानाने सांगतो, तेव्हा लोकांच्या चेहऱ्यावर जी आदराची भावना येते, ती पाहण्यासारखी असते. माझे वडील हयात असते तर मी बहुधा कुठंतरी मोठ्या कंपनीत मॅनेजर वगैरे असतो. विनाकष्ट शिक्षण झालं

असतं. परदेशी वगैरे विनासायास जाऊन आलो असतो. पण लेखन केलंच असतं असं नाही, आणि मग मला हा लेख लिहायला सांगितलं गेलं असतं असंही नाही. ही एक शक्यता. माझे वडील गेले आणि माझं आयुष्यच बदललं. झालं ते वाईट झालं. पण त्यातूनच मला कष्टांची किंमत कळली, म्हणूनच माझ्या आयुष्याचं हे वळण मी महत्त्वाचं मानतो.

मी लहानपणी वाचायला सुरुवात केली, तेव्हा मला माझ्या मोठ्या भावाची अनेक पुस्तके वाचायला मिळाली. माझी तेव्हा अक्षरओळख नुकतीच होत होती. माझी वाचनाची आवड वाढून सचित्र इसापनीती, आसपासच्या नातेवाइकांकडची पुस्तकं, रोजची वृत्तपत्रं अशा गोष्टी मी वाचू लागलो. तेव्हा वृत्तपत्रांना बाल-पुरवण्या नसत. समाजाला वैचारिक मार्गदर्शन करणे ही वृत्तपत्रांची जबाबदारी मानण्यात येत असे. आम्ही माधवनगर नावाच्या-सांगलीस जायचे रेल्वे स्टेशन एवढेच महत्त्व असलेल्या आडगावी राहू लागलो तेव्हा माझ्या मोठ्या काकांनी त्या काळात नुकतंच सुरू झालेलं चांदोबा हे मासिक आमच्यासाठी भेटवर्गणी भरून सुरू केलं. ते पुढं दहा वर्षे चालू होतं. त्याचे सर्व अंक मग आम्ही माझ्या शाळेच्या, तेव्हा माझी शाळा सुटली होती, वाचनालयास भेट दिले. शाळेनं तेव्हा आणि त्यानंतर जेव्हा जेव्हा पुस्तकं दिली तेव्हा आभार मानल्याचं स्मरत नाही, ते वेगळं.

चौथीपर्यंत मी सानेगुरुजी, इसापनीती संपवून बाबुराव अर्नाळकरांच्या माध्यमिक शाळेत पोचलो होतो. त्याबरोबर नाथ माधव, वि. वा. हडप, गोट्या चंदू आणि भाराभांनी-म्हणजे भा.रा.भागवत-अनुवाद केलेली पुस्तके वाचू लागलो. त्याचबरोबर शालापत्रक, आनंद आणि चित्रशाळा प्रकाशनाची पुस्तकेही हातात पडत होती.

मी हे एवढं सगळं वाचू शकलो, याला दोन-तीन महत्त्वाची कारणं होती. वाचनाचा देवदत्त वेग, इतर मुलांचं पुस्तकाचं मुखपृष्ठ बघून होईपर्यंत माझी २०-२५ पानं वाचून झालेली असत. दुसरं म्हणजे बाजीराव रोडकडून तुळशीबागेकडे जाणाऱ्या बोळात असलेलं बोडसांचं किताब मिनार वाचनालय आणि श्री. कृष्ण कुमार गोळे यांचं माझ्यावर अपत्यवत असलेलं प्रेम. किताब मिनारच्या बोडसांनी माझं वाचनप्रेम बघून अनेक वर्षं चांगली चांगली पुस्तकं कुठलाही जादा दर न आकारता वाचायला दिली; तर बाजारात आलेली टारझन, भा. रा. भागवतांची पुस्तकं आणि अनेक चांगल्या इंग्रजी पुस्तकांचे अनुवाद कृष्णकुमार गोळ्यांमुळे मला वाचायला मिळाले. एवढंच नव्हे, तर त्यांच्याकडे पुस्तकं वाचताना उशीर

झाला तर ते मला जेवायला घालून पाठवत. गोळेपति-पत्नींचं ऋण अमाप आहे. ते या जन्मी तरी फिटणं शक्य नाही.

माझ्या वाचनाचं माझे नातेवाईक, मित्र आणि त्यांचे आईवडील यांनी कौतुकच केलंय. अनेक मित्रांकडे बसून मी कितीतरी पुस्तकं वाचली. त्या सगळ्यांचा उल्लेख करणं अशक्य आहे. असं बाल साहित्य आजकाल कुठं लुप्त झालंय?

मध्यंतरी एका प्रदर्शनात बालसाहित्याचा विभाग पुन्हा पुन्हा बघितला. मग मनात विचार आला की, दूरचित्रवाणीचे कार्यक्रम मुलं पाहात नाहीत. कारण चांगले कार्यक्रम पाहावेत असं त्यांच्या पालकांना वाटत नाही. इथं जी पुस्तकं आहेत, त्यात विज्ञानावर आधारित साहसकथांतल्या चुका लहान पोरंसोरं काढतात. मध्यंतरी साहित्य परिषदेनं "अज्ञात ग्रहावर" नावाच्या एका पुस्तकाला पारितोषिक दिलं. त्यावरून साहित्य परिषदेच्या पारितोषिकांची लाज निघावी अशी परिस्थिती. त्यातल्या विज्ञानाच्या घोडचुका लेखकाचं आणि परीक्षकांचं अज्ञान प्रकट करणाऱ्या होत्याच पण लेखकानं मैदानी खेळांत बुद्धिबळ आणि कॅरमसारख्या खेळांचा समावेश केलेला पाहून कीव लेखकाची करावी की म.सा.प.ची, हे कळेना?

मुलांना आपण जी पुस्तकं वाचायला देतो, त्यात शास्त्रज्ञांची चरित्रही असतात. ती लिहिताना हे लेखक काय पितात, हे कळत नाही. केसरी नावाच्या एका महामानवानं त्याच्या पुस्तकामध्ये चंद्रावर तीन मानव उतरवले आणि त्यांची पहिल्या चंद्रावतरणाच्या हकीकतीमध्ये नावंही चुकीची लिहिली. ही असली पुस्तकं सरकारी योजनांतून शाळांमधून वाटली जातात, तेव्हा काय म्हणावं हे उमगतच नाही.

शास्त्रज्ञात आइनस्टाइन, न्यूटन, एडिसन यांच्या चरित्रांमधील त्याच त्याच गोष्टी, तेच पडलेले सफरचंद, तोच बहिरा एडीसन, यापलीकडं आपण कधी जाणार? १९५० नंतरच्या काळात असंख्य शास्त्रज्ञ जन्मले. त्यांची चरित्रं आपल्या मुलांना कधी वाचायला मिळणार, हे कळत नाही. अनेक शास्त्रज्ञ नाना प्रकारचे कष्ट उपसून सागरतळी, अंटार्क्टिकावर, अमेझॉन, आफ्रिका, इंडोनेशियाच्या जंगलात जातात. तिथल्या प्राणी आणि वनस्पतींची माहिती मिळवतात. त्यांची चरित्रं आपण का छापत नाही? भारतातसुद्धा काही ठरावीक शास्त्रज्ञ सोडले तर त्यापलीकडे शास्त्रज्ञ झालेच नाहीत की काय? त्यांची माहिती भारतीय मुलांना कधी मिळणार? या बाबतीत प्रयत्न व्हायला हवेत. लालफीत ढिली व्हायला हवी. मुलांची कल्पनाशक्ती वाढेल, बुद्धीला थोडा ताण मिळून बुद्धी प्रगल्भ

होईल, अशी पुस्तकं किती? ससा-कासवाच्या शर्यतीची गोष्ट चांगली आहे खरं पण तीच गोष्ट आपण किती वेळ आणि किती दिवस सांगणार?

त्याच प्रदर्शनातली एक गम्मत. ससा आणि कोल्हा, कोल्होबाची फजिती, कोल्ह्यावर मात, सशाची चतुराई अशी ससा आणि कोल्हा यांची चित्रं असलेली पुस्तकं बघितली. आत सगळ्या कथा त्याच. लेखक आणि भाषा थोडी फार वेगळी पण उपमा त्याच, वर्णनं तशीच. एकाच पुस्तकावरून ही दहा-बारा पुस्तकं झाल्याचं स्पष्टपणे कळून येत होतं. ओनिड ब्लायटनची बरीच पुस्तकं खरं तर मराठीत आणण्यासारखी आहेत ती कां येऊ नयेत, जंगलात ससा, कासव आणि कोल्हा यांशिवाय इतर प्राणी नाहीत का? असलाच तर विहिरीत उडी मारणारा आणि उंदराकडून सुटका करून घेणारा सिंह.

पर्यावरणावर काही फार थोडे लेखक अचूक लिहिणारे; बाकी सगळा ठणठणाट, अशी परिस्थिती. मुलांसाठी चांगल्या साहसकथा, चांगल्या फँटसी, चांगले अनुवाद उपलब्ध का होऊ नयेत? मध्ये शंकर अभ्यंकर यांच्या पुस्तकांचा एक संच पाहण्यात आला. इंग्रजी अभिजात वाङ्मयातील काही कादंबऱ्यांचे कथानक त्यांनी थोडक्यात सांगितलं होतं. अशी पुस्तकं क्वचित आश्चर्याचा गोड धक्का देऊन जातात. बाकी सारे दोडेच.

किशोरांसाठी जशी साहसकथांची गरज आहे, त्याचप्रमाणे सर्व वयाच्या मुलींसाठी चांगल्या वाङ्मयाची गरज आहे. मुलींचं आणि मुलांचं भावविश्व वेगळं असतं. कुठल्याही घटनेकडं पाहण्याचा मुलांचा आणि मुलींचा दृष्टीकोन वेगळा असतो. हे त्यांच्या मेंदूच्या रचनेतील फरकामुळं घडतं, हे आता सिद्ध झालंय. मुलींनी वाचावं म्हणून मुद्दाम मराठीत काय लिहिलं गेलंय? लिहिलं गेलं असेलच तर त्याचं प्रमाण दशांशचिन्हाच्या उजव्या बाजूस असंख्य शून्यं टाकून लिहावं लागेल एवढं आहे. एका मित्राचा उल्लेख अपरिहार्य आहे. तो म्हणजे माझा मित्र धनंजय डोळे. खरंतर धनंजय डोळेचा मोठा भाऊ बाबा याच्याकडे अनेक चांगल्या इंग्रजी रहस्यकथांचा संग्रह होता. दोन मे महिन्यांच्या सुट्ट्यांत या दोन भावांनी विश्वासानं मला ही पुस्तकं घरी घेऊन जायची रवानगी दिली. त्यामुळे अर्ल स्टॅनली गार्डनर, ॲगाथा ख्रिस्ती, जेम्स हॅडली चेस यांची त्या काळात उपलब्ध असलेली तीनएकशे पुस्तकं तीन वर्षांतल्या सर्व सुट्यांत मिळून वाचून संपवता आली.

याच काळात पुण्यात ब्रिटिश कौन्सिल लायब्ररी सुरू झाली. तिच्या आद्य सभासदांत मी विद्यार्थी-सभासद होतो. तिथं विज्ञानाच्या आणि विज्ञान-कथांच्या

पुस्तकांशी माझा परिचय झाला.

आता जेव्हा मी बाजारात जातो आणि पुस्तकं बघतो तेव्हा मला ही गोष्ट जाणवते, आणि मग मनात विचार येतो की आपल्याकाळी कितीतरी चांगली पुस्तकं आपल्याला वाचायला उपलब्ध होती. ती सर्व वयाच्या मुलांना हवी तशी होती; म्हणजे लहान मुलांसाठी बडबड गीतं होती. त्यामानानं आज कवितांची पुस्तकं उदंड आहेत. पण पुढं? किशोर म्हणजे वय वर्षे ९ते १३ आणि पौगंडावस्थेतील म्हणजे टीनएजर्स पुस्तकं आहेत कुठं? कवितांची नाहीतच पण साहसांचीही नाहीत. गोट्या, चंदू, चिंगी हे आमच्या काळातल्या किशोरांना सोबती होते. पुढं फास्टर फेणे होता. सुधाकर प्रभूंनी भारतीय जवानांच्या वीर गाथा लिहिल्या होत्या.

आज दूरचित्रवाणीवर काही कार्यक्रम किशोरांसाठी असतात, पण ते सगळे शहरी मुलांसाठी असतात. भा. रा. भागवतादी लोकांनी जॉ वाल्जॉची लिहिलेली कहाणी, त्या आधी साने गुरुजींची दु:खी, शिवाय याच काळात काउंट ऑफ माँटे क्रिस्टोचा आलेला अनुवाद, मॉबिडिकचा अनुवाद, जॉ वाल्जाँची कहाणी, मूळ कादंबरीचा संक्षेप होता त्यानं समाधान झालं नाही म्हणून जे का रंजले गांजले, त्यासी म्हणे जो आपुले तोचि साधू ओळखावा, देव तेथेचि जाणावा, हा चार खंडी अनुवाद; तीन शिलेदार, वीस वर्षानंतर, पोलादी मुखवट्याआडचा माणूस असे कितीतरी चांगल्या कलाकृतींचे अनुवाद वाचायला मिळत होते. द.पा.खांबेट्यांसारखे लेखक अनेक माहितीपर लेख लिहीत होते.

आज देशात अंधश्रद्धा निर्मूलनाच्या बऱ्याच चळवळी चालू आहेत, पण जोपर्यंत आपण आपला भाबडेपणा टाकून देऊन प्रामाणिकपणे इतिहास शिकत नाही, तोपर्यंत या देशातील अंधश्रध्दा दूर होणं अवघड आहे. पाठ्यपुस्तकातला इतिहास समाजातील प्रत्येक घटकाच्या भावना लक्षात घेऊन लिहिला जातो. मग पराभवाचं रूपांतर यशस्वी माघारीत करावं लागलं. युद्धकाळात हे ठीक असेल; पण ज्या घटनांबद्दल पुरावे उपलब्ध आहेत, अशा घटनांमध्ये सत्याचा अपलाप कशासाठी? आपण इतिहास न शिकता आपला भाबडेपणा टिकवून ठेवला म्हणून देशाची ही अशी स्थिती झालीय. जेव्हा अमक्या तमक्या राजाला देवी प्रसन्न झाली असं आपण म्हणतो, तेव्हा त्या राजाच्या जन्मजात मुत्सद्देगिरीवर आणि शौर्यावर पाणी ओततो, हे आपल्या लक्षात येत नाही. अशोकापासून राणा प्रतापापर्यंत कुणालाही देवानं वरदान दिलं नाही; पण महाराष्ट्रातल्या बखरकरांनी म्हटलं म्हणून शिवाजी महाराजांना भवानीनं तलवार दिली म्हणून त्यांनी पराक्रम

गाजवला, असं शिवचरित्रकार म्हणणार. भवानीनं जर शिवाजी महाराजांना तलवार दिली, तर ती पोर्तुगीज बनावटीची कशी?

महाराजांचा धोरणीपणा, मुत्सद्देगिरी, त्यांच्या आज्ञापत्रातली प्रजेची काळजी याची चर्चा करायची सोडून ज्यांनी शिवाजी महाराजांच्या चरित्रात चमत्कार घुसवले, ते महाराष्ट्राला अंधश्रद्धाळू बनवण्यास जबाबदार आहेत आणि त्यामुळंचं आज मराठी माणसाला भारतात कुणी विचारत नाही, अशी परिस्थिती आहे. अशा ऐतिहासिक पुस्तकांऐवजी खरोखरचा इतिहास, शौर्यत्व, मुत्सद्देगिरीची जोड दिल्यावर काय होतं याचा इतिहास पुढं यायला हवा; तरच आपली तरुण पिढी जुन्या चुका सुधारू शकेल. आधी पराक्रमाची सुरुवात करा, मग देवाचे आशीर्वाद मागा. श्रद्धेचं स्थान नाकारू नये; पण केवळ श्रद्धेनेचं खाटल्यावर सर्व देणारा हरी आपला नव्हे, याची जाणीव करून देणाऱ्या पुस्तकांची आज गरज आहे.

पुस्तक प्रदर्शने, पुस्तकांच्या दुकानात विक्रीस येणारी पुस्तके, माझे काही साहित्यिक मित्र यांच्याशी वेळोवेळी झालेल्या चर्चांमधून उघड झालेली ही परिस्थिती मला जमेल तशी मी मांडली आहे. यापेक्षा हे चित्र चांगलं असेल, वेगळं असेल, तर त्यासारखी आनंदाची गोष्ट दुसरी नाही.

(लोकमत दीपोत्सव : २००५)

◆ ◆ ◆

२. माझ्यावरचा जादुई प्रभाव

मी लहानपणापासून नानाविध प्रकारची पुस्तकं वाचत आलो. त्या वाचनाचा माझ्यावर परिणाम होणं साहजिकच होतं. शाळेत मराठीत मला चांगले मार्क मिळत असत. इंग्रजी आणि मराठीत मी बऱ्याचदा पहिला वगैरे आलो आणि त्याबद्दल बक्षिसही मिळवली. संस्कृत हे तर मार्क वाढवायचं साधन होतं. असं असूनही मी विज्ञानशाखेकडं गेलो. आमच्या विज्ञानाच्या पुस्तकात तर काही काही वाक्यं एकेक परिच्छेदाची असत. ती पुरती दमछाक करीत. माझं इंग्रजी चांगलं असल्यामुळं ह्या वाक्यांचे छोटे तुकडे करून अर्थ लावणे, हे काम एकत्र अभ्यास करताना मित्र माझ्यावर सोपवीत असतं. दरम्यान मी लिहू लागलो होतो.

सुरुवातीच्या काळात मी क्रीडाविषयक लेखन करीत असे. नंतर मी हळूहळू सामाजिक कथा आणि विनोदी कथा लिहू लागलो. तेव्हा मला भाषेचा प्रश्न कधीच त्रास देत नव्हता; पण कुठंतरी आपण चांगल्या आणि सोप्या भाषेत लिहायला हवं, हे मात्र मनात होतं. मी मित्रांबरोबर गप्पांत रंगणारा माणूस. गप्पिष्ट हा शब्द खरा योग्य; पण दोन वेळा ह्या गप्पिष्टचं मुद्रणदोषामुळे गर्विष्ठ झाल्यानं मला ओळखणाऱ्यांनी तो शब्द वापरायचं तू टाळ, असं सांगितलं. सध्याच्या जमान्यात मुद्रितशोधन घात करतं, ते असं.

हळूहळू मी विज्ञानविषयक लिहू लागलो तेव्हा मात्र माझ्या डोळ्यांसमोर एक आदर्श होता. मी महाविद्यालयात असताना इंग्रजी वाचायला सुरुवात केली. शाळेत मी मराठी रहस्यकथा वाचल्या होत्या. कॉलेजात जेम्स हॅडली चेज, अर्ल स्टॅनली गार्डनर वाचू

लागलो. ह्यांशिवाय इतरही अनेक लेखकांच्या रहस्यकथा मी वाचत असे. ह्या रहस्यकथा अतिशय लोकप्रिय असल्याचं मला जाणवत होतं. मी स्वत: स्वांत:सुखाय लिहिणारा नव्हे. लोक वाचत नसतील तर लिहायचं कशाला, हा प्रश्न मला त्रास देतो. आपलं लोकांनी वाचावं, ह्याच कारणासाठी मी लिहीत आलो आहे.

रहस्यकथा लेखकांपैकी काही माझे चांगले मित्र होते. काही परिचयाचे होते. बाबुराव अर्नाळकरांची मी दोनदा मुलाखत घेतली होती. ह्यामुळं त्या प्रकारचं लेखन कसं घडतं, ह्याची मला कल्पना होती. पुढं मनोहर साप्ताहिकामध्ये मी विपुल लेखन केलं. सृष्टिज्ञानमध्येही मी लिहिलं. पण सृष्टिज्ञान, विज्ञानयुग ह्या मासिकांचा वाचक मर्यादित होता. मी विज्ञानविषयक लिहायला लागलो तेव्हाही आपलं लेखन वाचलं गेलं पाहिजे, हेच माझ्या डोक्यात पक्कं होतं. ज्यावेळी मी विज्ञानविषयक लिहू लागलो, तेव्हा वृत्तपत्रांत आलेले विज्ञानविषयक लेख वाचले जातातच, ह्याची मला खात्री नव्हती. मी स्वत: त्यांतले बरेच लेख अर्ध्यावर सोडून देत असे, इतके ते क्लिष्ट असत. ते वाचकांना समजावेत ह्यासाठी लिहिलेले नसून स्वत:च्या विद्वत्तेचं प्रदर्शन करण्यासाठी लिहिले जात, अशी माझी खात्री आहे. मला तसं लिहायचं नव्हतं. अशा परिस्थितीत मी लिहिताना मला आयझॅक ॲसिमोव ह्यांचं मार्गदर्शन झालं, ह्याची स्वत: ॲसिमोवना कल्पना नसेल; पण एकलव्याच्या निष्ठेनं मी ॲसिमोवना गुरू मानलंय. नवल मधल्या विज्ञानकथा मी वाचत असे. त्यात काही वेळा मूळ कथा 'आयझॅक ॲसिमोव, असा उल्लेख असे. इंग्रजी वाचायला सुरुवात केल्यावर माझ्या वाचनात इंग्रजी, अमेरिकन विज्ञानकथांचे संग्रह येऊ लागले. ब्रिटिश लायब्ररीतल्या कथा संग्रहात अमेरिकन कथाकार नसत; पण वार्षिक कथासंग्रहात आर्थर क्लार्क बरोबर ज्यांच्या कथा असत, त्यात हाओनलाओन आणि ॲसिमोव्ह हमखास असत. पुढं मी हळूहळू स्वत: पुस्तकं विकत घ्यायला लागलो. ॲसिमोव्हचं जे पुस्तक दिसेल, ते खरेदी करत गेलो.

रहस्यकथाकारांच्या संपर्कात आल्यावर भाषा सोपी-सरळ असली तर वाचक वाचतात, हे लक्षात आलेलं होतंच; पण रहस्यकथा, त्यासुद्धा मराठीत लिहिताना विज्ञानलेखनासारखी तारेवरची कसरत करावी लागत नाही. वैज्ञानिक सत्याशी इमान राखावं लागतंच. विज्ञानकथा लिहिताना तर आणखी तारांबळ होते. एकतर मराठी वाचकाला विज्ञानकथा वाचायला लावायची, त्यामुळं ती आपल्या परिस्थितीशी जुळवून घेणारी असायला हवी, ती कथाही हवी ; त्यात विज्ञानही हवं, शिवाय ते वाचकाच्या डोक्यावरूनही जाता कामा नये. कथा

लिहिताना मध्येच थांबून, आकृत्या काढून विज्ञान समजावून देता येत नाही, ते कथेच्याच ओघात यायला हवं. मी आयझॅक ॲसिमोव्ह वाचायला लागलो आणि त्याच्या नि:संदिग्ध आरस्पानी लेखनानं भारावून गेलो. मनातल्या मनात त्याच्या इंग्रजीवरील प्रभुत्वाचं, त्याच्या एकाच संकल्पनेसाठी वेगवेगळी उदाहरणं देण्याचं, एकाच अर्थाचे वेगवेगळे शब्द वापरून वाचकाला खिळवून ठेवण्याचं कौशल्य मला भुलवू लागलं. स्वत: ॲसिमोवनं वैज्ञानिक शब्द कसे तयार झाले आहेत, ह्यावरही पुस्तकं लिहिली आहेत. ती वाचली. मला परिभाषेची अडचणही त्यामुळंच कधी वाटली नाही. शब्द हे वस्त्र आहे, संकल्पनेचा आत्मा नव्हे, हे मी ॲसिमोवकडून शिकलो. स्वत:चे शब्द तयार करू लागलो. त्यानंतर मला हळूहळू लोक आपलं वाचतात, त्यांना ते आवडतं, हे कळू लागलं. माझा आत्मविश्वास वाढत गेला. मी अधिक जोमानं लिहू लागलो. संपादक ते छापू लागले.

प्रपंचच्या संपादकांनी तुमच्या आयुष्यावर परिणाम करणारा लेखक कोणता, ह्यावर लिहायला सांगितलं होतं. खरंतर एकूण वाचनाचाच माझ्यावर प्रभाव पडला. त्यात बाबुराव अर्नाळकर ते जॉन स्टाईनबेक ह्यापैकी कुणाचंही नाव मी घेऊ शकलो असतो. एखाद्या नोबेल पुरस्कार-विजेत्याचं नावही घेऊ शकलो असतो. मी खूप विचार केला. पी. जी. वुडहाउसच्या पात्रांचा माझ्यावर प्रभाव आहे. स्टाइनबेकच्या ईस्ट ऑफ ईडन, ग्रेप्स ऑफ राथ यांसारख्या कादंबऱ्यांनी मी भारावून गेलो आहे. मेरी शेलीचा फ्रँकेन्स्टाइन मला वेड लावतो; पण आयझॅक ॲसिमोव इज आयझॅक ॲसिमोव!

मराठी उदाहरणं घ्यायची तर श्री. ना. पेंडशांचा गारंबीचा बापू तर माझा फार आवडता. बालकवींच्या कविता, रणजित देसाईंची स्वामी, सुरेश भटांच्या कविता, ग्रेसचं शैलीबद्ध लेखन, विठ्ठल वाघांचा वैदर्भी बाज, ना. घ. देशपांडे आणि अलीकडचे सुबोध जावडेकर आणि अरुण मांडे मला आवडतात. त्यांतले शेवटचे दोघे अलीकडचे; पण बाकीच्यांचं लेखन तर मी लिहायला लागलो त्याआधीपासून वाचतोय. गारंबीच्या अफाट बापू सारखं वागावं असंही बऱ्याचदा वाटलं होतं. ते प्रत्येकाला कसं जमणार? पुलंनी तर वेड लावलं. त्यांचा नामा परीट आणि नंदा प्रधान हे अजूनही मला साथ देतात. असं असूनही आयझॅक ॲसिमोव हे माझं दैवत बनलं. त्याला एक दिवस साक्षात्कार झाला. नोकरी वगैरे सगळं झूट आहे. लिहिणं हेच आपलं जीवन आहे. १९९३ साली मलाही असाच साक्षात्कार झाला. मी ॲसिमोव्हचं स्मरण केलं आणि मला नोकरीतून

मुक्त करावं, असं सांगून घरी आलो आणि लिहीत राहिलो.

आता माझ्या लक्षात येतं, जेव्हा जेव्हा माझ्या लेखनाच्या आड नोकरीचं बंधन येतं असं मला वाटू लागलं, तेव्हा तेव्हा मी नोकरी सोडली आणि अखेरीस लेखन हेच आपलं सर्वस्व हे पटलं. तेव्हा मी पुन्हा कुठलीही नोकरी केली नाही ह्याचं कारण, माझा आदर्श आयझॅक ॲसिमोव.

(प्रपंच दिवाळी : २०१२)

♦♦♦

३. आयुष्य घडताना...!

माणूस कसा घडतो, याविषयी बरीच सुवचनं एका सुवचनांच्या पुस्तकात मी वाचत होतो. कुठल्याही व्यक्तीला तिच्या आयुष्यात वेळोवेळी जी माणसं भेटतात त्यांच्या प्रभावानं माणूस घडत जातो, असं एक वचन होतं. दुसरं म्हणजे पुस्तकं माणसाला घडवितात, हेही एक वचन त्यात होतं. पुस्तकं माणसाला घडवतात हे तर मला मान्यच करावं लागेल. तसं मी वेळोवेळी लिहिलंही आहे, म्हणजे अगदी याच शब्दांत नव्हे, पण जेव्हा जेव्हा माझ्या आयुष्याबद्दल लिहिण्याचा प्रसंग उद्भवतो, त्या वेळी पुस्तकं त्यात डोकावल्याशिवाय राहत नाहीत. मुख्य म्हणजे वाचनामुळं आज मी जो काही आहे तो आहे, हे मला मान्य आहे, पण माणसं माणसाला घडवतात हे सत्य कदाचित कायम डोळ्यासमोर असल्यानं त्याकडं दुर्लक्ष झालं असावं. यालाच 'अति परिचयात् अवज्ञा', असं म्हणतात.

माझे वडील मला आठवत नाहीत, हे खरं; पण त्यांचा माझ्या आयुष्यावर फार मोठा परिणाम झाला, त्याबद्दल मी वेळोवेळी लिहिलेलं आहे. पण इतरही अनेक व्यक्तींचा माझ्यावर कळत न कळत परिणाम झाला. माझ्या सुप्त मनानं त्या व्यक्तींमधले काही गुण टिपले, तर काही अवगुणही बघितले. हे मातीचे पायही मला बरंच काही शिकवून गेले. मात्र इथं त्याबद्दल मी काही लिहिणार नाही. कशाला लिहायचं? त्या मातीच्या पायांवर जे पोलादी पुतळे होते, त्यांच्याकडे आपण काही काळ आदरानं बघत होतोच आणि त्यांचे मातीचे पाय दिसताच वेळीच दूर झालो. त्यांनी माझातरी काही वैयक्तिक तोटा केलेला नव्हता. तेव्हा त्यांनी जर मला काही त्रास दिलेला नव्हता, तर

त्यांच्या मातीच्या पायांवरचे मोजे काढायची आपल्याला तरी काय गरज? त्यामुळं ज्यांच्या चांगुलपणाचा लाभ मला मिळाला, अशाच व्यक्तींबद्दल मी लिहिणार आहे.

माझ्या आयुष्यात अगदी लहानपणापासूनच साहित्यिक येत गेले. ते माझ्या आयुष्यात येणं हा एक निखळ योगायोग होता. त्यांतल्या कित्येकांना तर त्यांचा माझ्यावर प्रभाव पडला, याची कल्पनाही नसेल. थोडक्यात म्हणजे मी त्यांच्या खिजगणतीतही नव्हतोच; पण माझं अस्तित्वही त्यांनी दखल घ्यावी, इतकं प्रभावी नव्हतं. यात त्यांचा काही दोष नव्हता. त्यांच्या चौथी-पाचवीतल्या धाकट्या मुलांच्या वर्गात मीही शिकत असे. त्यांची मुलं मला मित्र मानत असत आणि त्यामुळे कधीतरी मी त्यांच्या घरीही जात असे. दुटांगी धोतर, वरती सदरा, मागं वळवलेले रुपेरी केस, हातात सिगरेट असे उंच धिप्पाड यशवंत दिनकर पेंढरकर अजूनही स्मरणात आहेत. त्यांच्या घराच्या मागे अंगण होतं. कधीतरी दिलीपबरोबर त्या अंगणात जायचा योग येत असे. तिथं जर कविराज येरझारा घालीत असले, तर आम्हाला गुपचूप माघारी फिरावं लागे.

आपण किती मोठ्या व्यक्तीला जवळून पाहतोय, याची त्यावेळी कल्पना नव्हती. पुढं आणखी दोन-तीन वर्षांनी जेव्हा त्यांच्या कविता अभ्यासक्रमात शिकलो तेव्हा आणि त्याहीपेक्षा जेव्हा दिलीपला एखादे शिक्षक नाव विचारत तेव्हा, त्यांचा मोठेपणा आणि त्यांच्याविषयी जनमानसात असलेला आदर हळूहळू लक्षात येऊ लागला. 'नाव काय रे तुझं?' असं विचारलं की, 'दिलीप यशवंत पेंढरकर' असं तो उत्तर द्यायचा. 'वडील काय करतात', हा पुढचा प्रश्न बहुधा संभवत नसे. म्हणजे, 'कवी यशवंतांचा का तू मुलगा?' असे अभावित उद्गार मास्तरांच्या तोंडून बाहेर पडत. क्वचित कधीतरी एखादे शिक्षक वडील काय करतात, असं विचारत. नाही असं नाही, पण त्या वेळी दिलीप ताठं मानेनं, 'कवी आहेत!' किंवा कविता करतात असं उत्तरं देत असे. तेव्हा त्याचा मला हेवा वाटत असे. पुढं ते राजकवी होते ह्या माहितीची भर पडल्यावर मग मी त्यांचे कवितासंग्रह मिळवून वाचले. कवी यशवंत हे नाव माझे मामा ज्या आदरानं घेत; त्यामुळं तर मग आपण यशवंतांना जवळून बघितलं, याचं माझं मलाच कौतुक वाटायला लागलं. माझ्या शालेय जीवनात आणखी एक-दोन साहित्यिक आले. त्यातले एक म्हणजे मो.शं.भडभडे. हे लेखक होते. कधीतरी ऑफ तासाला येत. मनापासून बोलत. एक दिवस शाळेत गेलो, तर त्यांच्या छायाचित्राला हार घातलेला. ते टोपण नावानं लिहीत. शशिकांत पुनर्वसू हे त्यांचं

टोपण नाव. आपण त्यांना रोज बघत होतो; पण ते मोठे लेखक होते याची आपल्याला कल्पनाही कशी नव्हती, असं दुसऱ्या दिवशी वृत्तपत्रात वाचल्यावर वाटलं असावं. ५५ वर्षांपूर्वीची गोष्ट आहे. मग किताब मिनार वाचनालयातून त्यांची पुस्तकं आणून वाचली होती. लघुकथा आणि लघुनिबंध ते लिहीत असत. ह्याच काळात द.मा. मिरासदार आमच्या शाळेत वर्षभर शिकवत होते. त्यांनी व इतर शिक्षकांनी मिळून शाळेत "लग्नाची बेडी" या नाटकाचा प्रयोग केला होता. नंतर मिरासदार सर महाविद्यालयीन शिक्षक बनले. या दोघांची महती पुढं त्यांची पुस्तकं वाचल्यावर कळली; पण तरी त्या दोन लेखकांना जवळून पाहिल्याचं समाधान होतं. पुढं मिरासदारांचा परिचय झाल्यावर मग बरं वाटलं.

आम्ही अकरावीला गेलो. महत्त्वाचं वर्ष. द. न. गोखले आमच्या शाळेचे मुख्याध्यापक बनले. ते आमच्या वर्गाला मराठी शिकवू लागले. त्यांनी तीन-चार तास घेतले; मग ते अमेरिकन शिष्यवृत्तीवर वर्षासाठी गेले. ते परतले तेव्हा माझी शाळा संपली होती; पण डॉ. द. न. गोखल्यांशी आता खरा संबंध सुरू झाला. त्यांचा मुलगा राम माझ्या वर्गात होता. आमची मैत्री अजून टिकून आहे. दिलीप पेंढरकरप्रमाणेच. तो जेव्हा भेटतो तेव्हा आम्ही पूर्वीच्याच आपुलकीनं गप्पा मारतो. रामशी मैत्री झाल्यामुळं द. न. गोखले यांच्याशीही पुढं परिचय वाढला. मोठा माणूस कसा असावा, हे या ऋषितुल्य विद्वानामुळं लक्षात आलं. अत्यंत निगर्वी, पण स्वमताशी ठाम असलेले दादा अजूनही आठवतात.

महाविद्यालयात प्रा. प्रभाकर सोवनींच्या संपर्कात आलो. हे माझे गुरू त्या काळात नुकतेच अमेरिकेतून परतले होते. त्यांचे लेख सकाळमध्ये छापून येत असतं. अत्यंत सुस्पष्ट आणि निः संदिग्ध बोलणारे सोवनी सर खाजगी आयुष्यातही खूप काटेकोर होते. त्याबद्दलच्या त्यांच्या अनेक गमती आम्ही त्यांचे शिष्य अजूनही बोलतो. आज सर ९०वर्षांचे आहेत, पण स्मरणशक्ती अजूनही तल्लख आहे. अजूनही हिंडतात, फिरतात. मात्र आता लिहीत नाहीत. सरांमुळं मी विज्ञानलेखक बनलो. विज्ञानलेखनाचे प्राथमिक धडे मी त्यांच्या पायाशी बसून घेतले, हे मी निःसंकोचपणे मान्य करतो. विज्ञानात पूर्णपणे रमलेले सोवनी सर तसे कडक शिस्तीचे म्हणून प्रसिद्ध होते. त्यांच्यामुळे माझा सृष्टिज्ञानशी परिचय झाला आणि पुढे विज्ञानयुग मासिकातही मी लिहू लागलो. एवढंच नव्हे, तर या दोन्ही मासिकांच्या संपादक मंडळाचा सदस्यही बनलो.

सरांचा मोठेपणा म्हणजे त्यांना गजाभाऊ क्षीरसागर बरीच वर्षे पृथ्वीसंबंधी पुस्तकं लिहिण्याचा आग्रह करीत होते. सरांनी ते काम माझ्यावर सोपवलंच; पण

वसुंधराचं हस्तलिखित वाचून त्यात सुधारणा केल्या. त्यामुळेच तो ग्रंथ एवढा चांगला होऊ शकला. आता त्यात भर घालून अद्ययावत केलेली त्याची चौथी आवृत्ती बाजारात आली तेव्हा हे सर्व सोवनी सरांमुळेच घडलं, असं मला वाटतं.

आणखी एका व्यक्तीचा उल्लेख केल्याशिवाय माझं हे स्मरणरंजन पूर्ण होणार नाही. बऱ्याचदा, विशेषत: आजकाल बरेचजण 'माझं मराठी चांगलं आहे' असं मलाच ऐकवतात. खरंतर माझी आई असती तर हे ऐकून हसली असती. पण मला आता हे जे प्रमाणपत्र मिळतं; त्याचं श्रेय बऱ्याच अंशी श्री. गणपतराव बोडस यांना आहे. त्यांचा नातू धनंजय गोळे हा माझा बालमित्र. पाचवीत असताना आमची ओळख झाली. तो आमच्या शाळेच्याच वाटेवर राहत असे. आम्ही बरोबरच शाळेत जायचो आणि इतर वेळी दिवसाचा बराच वेळ मी त्यांच्याच घरी असे. दादा म्हणजे धनंजयचे आजोबा बऱ्याचदा तिथे असत. त्यांचा एक छोटेखानी पितळी खलबत्ता होता. त्यात पान कुटून ते खायचे. त्यांच्या समोर बोलताना फार काटेकोरपणे शब्द वापरावे लागत आणि शब्दांचे उच्चार चुकून चालत नसे. ते घरी असले आणि सुट्टीत आम्ही तिथे असलो तर मराठी बातम्यांच्या वेळी ते आम्हाला रेडिओजवळ बसवून मराठी बातम्या ऐकायला लावीत असत.

त्या काळातलं ते बातम्यांचं वाचन मराठी वाचनाचा आदर्श नमुना होता. पुढे त्या वेळी दादांमुळे ऐकलेल्या बातम्यांचं स्मरण होतं. दादा केवळ बातम्याच ऐकायला लावत असं नाही, तर ते मराठीतला एक एक शब्द कसा वेगवेगळ्या प्रकारे म्हणता येतो आणि प्रत्येक उच्चारणाबरोबर त्याची अर्थच्छटा कशी बदलते, हे सोदाहरण दाखवत. पुढे मराठी नाटकं बघताना एखादा नट जर एखाद्या शब्दाचं उच्चारण चुकला तर दादा असते तर त्यांनी त्या नटाचं काय केलं असतं, हा विचार मनात आल्यावाचून राहत नाही.

खरंतर मला ललित विषयावर लिहा असं सांगण्यात आलेलं होतं. माझं हे स्मरणरंजन ललित लेखनात मोडतं की काय, हे मला सांगता येणार नाही; पण जेव्हा मी लिहायला बसलो, त्या वेळी माझे कोकणातले दिवस असा विषय माझ्या मनात होता. बऱ्याचदा असं घडतं, की विशिष्ट विषयावर लिहायचं म्हणून कागद पुढं ओढले जातात. पेनचं टोपण काढलं जातं आणि कागदावर वेगळंच काहीतरी उतरतं. विशेषत: कथा किंवा संदर्भविरहित लेखन करताना हे सुरुवातीपासून घडत आलंय. असं का, याला वैज्ञानिक उत्तर माझ्याकडे तरी नाही. कदाचित ह्या गोष्टी कुठंतरी मनात दडलेल्या असतील. व्यावसायिक

लेखक मनाला फार स्वातंत्र्य देऊ शकत नाही. 'ऑर्डरप्रमाणे माल मिळेल', हे तंत्र सांभाळताना अनेक गोष्टी मागं ठेवाव्या लागतात, पण जेव्हा असं बंधन नसतं, तेव्हा मग हे विचार जोरात उफाळून येतात. विशेषत: कथालेखनात असं होतं. मुळात मनात असलेलं बीज कसं रुजेल, कसं उगवेल आणि त्याला काय फळं येतील, हे तसं सांगणं अवघडच असतं.

ह्या वेळीही असंच झालं. सागरलाटा बघत काढलेले दिवस, वाघाच्या डरकाळ्या ऐकून उधळलेली जनावरे, पायांत आलेले साप पाहून फुटलेला घाम वगैरे गोष्टी बाजूलाच राहिल्या आणि माझं आयुष्य घडविणाऱ्या व्यक्तींचं स्मरण झालं. खरंतर ते गुरुपौर्णिमेला व्हायला हवं होतं. थोडं उशिरा झालं, पण झालं. तेच महत्त्वाचं.

◆◆◆

४. आनंदाचा क्षण...!

माझ्या जीवनातले आनंदाचे क्षण या विषयावर मी लिहावं, हे गोमंतकचं पत्र वाचलं. बऱ्याचदा आनंदाचे क्षण येतात न येतात, तोच त्याच्यावर विरजण पडतं. आता हे असं पत्र येणं, यालाही आनंदाचा क्षण म्हणता येईल आणि ५०० ते ७५० शब्दांची मर्यादा हे त्याच्यावरचं विरजण.

कुठल्याही सामान्य माणसाला स्वत:बद्दल बोलायला, लिहायला आवडतं. या स्वाभाविक आनंदावर मर्यादा असू नये, पण ती मर्यादा पाळली नाही तर आपले आनंदाचे क्षण छापून आलेले पाहायचा आनंद मिळणार नाही, तेव्हा ती मर्यादा पाळून हा आनंद मी मिळवणार आहे.

माणूस कुठल्या गोष्टीत आनंद मानेल, हे सांगणं तसं अवघडच आहे. एखाद्या अगदी छोट्या गोष्टीत आनंद मानणारी माणसं असतात. काहींना कशाचाच आनंद होत नाही. आणखी एक गोष्ट म्हणजे एखाद्या गोष्टीचा आज आपल्याला आनंद होईल, तर उद्या होईलच असं नाही; तर कधीकधी काल ज्या गोष्टीकडं आपण दुर्लक्ष केलं ती आज आपल्याला आनंद देऊन जाते, असंही घडतं.

आता माझ्या आयुष्यात आनंदाचे क्षण आले का, हा प्रश्न घेऊ या. याचा एक आणखी सवाल होऊ शकतो. माझ्या आयुष्यात आनंदाचे क्षण का आले? या दुसऱ्या प्रश्नाचं उत्तर मी देऊ शकेनच, असं नाही. पहिल्या प्रश्नाचं उत्तर खूप आले, असं आहे.

उदाहरणार्थ, काही आनंदाचे क्षण उगीचच येतात. म्हणजे आपण उठतो, तोंड धुतो, चहा पितो, उल्हसित वाटत असतं.

आयुष्य हा एक आनंदच आहे, अशी सकाळपासूनच मनात जाणीव जागत असते. खरंतर इतर दिवसांसारखाच हाही एक दिवस असतो. आनंद वाटावा असं खरंतर काहीच घडलेलं नसतं. तरी आपण आनंदी असतो. असं माझ्या बाबतीत बऱ्याचदा घडतं. बस्, आज आपण खूश आहोत, याचाच आनंद असतो. याउलट एखादा दिवस आनंदाचा ठरतो याचं कारण कुणाचं तरी पत्र येतं. 'आपलं अमुक अमुक लेखन वाचलं. लेख, कथा फार आवडली.' मला वाटतं, अशा पत्रांनी निदान मला तरी दुप्पट तिप्पट आनंद होत असतो. याचं कारण आधी कुणीतरी अनोळखी माणसानं आपण लिहिलेलं वाचलं. वाचलं ते वाचलंचं पण ते त्याला आवडलंही, हा दुसरा आनंदाचा मुद्दा. नंतर त्यानं आपला पत्ता शोधून काढून स्वत:चे पैसे व वेळ खर्च करून ते आपल्याला कळवलंसुद्धा, हा अप्रतिम आनंद आणि यावर दुधात साखर म्हणजे त्यानं स्वत:चा पत्ता असलेलं जोडकार्ड पाठवलं; याहून आणखी आनंदाचा क्षण कोणता असणार? आता लग्न ठरलं तेव्हा एक आनंद झाला होता. एका मुलीनं स्वत:हून मला तिचा आयुष्यभराचा साथीदार निवडावं, ही अविस्मरणीय घटनाच होती. अशा, म्हणजे मुलींनी मला पसंत केल्याच्या नव्हेत तर अविश्वसनीय घटना अनेक. म्हणजे, मी नापास न होता दरवर्षी पास झालो, ही एकच घटना मला १७ वर्षे आनंद देत होती! रिझल्ट हातात पडेपर्यंत माझा चेहरा पडलेला असे. पास झाल्याचं कळलं की, मला भरून यायचं.

लग्न झाल्यावर अनेक आनंदाचे क्षण येत असतात. मूल होणं, ते अनेक आपत्तींमधून जगणं, त्याला बक्षीस मिळणं; याला समांतर आनंद म्हणजे आपण लिहिणं, ते छापून येणं आणि त्याला बक्षीस मिळणं. या दोन्ही घटना माझ्या बाबतीत आनंदाच्या ठरल्या.

मध्येच एकदा अचानकपणे मला मराठी विज्ञान परिषदेनं मानपत्र द्यायचं ठरवलं. मी चक्रावलो. मला काहीच सुचेना. मराठी विज्ञान परिषदेचं सन्मानपत्र हे वयाची किमान ६० वर्षे झाल्याशिवाय मिळत नाही, अशी मला खात्री होती. मला ते चाळिशीच्या आतच मिळत होतं. सुदैवाने माझे केस पांढरे व्हायला लागले होते. त्यामुळे काळजी थोडी कमी झाली, पण या बातमीच्या धक्क्यामुळं मला आनंद झालाय हे मलाच कळायला थोडा विलंब लागला.

हे सगळे आनंदाचे क्षण, यात राज्य पुरस्कार वगैरे आलेच. पण गोवेकरांना आवडेल असा माझा एक आनंद आहे; तो म्हणजे चांगले मासे खायला मिळणं. गोव्याच्या भाषेत म्हणजे मी भट. त्यात समुद्रापासून दूर. मध्येतर नागपूरला वगैरे

राहत होतो, पण एखाद्या दिवशी अचानकपणे कोणीतरी विचारतं, अडखळत, चाचरत विचारतं,

"अहो, तुम्हाला मासे चालतात का?"

"चालतात काय? पळतात, पळतात." हे अशा प्रसंगीचं माझं ठरावीक उत्तर आणि यावरूनच आमची कुलस्वामिनी, मूळगाव हे गोव्यातच आहे, अशी माझी खात्री पटते. गोव्यात जायची संधी यामुळेच मी कधी सोडत नाही. माझ्या आनंदाचे आणखी काही क्षण मला मिळतात ते माझ्या मित्रांच्या सहवासात. अवचितपणे चारजण एकत्र आलोय, कुठंतरी चहा पितोय, मस्त गप्पा जमल्यात, एकमेकांच्या उखाळ्या पाखाळ्या काढतोय. एखादा खास विनोद सांगितला जातोय, असे आनंदाचे क्षण माझ्या आयुष्यात फार वरचं स्थान मिळवून आहेत.

प्रमोशन वगैरेंचा आनंद मिळावा, असे मला कधी वाटलं नाही आणि ज्या सहजतेनं मी नोकऱ्या बदलल्या, त्यामुळे त्यात जर काही आनंद असेल तर तो माझ्या वाट्यास आला नाही, असंच म्हणावं लागेल. उलट, या नोकऱ्या सोडताना मला आणि मी नोकरी सोडतोय म्हणून माझ्या साहेबालाच जास्त आनंद झाला असावा, असं मला वाटतं. दुसऱ्याला आनंद झाला म्हणून आपल्याला आनंद व्हावा, याचं हे एक उदाहरण. आणखी आनंदाचे क्षण म्हणजे संपादकांची कथा, लेख पाठवा, म्हणून येणारी पत्रं. या पत्रात 'मानधन कळवा' हे वाक्य असलं तर हा आनंद द्विगुणित होतो आणि सोबत चेक असला तर अर्थातच चौपट. चौपट आनंदाचे क्षण आता हळूहळू येऊ लागले आहेत, हे विशेष.

आता शेवटी, हे सगळे आनंद सारखेच असतात का? हे सांगणं अवघड आहे. एका आनंदाची दुसऱ्याशी तुलना कशी होऊ शकेल? आपण सिग्नल तोडला तेव्हा पोलिसांचं लक्ष नसणं, हिंदी पिक्चर बघायला म्हणून जावं नि एखादा चांगला इंग्रजी चित्रपट बघायला मिळणं, आपण प्रवास करीत असलेल्या गाडीत बॉंब नसणं, मुंबईत लोकलमध्ये बसायला जागा मिळणं, हे वेगवेगळे आनंद आहेत. त्यांची एकमेकांशी तुलना होऊच शकत नाही.

आता शेवटचा, म्हणजे या लेखापुरता शेवटचा आनंदाचा क्षण जरा गंभीर होऊन सांगतो. मला वाटतं तो माझ्या आयुष्यातला सर्वांत आनंदाचा क्षण ठरेल. माझी पत्नी घरी आली व म्हणाली, "मला डॉक्टरेट मिळालीय!" तिच्या हातात विद्यापीठाचं तिला डॉक्टरेट मिळाल्याचं परिपत्रक होतं. "आता मला

कायमस्वरूपी नोकरी मिळेल. मग तू नोकरी सोड आणि पूर्णवेळ लिखाण कर,'' तिनं पुढे सांगितलं. त्या प्रसंगीचा माझा आनंद कसा वर्णन करायचा हे माझ्या लेखणी बाहेरचं काम आहे. त्या वेळी मला सर्वात आनंद याचा होता, की आपल्याला लेखनात आनंद मिळतो हे त्या माउलीनं ओळखलं होतं आणि तो आनंद मला मिळावा म्हणून तिची कष्ट करायची तयारी होती.

♦ ♦ ♦

५. मला विज्ञानकथा कशी सुचली ?/ सुचते ?

अगदी खरं सांगायचं तर विज्ञानकथा किंवा इतरही कथा कशा सुचल्या हे सांगणं अवघड आहे. मी विज्ञानकथा का लिहायला लागलो याच्या खोलात शिरलो तर कदाचित या प्रश्नाचं उत्तर सापडण्याची शक्यता आहे, म्हणून तिथून म्हणजे माझ्या आठवणीत मला लिहावंसं वाटायला लागलं तिथपासूनचा विचार या प्रश्नाचं उत्तर देताना मी करणार आहे. मला वाचनाची आवड. लहानपणी भा. रा. भागवत, द. पां. खांबेटे, द. वि. सोमण नंतर नवलचे लेखक यांची पुस्तकं वाचत होतो. नवल मासिकामध्ये विज्ञानकथांचा खजिना असे. शाळेसमोरच नवलची कचेरी होती. तिकडं कधीतरी जाऊन हे मासिक काढणारे अंतरकर कसे आहेत ते बघावे, असं वाटायचं, पण नवल वाचत असल्यामुळे असेल पण ह्या मासिकाच्या कचेरीत डोकवायचाही कधी धीर झाला नव्हता.

पुढे पैशासाठी क्रीडाविषयक मजकूर लिहीत होतो. कालांतरानं कथा लिहू लागलो, तसाच सृष्टिज्ञानपरिवारातही सामील झालो. दरम्यान माझ्या वाचनात इंग्रजी अमेरिकन विज्ञानकथा येऊ लागल्या. त्यांची गोडी वाटत होती पण त्या काळात मी विज्ञानविषयक लिहीत नसे. एकदा मी विद्यार्थिदशेत असतानाच आमच्या अभ्यासाचा एक भाग म्हणून सिमल्यास गेलो. तिथे माझ्या एका मित्राचा भाऊ राहत असे. त्यांच्याकडे एका विज्ञानकथा संग्रहातील एक कथा वाचत बसलो. ती अर्धी ठेवूनच मला बाहेर पडावं लागलं. त्या कथेतल्या यंत्रमानवानं मला झपाटलं. त्याचं पुढं काय झालं असेल, याचा विचार माझ्या मनात नेहमीच येत असे. पुढे पुढे ही कथा आपण पुरी करायला

हवी, असं मला वाटू लागलं. त्या काळात अभ्यास, नंतर नोकरी आणि क्रिकेट यामुळं लिखाण फारसं होतच नव्हतं. पुढं एकदा विज्ञानकथा स्पर्धेची मराठी विज्ञानपरिषदेची बातमी वाचली. तोपर्यंत मानव चंद्रावर उतरला होता. त्यामुळे अवकाशात घडलेली एक घटना अशा स्वरूपाची कथा मी या स्पर्धेस पाठवून दिली. तिला मला वाटतं, दुसरं किंवा तिसरं पारितोषिक मिळालं. ती कथा, तसंच आणखी एक त्या काळात लिहिलेली कथा 'साहस' नावाच्या मासिकात छापल्या होत्या. त्या आता मिळाल्या, तर मला खरं म्हणजे हव्या आहेत.

मेंदूशास्त्रज्ञ असं म्हणतात की, प्रत्येक व्यक्ती ही सृजनशील असते. इतर व्यक्तींच्या मनात नक्की काय चाललंय हे आपल्याला कळणं अवघड असतं, पण माझ्या बाबतीत एक गोष्ट माझ्या फार पूर्वीच लक्षात आली. ती म्हणजे कुठलीही घटना बघितली की, ती बराच काळ माझ्या मनात घर करून राहते. ही परिस्थिती ओढवली तर कोणती उपाययोजना करता येईल, अशा तऱ्हेचे प्रश्न माझ्या मनात उपस्थित होत राहतात. त्यांना असंख्य फाटे फुटतात. कधी कधी त्यांना वेगवेगळी उत्तरंही मिळतात. काही दिवसांनी मनातली ही घटना मागं पडते. असे असंख्य विचार माझ्या मनात सतत पिंगा घालीत असतात.

लहानपणी वेळोवेळी वाचलेल्या विज्ञानकथा माझ्या मनावर नक्कीच प्रभाव पाडत होत्या. त्यातच पुढं मी भूशास्त्राचा अभ्यास करू लागलो आणि त्या निमित्तानं भारतभर भरपूर हिंडलो. पुढं वेगवेगळ्या चर्चासत्रांमुळे हिंडलो. आकाशवाणीत असताना महाराष्ट्रातल्या वेगवेगळ्या शहरांत राहिलो. या वेळी समाजातल्या सर्व स्तरांतल्या लोकांचा परिचय झाला. सर्वत्र मनुष्यस्वभाव सारखाच आणि माणसाच्या स्वभावास औषध नाही, या दोन वैश्विक सत्यांचा या काळात मला अनुभव आला.

मी जेव्हा ललित साहित्य लिहू लागलो, तेव्हाच्या माझ्या कथा या विज्ञान कथा नव्हत्या. मनोहर, स्त्री, नवयुगचे वार्षिक अंक यांसारख्या प्रतिष्ठित मासिकात माझ्या या नवैज्ञानिक कथा छापून येत होत्या. कथास्पर्धांत बक्षिसं मिळत होती. त्यांत प्रगल्भ सामाजिक जाणीव आहे, असं कुणीसं म्हटलं होतं. तर आजच्या तरुण मनाचं स्पंदन काहींना या कथांत जाणवलं होतं. अशा परिस्थितीत (कै.) आ. मा. लेले, प्रा. प्रभाकर सोवनी यांनी मी विज्ञानलेखन करावं म्हणून प्रोत्साहन दिलं. माझे वैज्ञानिक लेखही छापून येऊ लागले. अशा वेळी मराठी विज्ञान परिषदेच्या कथास्पर्धेत माझ्या विज्ञानकथांना तीन वेळा बक्षिसं मिळाली, मग मी स्पर्धांमध्ये भाग घेणं बंद केलं.

दरम्यान, दिवाळी अंकांमधून माझ्या सामाजिक कथाच छापून येत होत्या. त्या वेळी रहस्यकथांच्या मासिकांची चलती होती. त्यांचे काही संपादक माझ्या ओळखीचे होते. त्यांनी मला दीड ते दोन पानं विज्ञानकथा लिहिण्यासाठी देऊ केली. मग माझ्या अनुवादित, रूपांतरित आणि काही स्वतंत्र विज्ञानकथा या मासिकात छापल्या जाऊ लागल्या. याच सुमारास डॉ. जयंत नारळीकरांना विज्ञानकथा स्पर्धेत बक्षीस मिळालं. एकाएकी विज्ञानकथांची प्रतिष्ठा वाढली. तथाकथित साहित्यिक नियतकालिकांना विज्ञानकथा छापायला हव्यात, असं वाटू लागलं. मी रहस्यकथांच्या मासिकातून विज्ञानकथा-लेखक म्हणून या प्रतिष्ठित मासिकांमध्ये लिहू लागलो. पूर्वी माझ्या सामाजिक कथा छापणाऱ्या संपादकांची विज्ञानकथा मागणारी पत्रं आता मला येऊ लागली. याला दोन कारणं होती. बऱ्याचदा आपल्या पुढं उभे राहणारे प्रश्न, येणाऱ्या अडचणी विज्ञानाच्या साहाय्यानं कदाचित सुटू शकतील असं मला वाटू लागलं होतं, म्हणून मीही हळूहळू सामाजिक कथांच्या ऐवजी विज्ञानकथा जास्त प्रमाणात लिहू लागलो होतो. दुसरं म्हणजे आणीबाणीच्या काळात मी विज्ञानविषयक स्तंभलेखन केलं, त्या काळात माझं विज्ञान विषयक वाचन आणखीनच वाढलं होतं. तसंच १९७५ मध्ये इ.स. दोन हजार आता फक्त २५ वर्षे दूर राहिलंय आणि एकविसाव्या शतकात मानव सुधारेल आणि नीट वागेल, विज्ञानाची भरभराट होईल असं वाटायला लागणारे काही क्रांतिकारक शोध लागले आणि अशाच काही घटना घडल्या. त्यातला प्रमुख शोध म्हणजे समाकलित मंडल (इंटिग्रेटेड सर्किट) आणि प्रमुख घटना म्हणजे ग्रुटे शूर रुग्णालयात डॉ. ख्रिश्चन बर्नार्ड यांनी केलेली पहिली हृदयारोपणाची शस्त्रक्रिया. माझ्या आयुष्यातही याच काळात एक महत्त्वाची घटना घडली. मी विद्यापीठातली मास्तरकी सोडून आकाशवाणीत प्रवेश केला. या घटनांमुळे विज्ञान सामान्य माणसाला सोपं करून सांगायची संधी आणि कला मला अवगत झाली. मी आकाशवाणीत असताना सकाळी पहिली टेस्ट ट्यूब बेबी जन्माला आल्याची बातमी आली आणि दुपारी त्याबद्दलचं भाषण मला लिहावं लागलं होतं.

आकाशवाणीत असताना मला भरपूर प्रवासाची आणि त्यामुळे वाचनाची ही संधी मिळाली. त्याचबरोबर विज्ञानकथा लिहिणं जास्त आव्हानात्मक वाटू लागलं. हळूहळू मी सामाजिक विषयांना विज्ञानामार्फत उत्तरं देता येतील का, याचा विचार करू लागलो आणि त्यामुळं मला विज्ञानकथा लिहिणं जास्त महत्त्वाचं वाटू लागलं. या विचारातून निर्माण झालेल्या एक-दोन कथांची उदाहरणं आपण

पाहूयात म्हणजे मी काय म्हणतो ते आपल्या लक्षात येईल.

मनुष्य-स्वभावाला औषध नाही असं आपण म्हणतो, याचा नमुना असलेली माझी एक कथा थोडक्यात सांगतो. ह्या कथेचं नाव आहे 'मायेची ऊब'. एका आण्विक कुटुंबात नवरा-बायको दोघंही नोकरी करीत असतात. त्यांना मूल पाळणाघरात ठेवायचं नसतं. त्याच वेळेला मुलं सांभाळणारे यंत्रमानव बाजारात येतात. हे असा एक यंत्र-मानव घरी आणतात. त्या यंत्रमानवाला स्त्रीचं बाह्यरूप असतं. या यंत्रस्त्रीकडं मुलं राहत नाहीत. याचं कारण ती भावना प्रकट करू शकत नाही. यंत्रमानवनिर्माते त्या स्त्रीला भावना व्यक्त करायला शिकवतात. पंधरा दिवसांत त्या मुलाच्या आईचा फोन येतो, "तिला भावना वगैरे गोष्टी कळायला लागल्यापासून पिंटूला मीच सांभाळते. आमचे हे तिला घेऊन फिरायला गेलेत." अशा कथा मला सुचायचं कारण एक खरोखरच घडलेली घटना सांगतो. माझी मुलगी लहान होती तेव्हा आम्ही तिला पाळणाघरात ठेवायचो. हे पाळणाघर माझ्याच एका बहिणीनं चालवलेलं होतं. तिथं आपापल्या धाकट्या भावंडांना सोडायला येणाऱ्या एका तरुण आणि तरुणीचं जुळलं. ही एक साधी सरळ घटना माझ्यासमोर होती. पाळणाघर चालवणाऱ्या माझ्या बहिणीनं पुढं झेपत नाही म्हणून पाळणाघर बंद केलं. तेव्हा तिथं मुलं सांभाळायला आणणाऱ्या लोकांची झालेली पंचाइत मी बघितली होती. या दोन घटनांमध्ये थोडी भर घालून 'मायेची ऊब' ही कथा निर्माण झाली. दिवसेंदिवस घरकामास माणंसं मिळणं अवघड होत चाललंय. त्यांची जागा यंत्रं घेताहेत. धुण्याच्या कामासाठी येणाऱ्या बाईच्या जागी वॉशिंग मशीन दिसू लागलंय. हे सर्व माझ्या डोळ्यांत कुठंतरी एकत्र झालं आणि 'मायेची ऊब' लिहिली गेली. माझ्या पहिल्या बऱ्याच कथा अशा आहेत. यांतले यंत्रमानव बऱ्याचदा सांगकामे आहेत. घरात नुसतं यंत्र येऊन उपयोग नाही तर ते वापरायचं कसं, याची अक्कलही असावी लागते, अशा या गोष्टी आहेत.

सांगकाम्या बाळू किंवा माशी मारणारं माकड या गोष्टींशी यांतल्या बऱ्याच कथांचं साम्य आहे. माझ्या काही कथांमध्ये वाढत्या लोकसंख्येचा प्रश्न येतो. आकाशवाणीचा मी या आधी उल्लेख केला. आकाशवाणीत असताना वाढत्या लोकसंख्येचं नियंत्रण या विषयावर आम्हाला बरेच कार्यक्रम करावे लागत असत. त्या वेळी विविध शासकीय आणि स्वयंसेवी यंत्रणांचे तसंच युनेस्कोचे अहवाल मला पाहावयास मिळाले. आज मानवजातीपुढं असणारे विशेषत: तिसऱ्या जगातील देशांपुढचे, बरेच प्रश्न हे अनियंत्रित लोकसंख्या-

वाढीमुळं निर्माण झाले आहेत, हा या अहवालांमधला निष्कर्ष माझ्या मनावर ठसला. या लोकसंख्या वाढीवर नियंत्रण घालायला हवं, पण त्यात अनेक प्रश्न आहेत हेही लक्षात आलं. हे सगळं कुठंतरी मनाच्या कोपऱ्यात खदखदत असतं आणि मध्येच बाहेर पडतं, तेव्हा त्याला कथारूप मिळतं.

माझ्या पुस्तकांच्या लेखनाच्या वेळी वेगवेगळ्या संशोधनाबद्दलची माहिती वाचताना एखाद्या संशोधनाचा वापर करून विज्ञानकथा तयार होऊ शकेल, हे माझ्या लक्षात येतं. 'एकविसावं शतक' हे पुस्तक लिहिताना अशा बऱ्याच संशोधनाची माहिती माझ्या हाती आली. वेगवेगळे कथाविषय या पुस्तकात दडलेले आहेत, असं माझे स्नेही श्री. सुबोध जावडेकर यांनी म्हटलंय ते खरंही आहे. मेंदूविषयी संशोधन, मानवी उत्क्रांती यांसारख्या विषयांतही कथेची बीजं आढळतात. हे सांगतानाच एक मात्र स्पष्ट करतो की, डोक्यातल्या माहितीचं रूपांतर नक्की कोणत्या क्षणी कथेत होतं, हे सांगणं मात्र अवघड आहे.

◆◆◆

६. माझ्या आयुष्याविषयी

माझ्या आयुष्यातील टॉप टेन बाबींबद्दल लिहायला सांगितलं आहे. खरंतर एखाद्याच्या आयुष्यात टॉप असं काहीच घडत नाही. त्यानं ह्या विषयावर कसं लिहायचं हा एक प्रश्नच असतो. तरीही एखाद्या विशेष काही न घडलेल्या आयुष्यात त्यातल्या त्यात बऱ्या वाटणाऱ्या घटनांना टॉप म्हणायचं असेल तर माझी काहीच हरकत नाही. शालेय आणि महाविद्यालयात मला व्यक्तिमत्त्व आहे, याचीच मला जाणीव नव्हती. एकतर, मी शालेय शिक्षण पूर्ण केलं यात नशिबाचा भाग फार मोठा होता. कारण शाळेची फी किंवा खर्च तसा आम्हाला परवडणारा नव्हता. माझ्या एका काकांनी आम्हाला जेवायखायला घालायची जबाबदारी घेतली. वडिलांच्या एका मित्राची मुलं माझ्यापेक्षा मोठी होती. मुलांचे कपडे आणि एक वर्ष पुढे असलेल्या मुलीची पुस्तके मिळण्याची सोय झाली. ही शालेय जीवनातील पहिली टॉप घटना म्हणावी लागेल. शाळेत सतत तीन वर्षे आठवी, नववी व दहावीच्या वार्षिक परीक्षांमध्ये इंग्रजी विषयात पहिला आलो, तीच तीन वर्षे शाळेकडून क्रिकेट खेळलो. यातल्या कुठल्याही घटनेला टॉप घटनेत बसवायचा चॉइस वाचकांचा.

महाविद्यालयीन जीवनात बॉटमची सर्वात लो घटना म्हणजे मी रंगांधळा असल्यामुळे लष्करात हवाई दलात प्रवेश नाकारण्यात आलाच; पण लष्कराच्या कुठल्याही शाखेत प्रवेश मिळणं शक्य नाही, असं ऐकविण्यात आलं. ही माझ्या आयुष्यातली वडिलांच्या निधनाखालोखालची सर्वात महत्त्वाची घटना ठरली. याचं कारण यानंतर माझ्या आयुष्यातली महत्त्वाकांक्षा ही भावना कायमची संपली.

याच काळात महत्त्वाकांक्षा संपवणारी दुसरी घटना घडली ती म्हणजे माझ्या पाठीच्या कण्याला झालेली इजा. त्यामुळे खेळाचं मैदानही कायमचं सुटलं. या निराशेवर मात करू शकलो, ह्यामुळं माझ्या सामर्थ्याची जाणीव मला झाली, असा एक निष्कर्ष काढता येईल.

माझ्यापुढे कधीही कुणीही आदर्श नव्हता. याचं कारण आपण अमुक एक करावं, असं महाविद्यालयीन जीवनातच आलेल्या अपयशामुळं वाटेनासं झालं होतं. मला वैमानिक होणं शक्य नाही, हे कळल्यावर नंतर काहीच व्हावसं वाटलं नव्हतं, त्यामुळं कसलाही आदर्श समोर नव्हता. एकदाही नापास न होता पदवी मिळवणं भाग होतं; नाहीतर शिक्षणाला मिळणारी मदत संपली असती म्हणून अकरावी नंतर चार वर्षांत पदवी घेतली. वडिलांचे मित्र आणि माझे मोठे काका यांनी मदत करण्याचं आश्वासन दिलं म्हणून पदव्युत्तर शिक्षण घेतलं. कधी कधी माझ्या मामांप्रमाणे खूप विद्वान म्हणून गाजावं, असं वाटायचं; पण ते लगेचचं नाहीसं व्हायचं; कारण हसत-खेळत, गप्पा मारत विद्वान होणं शक्य नाही, हे जाणवत असे. ही जाणीव, ही महत्त्वाकांक्षा नसण्याखालोखालचा दुसरा टॉप प्रसंग ठरेल.

मी अनेक छंद वेळोवेळी जोपासले. अनेक नोकऱ्या केल्या. वाचनाची आवड ही अनुवांशिक आहे, मी जोपासलेली नाही. घाटे आणि वेलणकर 'आईचं माहेर', ह्या दोन्ही घराण्यांत माझ्यापेक्षाही जास्त चांगले वाचक आहेत. वाचणं हे आमच्या दृष्टीनं श्वास घेण्याइतकंचं महत्त्वाचं असल्यानं तो छंद जोपासला, असं म्हणणं अवघड आहे. आईनं कधी वाचू नको असं म्हटलं नाही. नोकऱ्या तर का बदलल्या आणि का सोडल्या, हे सांगणं अवघड आहे. पहिली नोकरी आईच्या गंभीर आजारामुळं पुण्यात राहणं भाग होतं, या कारणास्तव सोडली. दुसरी नोकरी विद्यापीठातल्या राजकारणाचा उबग आला, त्यात भाग घ्यावासा वाटेना, त्यामुळं माझं भवितव्यही डळमळीत झालेलं होतं आणि त्याच वेळी आकाशवाणीत अधिकारी पद मिळत होतं म्हणून सोडली. तिसरी नोकरी आकाशवाणीत कार्यक्रमांच्या ऐवजी कारकुनी कामं वाढली, त्याच वेळी इतर काही घरगुती समस्या उद्भवल्या म्हणून सोडली आणि नंतर लेखनावर पगारापेक्षा जास्त पैसे मिळू शकतात म्हणून अल्पवेतनावर, ध्येयवादापोटी आपण करतो त्या कामाचं चीज होत नाही म्हणून चौथी नोकरी सोडली.

माझ्या मते कुठलंही एकच एक पुस्तक, एकच एक चित्रपट किंवा नाटक हे माणसाच्या आयुष्यावर प्रभाव टाकू शकत नाही. आपण जे वाचतो, पाहतो

त्याचा आपल्या विचारांवर हळूहळू भिनणाऱ्या विषाप्रमाणे परिणाम होत असतो आणि आपल्या विचारांना दिशा मिळते. श्री. ना. पेंडसे यांच्या ''गारंबीचा बापू'' आणि इतर कादंबऱ्या, 'जॉन स्टाईनबेकच्या ईस्ट ऑफ ईडन' आणि 'ग्रेप्स ऑफ राथ' सारख्या कादंबऱ्यांनी विचारांवर प्रभाव पाडला, असं म्हणता येईल. कारण आज त्या वाचून चाळीस वर्षे झाली तरी लक्षात आहेत.

माझा बहुतेक प्रवास हा भूशास्त्राच्या क्षेत्र परीक्षणाच्या कार्यासाठी भारतातच झाला. पठाणकोट ते कन्याकुमारी आणि सौराष्ट्र ते बंगाल असा शहरापासून दूरचा भारत बराच बघितला. ज्या गावात पदपथावर जुनी पुस्तके भरपूर मिळतात ते गाव किंवा शहर मला आवडते. त्या दृष्टीने पुणे, नागपूर आणि जळगाव यांनी मला खूप काही दिले. प्रेक्षणीय स्थळांमध्ये किंवा राहणीमान या गोष्टीत मला रस नाही आणि माणसं सर्वत्र सारखीच असतात, त्यामुळं सर्व शहरं मला पुस्तकं मिळणे हा घटक सोडला तर सारखीच वाटतात.

अगदी खरं बोलायचं तर भरीव यश हा घटक माझ्या बाबतीत संभवतच नाही. कारण महत्त्वाकांक्षा अशी मी कधीच बाळगत नसल्यामुळं एखादी गोष्ट घडली याचा मला प्रचंड आनंद वगैरे होत नाही. माझी बायको आणि मुलं मला मित्र मानतात, आम्ही एकमेकांशी हसत-खेळत बोलतो, एकमेकांची चेष्टा करतो, याला मात्र मी मोठं यश मानतो आणि मला जे मित्र आहेत, ते माझ्या वेळोवेळी उपयोगाला पडतात, हक्कानं माझ्याकडं येतात, यापेक्षा दुसरा कुठलाही सन्मान मोठा असू शकत नाही, असंही मला वाटतं.

माझ्यावर पहिलं संकट मला काही कळत नव्हतं तेव्हा आलं. मी तीन वर्षांचा असताना माझ्या वडिलांचा खून झाला. त्याचा माझ्या आईच्या मनावर परिणाम झाला. यानंतर कुठलंच संकट वाटावं, असं काही घडलं नाही, असं मी म्हणू शकतो. हे असं का घडलं हेच मला अजून कळलेलं नाही. माझे वडील कामगारांमध्ये अत्यंत लोकप्रिय होते. त्या कामगारांना घाबरवून कृष्णा देसाईनं त्या कामगारांना स्वत:च्या संघटनेत खेचण्यासाठी माझ्या वडिलांचा खून केला आणि तो कामगार-नेता बनला. खरंतर आणखी महिन्याभरानं माझे वडील ती नोकरी सोडणार होते. त्यांना न मारताही कृष्णा देसाईचा प्रश्न सुटणार होता. मग पुढं न्यायालयात खटला चालू असताना साक्षीदार नाहीसे करण्याचा उद्योगही त्याला करावा लागला नसता आणि कुठल्याही संघर्षाविना मी आरामात शिकू शकलो असतो. हे घडायचं नव्हतं. ते का घडलं असावं आणि ते घडलं नसतं तर? हे दोन प्रश्न बऱ्याचदा मला विचारात पाडतात. आता त्यामुळं कसलाच

प्रश्न भेडसावत नाही. उलट, देव करतो ते बऱ्यासाठीच या निष्कर्षाप्रत मी आलेलो आहे. माझ्या जीवनाला सूत्रही नाही आणि माझ्यापुढं फार मोठा कुणी आदर्शही नाही. सूत्र असलंच तर 'ठेविले अनंते तैसेचि राहावे, चित्ती असू द्यावे समाधान', हे आहे. मला प्रसिद्धीची हौस नाही, अनेकांनी वेळोवेळी मला 'तुम्ही मला भेटा, मी तुम्हाला प्रसिद्धी मिळवून देतो, तुमचं कार्य प्रोजेक्ट व्हायला हवं' असं सांगितलं होतं.

माझं कार्य प्रोजेक्ट करणारे हे कोण, हा एक प्रश्न होताच; पण अशा तऱ्हेच्या प्रोजेक्शनची मला गरज वाटली नाही. यामुळं बरेचजण नाराज झाले. काही चिडून हितशत्रू बनले. तरीही माझी पुस्तके निघतात. त्यांच्या आवृत्या बाजारात येतात. वाचक पत्राने, दूरध्वनीने किंवा प्रत्यक्ष माझ्या भेटी घेतात. सवंग लोकप्रियतेची मला आवड नाही आणि गरजही नाही.

आत्तापर्यंतच्या लेखनानं मला भरपूर समाधान दिलंय. मरेपर्यंत वाचन आणि लेखन करायला मिळावं आणि कुणालाही त्रास होणार नाही अशा तऱ्हेनं शांतपणे मरण यावं एवढीच इच्छा आहे. सिंहावलोकन करताना असं दिसतं, की आयुष्याच्या प्रत्येक टप्प्यावर आपल्याला चांगली माणसं भेटली, त्यांनी वेळोवेळी आपल्याला मदत केली, त्या सर्वांचे आभार मानावेत, त्यांचं विस्मरण होऊ नये. कुणालाही आपल्याकडून त्रास होऊ नये, या भावनेला माझ्या आयुष्यात प्राधान्य होतं आणि आहे. तरीही अभावितपणे जर कुणालाही त्रास झाला असेल तर त्यांची माफी मागावी; असे जे असतील त्यांनी मला माफ करावं, असं मला मनापासून वाटतं.

◆◆◆

७. माझ्या लेखनामागची निर्मितिप्रक्रिया

(मराठी विभाग, पुणे विद्यापीठ येथील व्याख्यानाचा सारांश)

मराठी हा माझा अभ्यासाचा विषय नाही; पण मी मराठी वाचतो, मराठी बोलतो, मराठीत लिहितो याचं कारण ती माझी मातृभाषा आहे. मराठीत विज्ञानविषयक लेखन आणि विज्ञानकथा-कादंबऱ्या ज्याला इंग्रजीत सायन्स फिक्शन आणि मराठीत विज्ञान साहित्य म्हणतात, ते मी लिहितो. ते मी का लिहितो, कसं लिहितो, म्हणजे ते सगळे विषय मला सुचतात कसे, याबद्दल मी बोलायचं आहे. मराठीच्या प्राध्यापकांनी ते ऐकावं; असं मला वाटतं कारण त्यात माझा स्वार्थ आहे.

माझ्या विज्ञानकथांचा संग्रह किंवा कादंबरी छापून बाजारात आली की, ती परीक्षणासाठी वृत्तपत्रांकडे पाठवली जाते. त्यावर काही वेळा चांगलं परीक्षण छापून येतं, काही वेळा त्याबद्दल वाईट लिहिलं जातं. एकाच वेळेस दोन वेगवेगळ्या वृत्तपत्रांमधून एकाच कथासंग्रहाबद्दल परस्परविरोधी विधानंही छापली जातात. हे जे परीक्षण करणारे लोक असतात ते कोण, याची मी सहसा चौकशी करीत नाही. जो आपल्याबद्दल चांगलं लिहितो त्याची चौकशी करायची तर त्याला वाटेल, हा आपल्याला आणखी पुढच्या काही परीक्षणांच्या आशेनं भेटतोय. मराठीत ज्याला गूळ लावणे म्हणतात तो प्रकार करायला आलाय. मला हा असा गैरसमज नको असतो. ज्यानं माझ्या पुस्तकाबद्दल वाईट लिहिलेलं असतं, त्या व्यक्तीला मी काय लिहिलंय तेच मुळात कळालेलं नाही हे सिद्ध झाल्यानं अशा अज्ञ व्यक्तीस भेटायचं तरी कशाला, हा विचार माझ्या मनात येतो. माझा वाचक माझ्यावर खूश आहे. कसलीही जाहिरात न करता माझ्या

पुस्तकांच्या आवृत्या निघतात आणि वाचकांची जी पत्रे येतात, त्यातून मला ते कळत असतं. माझ्या निम्म्याहून अधिक पुस्तकांच्या दुसऱ्या आणि वीस-एक पुस्तकांच्या तिसऱ्या-चौथ्या आवृत्त्या बाजारात आहेत. काही निवडक पुस्तकांच्या याहूनही अधिक आवृत्या निघाल्या आहेत.

विज्ञानकथा, म्हणजे सायन्स फिक्शन, म्हणजे नक्की काय असा प्रश्न बऱ्याचदा मला विचारला जातो. ब्रह्म म्हणजे काय, या प्रश्नाप्रमाणेच विज्ञानकथा म्हणजे काय, या प्रश्नाचं उत्तर देणं अवघड आहे. अध्यात्माच्या वाटेनं जाणाऱ्या माणसाला ब्रह्म म्हणजे काय हे कळतं की नाही, हे मला ठाऊक नाही; पण प्रत्येकाचं ब्रह्म हे त्याच्या त्याच्या मनात असतं. जर विज्ञानाच्या भाषेत वाटावं असं बोलायचं तर ते व्यक्ती सापेक्ष असतं, बदलतं. मला वाटतं, विज्ञानकथा हीसुद्धा अशीच आहे. मागं मी एकदा, 'ज्या कथेतलं विज्ञान काढून टाकलं तर मग ती कथाच उरत नाही, अशी कथा म्हणजे विज्ञानकथा', अशी एक व्याख्या केली होती. ती काहीजणांना पटली. काहींना पटली नाही. माझे काही मित्र नुसतेच साहित्यिक आहेत. त्यांच्याशी बोलताना किंवा विज्ञान साहित्यिकांशी बोलताना या विषयी चर्चा होते. प्रश्न आहे आपण वाचकांपर्यंत पोचतो की नाही याचा. समीक्षक काय म्हणतात त्याला फार महत्त्व द्यायचं कारण नाही, असं तेव्हा तरी सर्वजण म्हणतात. मी स्वत: माझा वाचक समोर ठेवूनच लिहितो. मला जी पत्रं येतात, त्यावरून वाचकाला माझ्याकडून काय अपेक्षा आहेत,त्याचा मी अंदाज बांधत असतो.

मी वाचकांपर्यंत पोचू शकतो, याचा अंदाज मला मी शिक्षक असताना आला नव्हता. मी चांगला शिक्षक होतो हे मला आता वीस वर्षांनंतर माझे विद्यार्थी सांगतात, माझ्याशी आदरानं बोलतात, तेव्हा मला जाणवतं. बरेच शिक्षक नुसतंचं पुस्तक वाचून जायचे. मी हातात कागद धरून कधीच बोललो नाही. विद्यार्थी किंवा समोरचे श्रोते यांच्याशी संवाद साधायचा तर मन उघडं करावं, असं मला वाटतं. जेव्हा दहा मिनिटंच बोलायला असतात, अशा परिसंवादात मात्र कागद समोर ठेवून सुपर फास्ट बोलण्याशिवाय गत्यंतर नसतं. आज जेव्हा विद्यार्थी भेटतो, त्याला मी वीस बावीस वर्षांपूर्वी शिकवलं होतं तरी तो ते लक्षात ठेवून आहे आणि म्हणतो की 'सर, तुम्ही भन्नाट बोलत होता', तेव्हा माझ्या लक्षात येतं की, आपण याच्या वर्गाशी संवाद साधला होता. आत्ता वर्गात येताना कुणीतरी मला म्हणालं की, तुम्ही वाचून दाखवू नका. मलाही बरं वाटलं. मराठीच्या शिक्षकांपुढं बोलायचं म्हणून मी भाषण लिहून

आणलं होतं. आता ते बाजूला ठेवून बोलतो. मी लेखक कसा झालो, का झालो, याचा विचार या भाषणामुळं मला करावा लागला. तुम्ही शिक्षक अजूनही मला अभ्यास करायला लावता, हे मला जाणवलं.

बऱ्याचदा मुलं शाळेच्या नियतकालिकात, हस्तलिखितात वगैरे लिहून सुरुवात करतात. तसं मी कधी केलं नाही. मी मास्तरांच्या हातचा मार फार खाल्ला. आधी मार खाल्ला आणि मग गडबड करायला लागलो. गडबड करतो त्यामुळं हे पोरगं वाया जाणार असं गृहीत धरल्यानं मास्तरांनीही कधी मला 'लिही' म्हणून सांगितलं नाही. माझ्या निबंधांना मार्क बरे मिळायचे, पुढं ते चांगलेही झाले. पण मी सुरुवातीला पहिल्या बाकावर बसत असे. मागच्या मुलांनी फळा दिसत नाही अशी तक्रार केली की, मला मागच्या बाकावर कानाला धरून बसविण्यात यायचं. वर्गात गडबड झाली तर ती मागच्या बाकावरचीच मुलं करणार, हे मास्तरांचं पहिलं गृहीत तत्त्व. त्यामुळं आमच्या पाठीवर किंवा गालावर कृती होऊन मास्तरांचं प्रमेय सिद्ध व्हायचं. त्यात अक्षर वाईट. पहिल्या बाकावर बसणारी मुलं आणि त्यातही अक्षर चांगलं असणारी मुलं आमच्या वर्गाच्या हस्तलिखित मासिकाची सूत्रधार ठरायची. ती मुलं आणि शिक्षक यांना मागच्या बाकावरच्या मुलांमध्ये लेखनकला असेल, असं कधीच वाटलं नव्हतं.

कॉलेजात विज्ञान शाखेकडं गेलो. आम्हाला सात विषय. त्यातले तीन भाषाविषय. त्यांत मला चांगले मार्क मिळायचे. ते बहुधा तासांना न बसल्यामुळे. त्या काळात एफ. वाय. बी. एस्सी. ला सायकॉलॉजी असे. तो विषय मला आवडत असे. मी सायकॉलॉजीची खूप पुस्तकं वाचली. खरं म्हणजे मी वाचकच आहे. रस्त्यात वाचता वाचता मी अनेकदा सायकलीला आणि एकदा बैलगाडीला धडकलो आहे. आमच्या लहानपणी मुलांनी वाचण्यासारखी खूप पुस्तकं होती. फार चांगली चांगली पुस्तकं त्या वेळी वाचायला मिळायची. साने गुरुजी, ना. धो. ताम्हणकर, चिं. वि. जोशी, भा. रा. भागवत नंतर कॅप्टन प्रतापच्या काही हकीकती, चित्रशाळेची टारझनची पुस्तकं. त्या साहसी पुस्तकांतली मुलं नदीकाठी जायची म्हणून आम्हीही नदीकाठी जात असू. नदीतले मासे पकडून सदाशिव हौदात सोडायचे हा एक उद्योग भा. रा. भागवतांमुळे आम्ही केला. शाळेत असताना खूप वाचलं. पुढं कॉलेजात इंग्रजी वाचायला लागलो. ब्रिटिश कौन्सिल लायब्ररी तेव्हा कॉलेजजवळ होती. मराठी रहस्यकथा आणि इंग्रजी रहस्यकथा यांच्यातलं जमीन अस्मानाचं अंतर या वेळी लक्षात आलं.

पाश्चात्त्य रहस्यकथांतली भौगोलिक, शस्त्रास्त्रविषयक आणि वैज्ञानिक

माहिती बिनचूक असायची. ही पुस्तकं गलेलठ्ठ असायची. लेखकाची भाषा चांगली आणि कथानक गतिमान असायचं. त्यांतल्या काही घटनांचे बारकावे इतके व्यवस्थित असायचे की, आपल्याला आश्चर्यानं तोंडात बोट घालायची वेळ यायची. याउलट, ६४ पानी मराठी रहस्य कथेत एका ओळीत एक शब्द, अशी पानावर दहा वाक्यं असायची. का रे? कुठं काय? काय करतो? का? अशा या ओळी असायच्या. पुढं माझ्या रहस्यकथा लेखकांशी ओळखी झाल्या, तेव्हा त्यांना मी याचं कारण विचारलं. तर ते म्हणाले, ''आम्हाला पानाला साडेतीन रुपये मिळणार. ६४ पानांत आवरा असं प्रकाशक सांगणार आणि एक कप चहावर भागवणार. कसं व्हायचं? मग अशा युक्त्यांवर भागवावं लागतं. एवढं करून ११०० प्रतींची आवृत्ती.'' हे त्यांचं म्हणणं खरं होतं.

दिवाकर नेमाडे नावाचे एक लेखक होते. त्यांच्या पातंजली कथांनी महाराष्ट्राला वेड लावलं होतं. सतत तीन वर्षे दरमहा त्यांच्या प्रत्येक नव्या पातंजली कथेची पाच हजार प्रतींची आवृत्ती बाजारात टाकताच खपत होती. ते म्हणाले, ''मी बुलढाणा जिल्ह्यात वाढलो. आम्हाला इंग्रजी पुस्तकं असतात हे ऐकून माहिती होतं. मी ६९ साली पहिल्यांदा पुणं बघितलं. आमच्याकडे पुण्या-मुंबईची वृत्तपत्रसुद्धा कधी दिसत नसत.'' ते मला म्हणायचे, ''तू इंग्रजी वाच, आमच्या रहस्यकथा कशाला वाचतोस,'' पण तरी त्या मला आवडायच्या. याचं कारण त्या विदर्भात घडत आणि त्या भारतीय मातीतल्या होत्या.

बाबूराव अर्नाळकरांबद्दल मला फार आदर आहे. त्यांच्यामुळं टांगेवाले आणि हातगाडीवाले वाचायला शिकले. आमच्या घराच्या दारात मोठा टांगास्टॅण्ड होता. तिथं घोड्याच्या तोंडाला तोबरा पिशवी बांधली की, ही मंडळी बाबुरावांच्या रहस्यकथा वाचत पडायची. याशिवाय मी किताबमिनार वाचनालयातून फडके, खांडेकर, भावे आणि इतरही अनेक लेखकांची पुस्तकं आणून वाचत होतो. हे करताना, म्हणजे शाळा कॉलेजात असताना, आपण लिहावं किंवा पुढं आपण लेखक व्हावं, हा विचारही कधी माझ्या डोक्यात आलेला नव्हता. शिवाय माझं अक्षर इतकं वाईट होतं की, मी डॉक्टर व्हावं असं माझं अक्षर बघून लोक मला सांगत असत. त्यामुळं समजा मी लिहिलं तरी छापणार कोण, हा प्रश्नच होता.

मी कॉलेजमध्ये असताना माझा एक मित्र 'तरुण भारत' मध्ये कामाला होता. त्याला रजा घ्यायची असली किंवा कुठं जायचं असलं की, त्याचा मजकूर मी लिहीत असे. त्याचे पैसे तो घ्यायचा आणि निम्मी रक्कम मला द्यायचा. एकदा तो नसताना मी माझं नाव घालून मजकूर दिला. तो छापून आला. अशा

तऱ्हेनं माझ्या क्रीडा पत्रकारितेस कॉलेजात सुरुवात झाली. त्याच काळात मी ब्रिटिश कौन्सिल लायब्ररीचा सदस्य असल्यानं मला क्रीडाविषयक भरपूर मजकूर उपलब्ध होता. मघाशी मी इंग्रज अमेरिकन लेखकांबद्दल आणि त्यांनी केलेल्या वर्णनांबद्दल बोलत होतो. एच. आर. एफ. कीटींग नावाचा एक ब्रिटिश लेखक १९७५ सालापासून मुंबईच्या अंडरवर्ल्डवर लिहितो आहे. त्याच्या कादंबऱ्यांच्या नायकाचं नाव गणेश घोटे असं आहे. १९९२ साली आपण ज्या मुंबईबद्दल लिहितो ती मुंबई आहे तरी कशी, हे बघायला कीटींग मुंबईत आला. तरीही- आणि मी त्याच्या कादंबऱ्या वाचल्या आहेत. मला त्यानं केलेल्या मुंबईच्या वर्णनात कधीच काही वावगं वाटलेलं नाही-त्याला तो ज्या भागांची वर्णनं करतो ते सर्व भाग बघायला मिळालेले नाहीत. मग तो मुंबईबद्दल कसं लिहीत होता, हा प्रश्न आपल्याला पडेल. कीटींगनं लंडनमध्ये भारतीय वकिलातीत जाऊन वर्षभर फक्त मुंबईबद्दलच्या बातम्या वाचल्या. मुंबईचे मिळतील तेवढे नकाशे जमवले. त्याचं पहिलं पुस्तक लोकप्रिय ठरताच प्रकाशकांनी त्याला मुंबईबद्दलची उपलब्ध सर्व माहिती, पुस्तकं, नकाशे दिले आणि रोज मुंबईतून प्रसिद्ध होणारी सर्व इंग्रजी वृत्तपत्रं उपलब्ध करून दिली.

जेम्स बाँड आणि शेरलॉक होम्सची तऱ्हा आणखीच वेगळी आहे. या दोन प्रकृतीनं अत्यंत भिन्न गुप्तचरांचे वाचक या दोन्ही व्यक्तिमत्त्वाच्या प्रेमात पडले आहेत. जेम्स बाँडवर जेम्स बाँड डॉसियरसारखी त्याच्या संपूर्ण आयुष्याची माहिती देणारी पुस्तके उपलब्ध आहेत. तर शेरलॉक होम्स खरी व्यक्ती आहे, असं समजून त्याची चरित्रंही उपलब्ध आहेत. पाश्चात्त्य मंडळी एखाद्या गोष्टीचा ध्यास घेतला की किती खोलवर जाऊन अभ्यास करतात याची ही दोन तीन उदाहरणं.

मघाशी मी क्रीडापत्रकार कसा बनलो ते सांगत होतो. ही क्रीडापत्रकारिता अधूनमधून चालू असतानाच मी बी.एस्सी. संपवून एम. एस्सी. करू लागलो. मी भूशास्त्राचा विद्यार्थी. मी एम. एस्सी.ला असतानाच कोयनेचा भूकंप झाला. भूकंपानं मी झोपेतून उठलो. तेवढ्यात 'तरुण भारत' मधला माझ्या ओळखीचा माणूस आला आणि भूकंपविषयक माझा पहिला शास्त्रीय लेख प्रसिद्ध झाला. चांगला पानभर लेख होता तो. त्याचे पैसे मिळाले नव्हते. त्याच लेखाचं हिंदी भाषांतरही त्यांच्या परिवारातल्या नियतकालिकांत छापून आलं. ते नियतकालिक पुढं मी रद्दीतून विकत घेतलं. यातून मी दोन गोष्टी शिकलो. एक म्हणजे पैसे आधी घेणं बरं पडतं आणि शक्य तो लेखाची एक प्रत आपल्याकडं असावी. तेव्हा झेरॉक्सची सोय उपलब्ध नव्हती, त्यामुळं दुसरा मुद्दा जरा त्रासदायक

ठरला. मात्र या लेखानं माझा आत्मविश्वास वाढला.

नंतर आम्ही एकदा असेच एका नाटकाला गेलो. आमच्या मित्रांच्या गप्पात खरंतर अनेक विषयांवर मी बोलत असे. हे दोन अंकी नाटक बघितलं आणि यात माझ्या बोलण्यातले बरेच मुद्दे आणि तिरकस विनोद आहेत, हे माझ्या मित्रांच्या लक्षात आलं. माझा मित्र विजय पेंडसे यानं यावेळी माझी चांगलीच कानउघाडणी करून 'नुसतीच बडबड करण्यापेक्षा डोक्यात जे काही येईल ते लिहून काढ', असं सांगितलं. माझ्या पहिल्या काही कथाही त्यानं स्वतःच्या सुंदर अक्षरात नकलून काढल्या. माझ्या त्या काळातल्या कथांना पारितोषिकं मिळाली. मनोहरला मी नियमित लिहू लागलो. त्या कथाही गाजल्या. सामाजिक कथा होत्या त्या. गेल्या काही वर्षांत मला लोक व्याख्यानाला बोलवू लागले तेव्हा मी 'क्रिएटिव्ह रायटिंग'वरची पुस्तकं, लिहायला सुरुवात केल्यानंतर २५ वर्षानंतर वाचली. ती आधी वाचली असती तर कदाचित फायदाही झाला असता किंवा नसताही, काही सांगता येत नाही, मी लिहीत राहिलो हे महत्त्वाचं.

त्या काळात मी ब्रिटिश लायब्ररीमधून आणून विज्ञानकथांची अनेक पुस्तकं वाचली. अशा कथा आपणही लिहू शकू, असं वाटत असे; पण मराठीत अशा कथा फारसं कुणी छापत नव्हतं. पुढं दिल्लीहून एनबीटीनं 'इट हॅपन्ड टुमॉरो' नावाचा भारतीय भाषांमधील प्रातिनिधिक विज्ञानकथा संग्रह काढला. त्यातही माझ्या कथेला स्थान मिळालं. पण जेव्हा पहिली विज्ञानकथा लिहिली तेव्हा आपण एवढा मोठा पल्ला गाठू, असं वाटत नव्हतं. मुंबईच्या मराठी विज्ञानपरिषदेची जाहिरात वाचून मी 'चोर' नावाची माझी विज्ञानकथा स्पर्धेस पाठवली. तिला बक्षीस मिळालं. ही कथा मी कशी लिहिली? आपल्या रोजच्या जीवनात घडणाऱ्या घटनेतून मला ही स्फुरली.

आमचा एक मित्र प्रेमात पडलेला होता. 'तिच्याशिवाय मी जगूच शकत नाही', हे त्याचं वाक्य आम्ही त्याचे मित्र रोज ऐकत होतो. मधून मधून त्याची टिंगलही करायचो. तेव्हा तो म्हणायचा, तुम्हाला ते कळायचं नाही. त्याच काळात विज्ञानकथा आणि वेगवेगळ्या विषयांवरचे विज्ञानलेख वाचून यंत्रमानवांशी परिचय झाला होता. यंत्रमानव म्हणजे मानवाची कामं करणारं यंत्र. उदा, वॉशिंग मशीन हा यंत्रधोबी आहे. यंत्रमानव, कामानुरूप त्याचे स्वरूप ठरवल्यामुळे, तो त्याचे काम तत्परतेनं आणि उत्कृष्टपणे करतो. मात्र मानवी तंत्रज्ञांचे एवढ्यावर समाधान होत नाही. त्यांना हुबेहुब माणसाप्रमाणे दिसणारं यंत्र तयार करायचे

आहे. हे बाहेरच्या जगातही– म्हणजे यंत्रमानव संशोधकांचं स्वप्न आहे. भारत यंत्रमानव निर्माण समूहातल्या यंत्रज्ञांनी हुबेहूब माणसासारखा यंत्रमानव तयार केलाय. त्याच्या चाचण्या चालू आहेत, अशा परिस्थितीत त्या कारखान्यात चोऱ्या सुरू होतात. याचा शोध घेतला जातो तेव्हा ह्या यंत्रमानवापर्यंत हा शोध पोहोचतो. यंत्रमानवाचं स्पष्टीकरणं साधं सरळ सोपं असतं. तो म्हणतो, ''तुम्ही मला हुबेहूब मानवासारखं वागायला सांगितलंत. मी मानवी साहित्य वाचलं. त्यात पुरुष हा स्त्रीशिवाय अपूर्ण असतो, असं बहुतेक सर्वत्र लिहिलेलं आढळलं. तुम्ही तर मला पुरूष बनवलंत. मग मी स्त्रीशिवाय अपूर्ण राहणार म्हणून मी यंत्रस्त्री बनवली.''

या कथेत दोन कल्पना मी वापरल्या. एक म्हणजे स्वत:सारखे यंत्रमानव तयार करणारे यंत्रमानव आजही अस्तित्वात आहेत ही कल्पना आणि दुसरी कल्पना म्हणजे आयझॅक ॲसिमोव्हचे नियम. हे तीन नियम आयझॅक ॲसिमोव्हने त्यांच्या कथांतल्या यंत्रमानवांसाठी निर्माण केले. ते पुढं बऱ्याच विज्ञानकथा लेखकांनी वापरले. ते नियम असे-

१. कुठलाही यंत्रमानव आपल्या कुठल्याही कार्यामुळे किंवा अकार्यक्षमतेमुळे मानवाला अपाय होऊ देणार नाही.

२. वरील नियमाचे कायम पालन करून तो मानवानं दिलेल्या आज्ञांचं पालन करील.

३. वरील दोन नियमांचं पालन करून तो स्वत:चं संरक्षण करील.

अशीच एक दुसरी कथा मला आमच्या आसपासची परिस्थिती पाहून सुचली. नवराबायको दोघंही कामाला जातात, अशी बरीच जोडपी मी बघत असे. त्यांची मुलं सांभाळायला ठेवलेली बाई विश्वासू नसेल तर? हा त्यांच्यापुढे प्रश्न असे. मग यंत्रस्त्री त्याला सांभाळायला ठेवली तर? या कल्पनेवर ही कथा आधारित आहे.

माझ्या कथांतून अधूनमधून विनोद येतात. शास्त्रज्ञ बनायला जशी उच्च कोटीची बुद्धी लागते, तशीच चांगले विनोद करायलाही उत्कृष्ट विनोदबुद्धी लागते. माझ्या आयुष्यात अनेक विनोद घडलेले आहेत. मी वयाच्या तिसाव्या वर्षीच सृष्टिज्ञान मासिकाचा संपादक झालो. एकदा एक गृहस्थ आमच्या घरी आले. त्यांनी निरंजन घाटे कुठं आहेत? असं विचारलं. तो मीच, म्हणाल्यावर त्यांचा विश्वास बसेना. विज्ञान मासिकाचा संपादक म्हणजे साठीच्या पुढचा, डोळ्याला जाड भिंगाचा चष्मा लावणारा हवा, अशी त्यांची खात्री होती. ते

त्यांनी मला सांगण्याआधी 'निरंजन घाटे मीच' हे मी सांगूनही त्यांच्या लक्षात आलं नव्हतं. आत आल्यावर त्यांनी तुमचे वडील बाहेर गेलेत का? असं विचारलं पण हा गोंधळ मला नवा नव्हता.

'मायेची ऊब' काय किंवा इतर माझ्या कथांतही विनोद आहे, हे मला एका प्राध्यापक बाईंनी गंभीरपणे सांगितलं. त्यांना मी ते विनोद म्हणूनच लिहिले आहेत, याची शहानिशा करायची होती. मायेची ऊब ही पुरुषी स्वभावाचं दर्शन घडवणारी कथा आहे, असं कुणीतरी मला सांगितलं. ते खरं आहे. डार्विनियन सायकॉलॉजी नावाची शास्त्रशाखा गेल्या वर्षात, फार मागं गेलं तर १९८१-८२ पासून जन्माला आलीय.

या आणि अशा अनेक गोष्टींना वाचकांनी दाद दिली आहे. याचं कारण माणसाला त्या कथेतल्या घटना, त्यातल्या व्यक्ती, आपल्या वाटल्या असणार. वाचकांची आणि लेखकाची आवडनिवड वेगवेगळी असते. एखादी कथा वाचल्यावर आपली आपल्यालाच जरा सुधारायला हवी होती, असं वाटतं. तेवढ्यात कुठल्यातरी ओळख पाळख नसलेल्या वाचकाचं ती कथा अप्रतिम आहे, असं पत्र येतं. मग माझी पंचाईत होते. एका आणखी वेगळ्याच कथेची गंमत सांगतो. ही कथा प्रकृतीनं फारच गंभीर होती.

मी एम.एस्सी. करत असताना माझ्या काकांकडे गेलो होतो. तेव्हा मुंबईच्या पाणीपुरवठा विभागात ते इंजिनिअर होते. मुंबईत पाणी आणण्यासाठी मोठमोठे बोगदे खणण्याचं काम चाललं होतं. तो सगळा भव्य प्रकल्प पाहून मी थक्क झालो. तेव्हा मी कथा लिहीत नसे. पण त्या बोगद्यांनी आणि गम्मत म्हणून बघितलेल्या मुंबईच्या खोल आणि प्रशस्त गटारांनी मनात कुठंतरी घर केलं होतं. हे सर्व जेव्हा मी पाहत होतो, तेव्हा मात्र माझ्या मनात बाबुराव अर्नाळकरांची एक काळा पहाड कथा होती. 'चोरांची दुनिया' हे त्या कथेचं नाव. बाबुरावांनी हे जर सर्वच्या सर्व बघितलं असतं तर त्यांच्या त्या भुयारी दुनियेत त्यांना खूप रंग भरता आले असते, असं मला जाणवत होतं.

१९८१-८२ च्या दरम्यान अमेरिकेचा 'स्टार वॉर्स' कार्यक्रम सुरू झाला होता. रशियानं अफगाणिस्तानात सैन्य घुसवलं होतं. अमेरिकेचे तत्कालीन राष्ट्राध्यक्ष रशियाला धमक्या देत होते. रशियाचे अध्यक्ष प्रतिधमक्या देत होते. अशा काळात अणुयुध्द झालंच तर, या कल्पनेनं मी एक कथा लिहिली. 'शेवटचा मनू' असं तिचं नाव आहे. सगळी मानवजात युद्धाच्या खाईत लोटली गेली असताना एक माणूस एका मुलीला घेऊन या गटारांमधून राहतो आणि

अणुयुद्धातून वाचतो. त्या मुलीला असं कोंडून घेणं आवडत नाही. पुढं ती दोघंही त्या मुलीच्या मोकळ्यावर फिरण्याच्या हौसेपायी मरतात, अशी ही कथा. ही कथा पुढं रणजित देसाईंनी वाचली. त्यानंतरच्या भेटीत ते मला म्हणाले, 'तू नीच आहेस. तुला काही लाज वाटते का?' मला कळेना, माझं काय चुकलं ते? 'तू त्या दोघांनाही का मारलंस? त्यांना जिवंत कर, 'नवा मनू' अशी कथा लिही.' एवढा मोठा लेखक आपली कथा वाचतो, हेच माझं भाग्य होतं. मी काही त्या कथेचा शेवट बदलला नाही.

भा. रा. भागवतांनी खूप चांगल्या विज्ञानकथा लिहिल्या. त्यामुळे विज्ञानकथेवर बालकथा हा शिक्का हकनाक बसला. दुसरी एक गोष्ट माझ्या लक्षात आली ती म्हणजे बरीच वयानं मोठी माणसं विज्ञानविषयक मजकूर वाचायचं टाळतात. विज्ञान हा फक्त लहान मुलांनी वाचायचाच विषय आहे, असं त्यांच मत दिसतं. आपल्या ज्ञानात भर पडली तर? अशी ही या मोठ्या माणसांना भीती वाटत असावी की काय, अशी मला शंका येते. नारायण धारपांचा एक अनुभव इथं सांगतो. नारायण धारप हे आज मराठीतले भीतिकथा आणि गूढकथांचे सम्राट मानले जातात. त्यांचं वाङ्मयाचं ज्ञान अफाट आहे. पण त्यांना विज्ञानकथांची खूप आवड होती. सुरुवातीच्या काळात ते विज्ञानकथा लिहायचे. त्या वेळी ते स्वत: सायकलला विज्ञानकथा अडकवून प्रकाशकांच्या दारी जायचे. त्यांच्या विज्ञानकथा तेव्हा छापल्या गेल्या नव्हत्या. पुढं त्यांच्या 'समर्थ कथा' गाजल्यावर प्रकाशक त्यांच्याकडं येऊ लागले. एकदा नाव झाल्यानंतर मग संपादकांनी त्यांच्या विज्ञानकथाही, आधी ज्यांनी त्या परत केल्या होत्या त्याच संपादकांनी, विनातक्रार छापल्या. धारपांच्या विज्ञानकथेमध्ये रहस्य, भावना, सामाजिक प्रश्न हे सर्व आढळतं, पण धारपांमुळं विज्ञानकथा भीतिकथा म्हणून ओळखू जाऊ लागल्या.

मी सुरुवातीस विज्ञानकथा लिहू लागलो तेव्हा कथित प्रतिष्ठित मासिकं विज्ञानकथा छापत नव्हती. विज्ञानकथा छापून येणं तर मला महत्त्वाचं वाटत होतं. रहस्यकथांची मासिकं विज्ञानकथा छापायला तयार असत. त्यांना पान दीड पानाची विज्ञानकथा हवी असे. त्यातही खून मारामारी असली तर फार बरं, असं ते म्हणायचे. पुढं जरा प्रतिष्ठित मासिकं विज्ञानकथा छापू लागली. त्यांना हजार ते पंधराशे शब्दांच्या, लोकांना कळतील आणि आवडतील अशा विज्ञानकथा हव्या असायच्या. अशा बंधनात मागणी तसा पुरवठा करीत मी विज्ञानकथा लिहिल्या. माझ्या सुदैवानं आता मी लिहीन ते छापून येतं. ते वाचकांना आवडतं.

बऱ्या वाचकांना ते उपयुक्तही वाटतं.

पुढं 'विज्ञानकथा' या विषयावरही माझ्या हातून बरंच लिखाण घडलं. तेही महत्त्वाचं आहे असं मला वाटतं. याचं कारण सांगतो. अखेरीस एकदा विज्ञानकथा लिहीणं प्रतिष्ठेचं मानलं जाऊ लागलं. विज्ञानकथेला मागणी येऊ लागली. तेव्हा बऱ्याच लेखकांनी विज्ञानकथेच्या प्रांतात उडी घेतली. विज्ञानकथा म्हणजे नक्की काय हे जाणून न घेतल्यामुळे या मंडळींनी फँटसीपासून मी विमान बोलते आहे, अशापर्यंत सर्व प्रकारच्या कथा लिहिल्या. त्यांच्या मूलभूत संकल्पनाही चुकीच्या होत्या. कुठल्याही विज्ञानकथेत विज्ञानाचा पाया पक्का हवा. तोपर्यंत लागलेले शोध किंवा प्रचलित विज्ञान बदलण्याचा विज्ञानकथाकाराला अधिकार नसतो तर या विज्ञानाचे भविष्यकालीन प्रक्षेप त्याला हाताळायचे असतात. विज्ञानप्रगती अशा तऱ्हेनं झाली तर? हा प्रश्न महत्त्वाचा. मानवाच्या हातून काय घडू शकेल आणि त्याचे परिणाम काय होऊ शकतील, याचा विचार विज्ञानकथाकार करतो. त्याच्या कथेत जे घडतं, त्याला तर्कशुद्ध कार्यकारणभाव असावा लागतो.

डॉ. जयंत नारळीकरांनी विज्ञानकथा लिहीपर्यंत मराठीमध्ये विज्ञानकथेला प्रतिष्ठा नव्हती. ती आज ना उद्या प्राप्त झालीच असती; पण नारळीकरांनी ती लिहिल्यामुळे विज्ञानकथेला जरा लवकरच प्रतिष्ठा प्राप्त झाली असं म्हटलं, तर वावगं ठरणारं नाही. आपल्याकडच्या समीक्षकांचं मात्र मला कौतुक वाटतं. नारळीकरांनी लिहिलेली कथा म्हणून ती विज्ञानकथा अशा अर्थाची परीक्षणे/ समीक्षणे आलेली मी वाचली आहेत. अशा समीक्षकांना काय म्हणावे, ते कळत नाही. विज्ञानकथेत येणारं विज्ञान हे कथेच्या ओघात यावं लागतं. एखाद्या ट्रॅफिक पोलिसानं वाहतूक थांबवून पादचाऱ्यांना रस्ता ओलांडण्यासाठी मदत करावी अशा तऱ्हेनं विज्ञान समजावून दिलं गेलं, तर ती कथा फसते. ज्यांना उत्कृष्ट विज्ञानकथा वाचायची आहे त्यांनी डॉ. अरुण मांडे किंवा सुबोध जावडेकर यांच्या कथा वाचायला हव्यात.

माझा अनुभव सांगतो. १९८५ साली माझा 'स्पेसजॅक' हा कथासंग्रह प्रकाशित झाला. १९८६मध्ये आलोचनामध्ये त्याचं परीक्षण आलं. ते इतकं मूर्खपणाचं होतं, की खरं म्हणजे मी त्याला उत्तर द्यायला नको होतं. ते परीक्षण करणाऱ्या गृहस्थांना त्यांचं नाव ह्या परीक्षणाखाली नव्हतं. आधुनिक संशोधनाची माहिती तर नव्हतीच, पण ते धादांत खोटारडे होते. अशा लोकांची मला कीव येते. एकदा विज्ञान परिषदेत बोलताना सुबोध जावडेकर म्हणाला, ''आम्ही कथा

लिहितो तेव्हा तिरका छेद, बोथट, तीक्ष्ण वगैरे गोष्टी आम्हाला कळत नाहीत. तेव्हा मराठीच्या एक प्राध्यापकबाई फार चिडल्या. माझं म्हणणं एवढंच की आम्ही विज्ञान सामान्य माणसाला समजेल अशा भाषेत सांगायचा प्रयत्न करीत असताना मराठीच्या समीक्षकांनी अवघड भाषा, सामान्य माणसाला समजणार नाही अशी भाषा, का वापरावी?

विज्ञानविषयक लेखन करताना आणि विज्ञानकथा लिहिताना वापरावयाची भाषा वेगवेगळी असते. कथेतली पात्रं बोलीभाषा बोलत असतात, तर लेखात पारिभाषिक शब्द वापरावे लागतात. एखादा शब्द प्रचलित नसेल तर त्याला कंसात इंग्रजी शब्दाची जोड द्यावी लागतेच; पण त्याचबरोबर त्या शब्दामागची संकल्पनाही स्पष्ट करावी लागते. बोलताना आपण बऱ्याचदा इंग्रजी शब्द वापरतो. त्याला मराठी प्रत्यय लावतो. असे शब्द विज्ञानकथेत वापरले जातात. विज्ञानकथा कादंबऱ्यांची निर्मितिप्रक्रिया हा आपला विषय आहे खरा; पण मला वाटतं विज्ञानलेखांमागंही निर्मितिप्रक्रिया असतेच. विषय निवडणे, संदर्भ बघणे, संदर्भ वाचणे, पचवणे आणि मराठी वाचकाला कळेल अशा भाषेत, त्याला कंटाळा येणार नाही अशा भाषेत ते लिहिणे या गोष्टी सोप्या नाहीत. कुठल्याही इंग्रजी लेखाचा अनुवाद म्हणजे विज्ञानलेखन नव्हे. असेही लेखक आहेत पण त्यांचं लेखन हास्यास्पद होतं. उदाहरण देतो. लेडी बर्ड नावाचा एक किडा आहे. तो आपल्याकडं मिळत नाही. त्याला अमेरिकेत लेडी बर्ड म्हणतात. ते त्याचं नाव आहे. त्याचा अनुवाद एका लेखकानं मादी पक्षी असा केला. मादी पक्षी नावाचा एक कीटक आहे, हे वाक्य वाचून मी हसलो. असंच एक दुसरं उदाहरण म्हणजे शुक्राचं. इंग्रजीत व्हीनस स्त्रीलिंगी आहे. मराठीत तो पुल्लिंगी आहे. हे भान अनुवाद करताना ठेवणं आवश्यक असतं. मुख्य म्हणजे केवळ एका लेखाचा अनुवाद केला, तर त्यात सर्व माहिती असतेच असं नाही. मी जेव्हा लेख लिहितो, तेव्हा त्या विषयाची जास्तीत जास्त माहिती एकत्र करतो. त्यात आपल्याकडची माहिती टाकतो. आकडेवारी टाळतो. या लेखाचं लेखन करताना, तो दुसऱ्यांना समजेल अशा भाषेत लिहायचा असल्यामुळे, स्वत:ला तो विषय समजून घ्यावा लागतो. याचा पुढं कथालेखनातही उपयोग होतो.

ज्यांना कथा-कादंबऱ्या लिहायच्या आहेत त्यांनी मानसशास्त्र या विषयाचं वाचन करायला हवं, असं मला वाटतं. मी एफ. वाय. बी. एस्‌सी.ला असताना आम्हाला मानसशास्त्र शिकावं लागलं. पुढं मी त्यावर वाचत गेलो. अमेरीकन सायकॉलॉजिस्ट, सायकॉलॉजी टुडे यांसारख्या त्या विषयाला वाहिलेल्या

नियतकालिकांचं वाचन चालू ठेवलं. त्यातून मानवी स्वभावाचं जे दर्शन घडतं आणि मानवी वर्तणुकीची जी कारणपरंपरा हाती येते, ती मला फार महत्त्वाची वाटते.

याच नियतकालिकातून मला जी माहिती मिळत गेली, ती मला फार उपयोगी पडली. विनोद हा विषय अभ्यासाचा नव्हे, पण प्रत्येक प्रदेशातला विनोद हा वेगळा असतो. तसंच सामाजिक स्तरानुसारही विनोद बदलतो. हे मला कळत होतं, पण ते शब्दात मांडलं ते 'सायकॉलॉजी टुडे' या मासिकानं. मराठी माणूस विनोदाचं इंद्रिय घालवून बसलाय. कोल्हटकर, गडकरी, अत्रे, पु.ल. देशपांडे यांची परंपरा नष्ट होत चाललीय. विनोदामुळं मार खावा लागण्याचे दिवस आपल्याकडे आलेत, याचं मला फार वाईट वाटतं. विज्ञानकथेत मी विनोदाचा वापर करतो, पण बिचकतच. माझा एक अनुभव सांगतो. तेव्हा 'वटवट', 'मनोहर' मधे मी विनोदीही लिहीत असे. एक मुलगा सारसबागेतून बाहेर पडतो. त्याला एक मालट्रक दिसतो. त्या ट्रकच्या मागं 'सत्याचा नेहमी विजय होतो', असं वाक्य असतं. त्या काळात मटका फार गाजत होता. तर हा मुलगा सात म्हणजे सत्याचा आकडा लावतो. त्याला पैसे मिळतात. तेव्हापासून तो ट्रक बघत हिंडतो, असा काहीसा प्रसंग एका कथेत मी घातला. तेव्हा एका समाजसुधारकाचं, सहा फुलस्केप पानं भरून पत्र आलं आणि देशाची संस्कृती लिखाणामुळं कशी रसातळाला जाईल, याचं त्यात वर्णन होतं. 'विज्ञानलेखन करून देशाला सन्मार्ग दाखविणाऱ्या माणसाने असं उच्छृंखल लेखन करण्यात वेळ घालवू नये', असा सल्लाही त्यात होता. त्यातून मग माझ्या टोपणनावांचा जन्म झाला. विज्ञानलेखन माझ्या नावानं आणि विज्ञानेतर लेखन मी इतर नावानं करू लागलो.

तर मी हे असं लिहितो. यातली निर्मितिप्रक्रिया माझ्या मेंदूत कशी घडते, केव्हा घडते हे सांगणं अवघड आहे. ते तुम्ही शोधून काढायचं. मी माझं मन तुमच्यापुढे मोकळं केलयं. ते चाळून तुम्ही निर्मितिप्रक्रीया कशी असते ते ठरवा आणि एक करा, ती मला सांगू नका. कदाचित माझं लेखन थांबेल.

♦ ♦ ♦

८. बालपण : एक ऋणनिर्देश

सर्वसाधारणपणे अशा गोष्टींच्या शेवटी 'ह्या कथेतील सर्व प्रसंग आणि पात्रे काल्पनिक असून जर कुणाशी त्यांचे साम्य आढळल्यास तो योगायोग समजावा', अशी एक टीप दिलेली असते. मी अशी टीप देणार नाही. ह्याचं कारण मी ह्या पात्रांत बदल केले आहेत, म्हणजे दोन-तीन, काही वेळा चार पाचांची मिळून एक व्यक्तिरेखा केली आहे. बरेच प्रसंग सौम्य केलेले आहेतच पण हे प्रसंग ज्या ८-१० गावात घडले, त्या गावांची संख्या दोनवर आणली आहे. हे बहुतेक प्रसंग १९५२ ते १९५७ ह्या कालखंडात घडले असून ते ज्यांच्या बाबतीत घडले, त्यापैकी बऱ्याचजणांना वाचता येण्याची शक्यता तशी कमीच होती. पुढं प्रौढ शिक्षण वर्गात गेले असले तर ठाऊक नाही. एक दोघं केवळ मटक्याचे आकडे वाचण्यापुरते शिकले होते. मी या प्रसंगांचा मूक साक्षीदार होतो. मी दुसरी ते सहावीत असताना घडलेल्या ५-६ वर्षातले हे प्रसंग आहेत. ती माणसं माझ्यापेक्षा वयानं मोठी होतीच पण ती काय बोलतात ते आपल्या समाजात बोललं जात नाही, हे मला जाणवत असलं तरी त्याचा अर्थ कळण्याचं माझं वय नव्हतं आणि समजही नव्हती. पण ते शब्द, त्या घटना माझ्या मनात पक्क्या आहेत. माझ्या असंख्य दृष्टी दोषांमुळे असेल, पण ऐकलेल्या बऱ्याच गोष्टी माझ्या स्मरणात राहतात, बघितलेल्या गोष्टी झटकन विसरतात. चेहरे तर माझ्या कधीच लक्षात राहिले नाहीत. एकदम कुणी समोर येऊन 'ओळखलं का?' असं विचारलं तर पंचाईत होते. माझ्या उपस्थितीत ही पुढं येणारी मंडळी जे बोलत, त्यात त्यांना काही वावगं वाटत नव्हतं.

एक बामणाचा पोर आपल्या आगेमागे हिंडतो एवढंच. ते माझ्याकडे लक्ष देत नसत, पण त्याचबरोबर बामण असल्यानं असेल किंवा त्या सर्वांपेक्षा स्वच्छ कपडे आणि शुद्ध भाषा असल्यामुळं असेल, इतर माझ्या वयाच्या पोरांना ज्यांना इंग्रजीत 'हँगर्स ऑन' म्हणतात, अशा बिन महत्त्वाच्या पोरांना ते हिडीसफिडीस करून जी कामं सांगत, ती कामंही त्यांनी मला कधी सांगितली नाहीत. त्यामुळं इच्छा असून मी कधी ढाबळ खरडली नाही की पुढं टायरं हवेच्या वेळेला फेकून शिट्ट्या वाजवल्या नाहीत. छापी हलवण्याचं काम मला मिळणं त्या वयात शक्यच नव्हतं कारण तो लांब बांबू पेलणं माझ्या ताकतीच्या बाहेरचं होतं. बामण असल्याचा एकच फायदा होता तो म्हणजे मी सगुणी (शकुनी) मानला जात होतो. त्यामुळं नवीन कबुतर आणलं की, त्यावरून मला हात फिरवायला सांगण्यात येत असे.

मला माझ्या उभ्या हयातीत हे कोडं सुटलेलं नाही. बेबंदशाहीतील संभाजीप्रमाणे, 'दुर्दैवाचे दशावतार पाहण्याची आता आमची इच्छा नाही किंवा शक्ती नाही, असं म्हणण्याचे इतके प्रसंग आले की, आपण त्या वेळी जीव कसा दिला नाही,' याचं आता आश्चर्य वाटतं. ते सगळं पुढचं. पण अशा माणसाला कुणी दयगुणी (दहीगुणी) किंवा सगुणी म्हणावं आणि वयानं लहान– खूपच लहान असलेल्या पोराला सन्मानानं वागवावं, हे खरोखरचं आश्चर्यकारक होतं. पुढं पुण्यात आल्यावर पोरका पोर म्हणून जे अपमान सहन केले, त्यात आपण दयगुणी आहोत आणि आज ना उद्या ह्या सगळ्यांपेक्षा वेगळे कुणीतरी होणार आहोत, हा सुप्त आत्मविश्वास कुठंतरी होता. तो मला त्या कबुतरांच्या ढाबळीवर मिळाला होता.

ह्या हकीकतीची सुरुवात माझ्या वडिलांच्या मृत्यूनंतर होते. त्यांचा मृत्यू मुंबईत आमच्या घरापासून १०० फुटांवर आणि मोरारजी गोकुळदास गिरणीच्या महाद्वारापासून २०० फुटांवर पादपथावर झाला, हे पंचनाम्यात लिहिलेलं आहे. त्यात ते कुठल्या दिशेनं कुठल्या दिशेकडं चालले होते, हेही नमूद आहे.

माझे वडील गेल्यावर प्रकरण न्यायालयात गेलं. खुनाला साक्षीदार असलेले लोक एकतर गायब झाले किंवा जिवाच्या भीतीनं आम्ही काहीच बघितलं नाही असं म्हणून मोकळे झाले. पुढे हेच लोक मी मुंबईत गेलो की, 'मुला, आम्ही पाप केलं; पण जिवाची भीती वाटत होती,' असं सांगत. कृष्णा देसाईचा खून झाल्यानंतर माझ्या वडिलांच्या अनेक सुशिक्षित मित्रांनी आणि अशिक्षित भक्तांनी देवाघरी न्याय असल्याची ग्वाही मला भेटून किंवा पत्रानं दिली होती.

वडील गेले. एक गोष्ट मला अजून उमगलेली नाही. 'माझ्या आईनं ती घटना बघितली होती का, आणि न्यायालयात ती कशी वागली? कारण त्याबद्दल ती कधीच काही बोलली नव्हती. कधीतरी वडिलांच्या मित्रांनी काढलेल्या उद्गारांवरून वडिलांच्या खुनापेक्षाही न्यायालयात तिच्या मनावर परिणाम झाल्यानं तिची साक्ष विश्वासार्ह मानली गेली नव्हती, असं लक्षात आलं. आपल्याला वेडं ठरवलं, ह्या घटनेचा तिच्या मनावर फार परिणाम झाला होता, असं दिसतं. ती बऱ्याचदा एकटीच असताना स्वत:शीच बोलत बसे, पण ते चोरून ऐकायचा मी प्रयत्न करतोय असं लक्षात आलं की, गप्प बसे.

त्यानंतरची घटना म्हणजे तिच्या घशाची शस्त्रक्रिया झाली आणि मुंबई सोडून आम्ही संगमेश्वरला गेलो ते मला आठवतं. ह्या प्रवासाचा उद्देश दुहेरी होता. एकतर आईला विश्रांती मिळू देणे; ती आजारीच असे आणि त्यात तिला प्लुरसी झाली होती. तेव्हा हवापालट करायला सांगण्यात आलं होतं. संगमेश्वरला कायं घडलं, ते मला ठाऊक नाही. आजोबांचं आणि तिचं कुठल्यातरी मुद्द्यावरून भांडण झालं असावं, तो मुद्दासुद्धा मला ठाऊक नाही. माझ्या आईनं सगळ्यांच्या मनाविरुद्ध माझ्या वडिलांशी लग्न केलं होतं आणि आता ती दोन मुलांसह वडिलांकडे परत आली होती.

माझे वडील गेल्यावर सहा महिन्यांनी माझा धाकटा मामा वारला होता. त्यानंतर दोन वर्षांतच माझ्या मामीनं दुसरं लग्न केलं होतं. तसं काहीतरी आमच्या आजोबांनी आईला सुचवलं असण्याची शक्यता आहे. त्या काळात आईला ती फार काळ जगेल असं वाटत नव्हतं. तिला अनेक दुखणी होती. माझ्या आठवणीत ती कधी अंथरुणातून बाहेर पडलेली मी तिला अधून मधून बघितली तरी बहुतेक वेळा तिनं अंथरूण धरलेलं असे.

माझी आई तीन वर्षांची असताना माझी आजी वारली. त्यानंतर आजोबांनी लग्न केलं नसलं तरी ते स्वत:ची सोय बघत. पुढं ज्या बाई त्यांच्याकडे राहिल्या त्या सखुताईंनी त्यांना पत्नीची उणीव भासू दिली नव्हतीच; पण त्यांनी आम्ही जेव्हा जेव्हा कोकणात आजोबांकडे गेलो, तेव्हा तेव्हा आम्हाला खऱ्याखुऱ्या नातवंडांसारखं वागवलं होतं. त्यामुळं आजोबांचं आणि आईचं का पटलं नाही त्याचा, त्यांच्या आणि आईच्या पुढच्या बोलण्यावरून मी अंदाज बांधला आहे. पण आम्ही संगमेश्वरहून परतलो, हे खरं.

आईची तब्येत आणखी बिघडल्यानंतर माझ्या वडिलांच्या मित्रांनी आणि माझ्या एका काकांनी सल्लामसलत करून आम्हाला सांगलीजवळच्या माधवनगर

ह्या गावी पाठवायचं ठरवलं. हवा, स्वस्ताई, बेळगावलाही जवळ. ह्याहीपेक्षा सांगलीच्या डॉक्टर देसाईंनी आईवर फुकट उपचार करतो असं आश्वासन त्यांच्या भावाला मुंबईच्या नाना देसाई ह्या माझ्या वडिलांच्या मित्राला दिलं होतं. आम्ही माधवनगरला १९५२ साली मे महिन्यात दाखल झालो, तिथून ही संमिश्र कहाणी सुरू होते. संमिश्र म्हणायचं कारण सांगितलंच आहे; ह्यात सात-आठ, गावं दोन गावांत किंवा एक खेडं आणि एका शहरात गुंफली आहेत. सात-आठ गावं म्हणतो तेव्हा त्यांत तीन शहरंही आहेत आणि वीस-पंचवीस व्यक्तींना चार पाच व्यक्तिरेखात एकत्र केलेलं आहे.

आम्ही माधवनगरला आलो. काका आमच्याबरोबर होते. पहिले दोन दिवस रेल्वे स्टेशनजवळच्या शासकीय दगडी निवासस्थानात राहिलो. आमच्या कर्नाटकातील नातेवाईकांमध्ये बरेचजण रेल्वेत होते. त्यांतले एक इथं राहत. ते रेल्वेत काय करीत, ते माहीत नाही; पण सगळे त्यांना सलाम करायचे. मिरजेला जायचं असेल तर ते गार्डाच्या डब्यात बसवून देत, एवढंच आठवतं. दोन दिवसांत एक घर भाड्यानं मिळालं. मोठा हॉल होता. आईनं पडदा लावून त्याचे दोन भाग केले होते. एका बाजूला स्वयंपाकघर दुसरी बसा-उठायची खोली. बाहेर मोकळं अंगण. त्यात बाभळीची झाडं. खूप पक्षी यायचे. ह्या हॉलच्या मागं हॉलच्या मापाच्या दोन खोल्या. त्यामागं स्वयंपाकघर आणि साठवणीची खोली. हा भाग कायम बंद असे. तिथून मागच्या अंगणात एक कोरडी विहीर आणि एका कोपऱ्यात बुट्टीचा संडास. ह्या मोठ्या घराचा दर्शनी हॉल एवढंच आमचं घर होतं.

मुंबईतून माधवनगरला येऊन पडणं ह्यातला फरक लगेच जाणवला. आजकाल याला कल्चरल शॉक असं म्हटलं जातं. त्या काळात मुंबई तशी शांत होती. ट्राममध्ये बसून शाळेत जात होतो. आमच्या मुंबईच्या शाळेत जेवढी मुलं होती, तेवढी बहुधा माधवनगरची लोकसंख्या होती. लोक इंजिन थांबलं की, त्यातून इंजिन ड्रायव्हरच्या कृपेनं गरम पाणी करून घेत. स्टेशनशेजारी रेल्वेची एक भलीमोठी विहीर होती. तो खरंतर गावचा पाणवठा होता. गावात आणखीही एक दोन विहिरींना पाणी होतं, पण त्या फारच छोट्या होत्या.

माधवनगरच्या दोन आठवणी अगदी वेगळ्या आहेत आणि त्यांना मी साक्षी आहे. त्या आधी सांगतो. आमच्या मागच्या घरात एक विहीर होती. मध्ये फड्या निवडुंगाचं कुंपण होतं, ह्या दोन कुंपणांच्या मधून संडासची बुट्टी गोळा करायला येणाऱ्या गाडीचा रस्ता. ह्या गाडीला एक लहानखुरा बैल जोडलेला

असे. वासावरूनच मैलागाडी आल्याचं जाहीर व्हायचं. पलीकडच्या कुंपणाला लागून एक विहीर होती. एक दिवस एक मुलगी ओरडत आली, 'गयाबाई विहिरीत पडली.' आम्ही लगेच ते बघायला गेलो. पाणी शिंदून काढताना गयाबाई विहिरीत पडली होती. काही जणांच्या मते ती पाय घसरून पडली होती, तर इतर काहीजणांच्या मते तिला अधूनमधून चक्कर यायची, तशी ती चक्कर येऊन पडली होती. आम्ही पोहचलो तेव्हा अजूनतरी ती विहिरीतच होती. तिला मग वर काढण्यात आलं. ती बहुधा विहिरीत पडताच मेली असावी. तिची कवटी फुटली होती. 'आता मसणात वाट बघायला नको', कुणीतरी दबक्या आवाजात म्हणालं. तसंच दबकं हसू. चार-पाच जण हसले. गयाबाईच्या मागं कुणी नव्हतं. घरकाम करून जगत होती. सांगलीहून पोलीस येईपर्यंत तिला कडुनिंबाच्या पाल्याखाली झाकून ठेवली होती. येणारेजाणारे तो पाला बाजूला करून तिची फुटलेली कवटी पाहत, हळहळत आणि पुढे जात. मी ती फुटलेली कवटी कुतूहलानं बघितली. मला फारसं काही वाटलं नव्हतं. मृत्यूबद्दल मला खूप कुतूहल आहे. मृत्यूची मला कधीच भीती वाटलेली नाही. उलट आकर्षणच वाटत आलंय. गयाबाईचं प्रेत पाहूनही मी त्या रात्री अगदी शांत झोपलो. बाकीची मुलं ती कशी स्वप्नात आली वगैरे सांगत. तसंही काही घडलं नाही. एक दोन पोरं झोपेत ओरडत उठत. मी कधीच झोपेत घाबरून ओरडलेलो नाही.

दुसरा मृत्यूही अपघातीच होता. त्यात एक म्हैस मेली होती. रेल्वेच्या इंजिनाच्या दणक्यानं ती उंच उडाली, रुळांवरच पडली. ती उठायचा प्रयत्न करीत होती. इंजिनचे ब्रेक लावलेल्या ठिणग्या उडत होत्या आणि इंजिनपुढच्या जाळीनं तिला परत उचलून पुढं टाकली. तडफडून ती मग शांत होईपर्यंत तिची आणखी फरफट निघाली. तेव्हापासून हालहाल होऊन मरण येऊ नये, हे एकच माझं मागणं मी देवापुढे मांडत आलोय. असे हाल पुन्हा बघितले नाहीत.

माधवनगरला माझं जीवनशिक्षण खऱ्या अर्थानं सुरू झालं, असं म्हणावं लागेल. मुंबईत असताना मी कबुतरं बघत असे. मुंबईत तेव्हाही खूप पारवे होते. गुजराथी मंडळी त्यांना खायला धान्य टाकीत. गिरणीच्या रेशन दुकानात पोत्यातनं पडणारं धान्य खायला कबुतरं येत. त्यात काही वेळा वेगवेगळ्या रंगांची कबुतरं असत. ती पाहत बसणं हा माझा एक आवडता छंद होता, पण ही कबुतरं पाळलेली नव्हती. ती भिंतीवरच्या वळचणीला बसत. छपरांमधल्या जागात घरटी करत. माधवनगरला कुणीतरी मुद्दाम कबुतरं पाळतं, हा शोध मला पहिल्यांदा लागला. त्या काळात माधवनगरला खूप मोकळ्या जागा होत्या.

अशाच एका बखळीत एक ढाबळ होती. गाव तसं छोटं होतं. आईनं मला एक निरोप सांगायला पाठवलं होतं. जाता जाता मला ती कबुतरं दिसली. एक माणूस त्यांना दाणे टाकत होता. काही कबुतरं उडून एका खोक्यात केलेल्या कप्प्यांमध्ये जाऊन पिल्लांना भरवत होती. काही कबुतरं तिथल्या एका दगडीत पाणी ठेवलं होतं, ते पीत होती. जवळच एका मोठ्या घमेल्यात पाणी भरून ठेवलेलं होतं. त्या पाण्यात बसून अंघोळ करीत होती. एखादं कबूतर पाण्यात डुंबून बाहेर यायचं, पाणी निथळावं म्हणून अंग झटकायचं आणि नंतर चोचीनं पिसं साफ करायला लागायचं. सकाळची वेळ होती. अजून ऊन तापलेलं नव्हतं. मी निरोप सांगायला विसरलो.

त्या दिवसानंतर हळूहळू माझा पाळीव कबुतरांच्या विश्वात प्रवेश झाला आणि मानवी जीवनातल्या बऱ्याच कोड्यांचं मूळही मला तिथं सापडलं असं म्हटलं, तरी वावगं होणार नाही. तेव्हा अर्थातच मला काहीच कळत नव्हतं. अजूनही कळतं असं नाही, हवंतर माझ्या मित्रांना विचारून बघा! पण तेव्हा नक्कीच कळत नव्हतं, त्या मानानं आता बऱ्याच गोष्टींची जाण आहे, असं म्हणावं लागेल.

कबुतरे त्यानंतर जशी बरीच वर्षे माझ्या जीवनाचा अविभाज्य भाग बनून होती, त्याचप्रमाणे दुसरा माझ्या जीवनावर परिणाम घडवून आणणारा प्राणी म्हणजे म्हैस. मी शिक्षणाकरता आणि पोटाकरिता जिथं जिथं गेलो, तिथं आयुष्याच्या पूर्वार्धात ह्या दोन प्राण्यांनी माझी इमानेइतबारे साथ केली. आमच्या घराजवळ कबुतरांची ढाबळ आणि म्हशीचा गोठा नाही, असं कधीच घडलं नाही. अगदी पुण्यात आमच्या घरामागं म्हशींचे पाच गोठे आणि त्या परिसरात तीन ढाबळी होत्या. ह्या दोन्ही प्राण्यांशी माझा जवळून परिचय व्हायलाच मी माधवनगरला गेलो होतो की काय अशी मला शंका येते. खरंतर आम्हा दोन्ही भावंडांपैकी कुणा तरी एकाला शिक्षणासाठी वर्षभर ठेवून घ्यायला माझ्या वडिलांचे काही मित्र तयार होते. आमच्यापैकी एकाला माझ्या आईच्या वडिलांकडं ठेवायचं असाही विचार चर्चेत होता, पण तरीही आम्ही माधवनगरला पोहचलो होतो आणि माझ्या आयुष्यात पाळीव कबुतरं आणि म्हशींनी प्रवेश केला होता.

माधवनगरची शाळा तशी माझ्या दृष्टीनं लक्षात राहण्यासारखी नव्हती पण मुंबईच्या किंग जॉर्ज प्रायमरी स्कूलमधून लोकल बोर्डाच्या प्राथमिक शाळेत हा सांस्कृतिक धक्का जबर होता. स्वतःचं बस्कर घेऊन शाळेत जायचं, तिथल्या सारवलेल्या जमिनीवर त्यातल्या त्यात पोपडे नसलेल्या जागेत बसायचं, ह्या

प्रकाराला सरावायला वेळ लागला होता. आमच्या वर्गात मी एक ब्राह्मण, एक जैन, दोन मारवाडी,दोन मुसलमान भाऊ आणि बाकी अनेक जाति-जमातीची मुलं होती. त्यांतला कैऱ्या हा रामोशी होता. त्या मुसलमान भावांच्या वडिलांचा सायकल आणि स्टोव्ह रिपेरिंगचा व्यवसाय होता. सायकल आणि स्टोव्ह यांच्या परस्परसंबंधांबद्दल मला तेव्हापासून कुतूहल आहे. १९७०-७५ पर्यंत जिथं जिथं महाराष्ट्रात आणि भारतात हिंडलो, तिथं तिथं सायकलवाले स्टोव्ह आणि त्या भरीला मध्य प्रदेशात गॅसबत्त्याही दुरुस्त करताना बघितले. हे असं का, ते मला कळलेलं नाही.

शाळा सुरू होऊन महिन्याभरात मित्र जमले. मुंबईत कधी न बघितलेले गोट्या आणि भोवरा हे खेळ लक्षात आले. त्यांचा सराव व्हायला वेळ लागला. मुंबईबद्दल फार बोलायचं नाही, असं ठरवलं कारण ट्राम आणि धूर न सोडणारी आगगाडी ह्या गोष्टी तिथल्या मित्रांना पचत नव्हत्या. एस. टी. नुकतीच सुरू झाली होती. त्याआधीच्या प्रायव्हेट गाड्या मोडीत निघाल्या होत्या. त्या काळात सांगलीसुद्धा न पाहिलेल्या माझ्या काही मित्रांना लालबागहून रोज सांगलीपेक्षा दूर अशा माटुंग्याला मी शाळेत जात होतो. तेसुद्धा ट्रामने ही सत्य घटना थाप वाटत होती. मी मुंबईत खाजगी मोटारीत बसत होतो. वडिलांच्या पुण्याईवर गिरणीच्या ट्रक ड्रायव्हरबरोबर अपोलो बंदरला जात होतो. जहाजातून ईजिप्तमधून आलेल्या कापसाच्या गासड्या क्रेननं ट्रकमध्ये ठेवतात ते जवळून बघत होतो, हे ऐकल्यावर माझा एक नंबरच्या थापाड्यांमध्येही वरचा क्रम लागला होता. अनुभवानं मी मौन पाळू लागलो होतो.

राण्याच्या पर्भाकरला एक दिवस माझा नक्षा उतरवायची संधी मिळाली. बामणा किंवा बाळ्या ह्या संबोधनाचा मी तोपर्यंत धनी बनलो होतो. "बामणा, म्हशीला रेडा दावतात. बघायला येतो का?" त्यानं विचारलं. पर्भाकर माझ्यापेक्षा वयानं थोडा मोठा होता. आज ना उद्या भावासारखाच लोकल बोर्डाच्या शाळेत मास्तर बनायची इच्छा बाळगून होता. दुसरीत पाया पक्का करायला थांबला होता. वर्षभर म्हशीला रेडा दावणं, गाईला वळू दावणं, कुत्र्याचं लागट बघणं ह्यातच त्याचा बराच वेळ जात असे. गावातल्या कुठल्याही प्राण्याच्या मादीची गर्भधारणा पर्भाकरच्या साक्षीशिवाय पूर्ण होत नसे. (हा विचार पुढं सुचला.) तेव्हा पर्भाकरनं निसर्गातल्या अशा बऱ्याच गमती दाखवून मुंबईत हे असलं काही नाही हे माझ्याकडून शे-पन्नास वेळा वदवून घेतलं.

"त्याच्यायला बाळ्या, मुंबईत झेंगटं न्हाईत तर पराणी व्हाडतात कसं?"

मुंबईत बग्गीचे घोडे सोडले तर प्राणी फक्त राणीच्या बागेतच पाहायला मिळतात, हे त्याला पटत नसे. जिराफ, झेब्रे हे सगळं मी मनात जुळवून काहीच्या बाही सांगतोय, असं तो म्हणत असे.

त्या दिवशी मी त्याच्याबरोबर म्हशीला रेडा कसा दाखवतात, हे बघायला गेलो. माझी कल्पना अशी, एक म्हैस आणायची, एक रेडा आणायचा. दोघांना एकमेकांबरोबर उभं करायचं की काम झालं. पण हा सगळा खेळ तसा वेगळाच होता. तो रेडा जबरदस्त होता. त्याच्या नाकात एक वळं होतं. त्याचे डोळे लालबुंद होते. तो सारखा मान वर करून ओठ आणखी वर करून दात दाखवत होता. ती म्हैस डबलबारमध्ये बांधली होती. हे दोन लोखंडी पॅरलल बार्स जिम्नॅस्टिकचे नव्हते. साधारण म्हशीच्या बरगड्यांच्या उंचीचे ते आडवे पोलादी नळ तितक्याच भक्कम उभ्या पोलादी नळांवर आडवे ठेवलेले होते. म्हशीच्या गळ्यापाशी एक आडवी दांडी होती. त्यामुळं म्हैस ह्या सापळ्यातून हलू शकत नव्हती. तिच्या शेपटीजवळ एक कसबी पंटर उभा होता. पुढं दहा पाच वेळा हे दृश्य मी बघितलं. त्या छोट्या गावात करमणूक तशी थोडीच होती. त्यामुळं गावातले पांढरपेशे नि स्वत:ला सभ्य समजणारी कुटुंबे सोडली तर हा प्रकार गर्दी खेचणारा असे.

या रेड्याला आधी म्हशीजवळ नेण्यात आले. ह्याला 'वास दाखवणे' असं म्हणत. मग तो रेडा मागं खेचत नेण्यात आला. तो जायला तयार नव्हता. त्याला योग्य त्या अवस्थेत उभा केल्यावर मग ढील देण्यात आली. त्यानंतर दोन तीन प्रयत्नांत म्हशीच्या जवळपास उभ्या असलेल्या माणसाच्या मदतीनं त्यानं कार्यभाग साधला. एकूण तीन म्हशींना त्या आठवड्यात रेडा दाखवला गेला. रेड्याच्या मालकाचा आणि रेड्याचा आठवडाभर राहण्याचा खर्च गोठ्याच्या मालकानं केला. म्हैस गाभण राहिली तर प्रत्येक म्हशीचे दहा असे तीस रुपये रेड्याच्या मालकाला मिळणार होते. पाच रुपये विसार देण्यात आला होता. पर्भाकरनं अनेक प्राण्यांचे हे विधी सटीप दाखवले. पुढं मी जेव्हा महाविद्यालयात शिकत होतो, तेव्हा भिडे नावाच्या आमच्या एका प्राणिशास्त्राच्या शिक्षकांनी माझं हे अगाध ज्ञान कानावर गेल्यावर मला कँटीनमध्ये नेऊन खाऊ घातलं होतं आणि हे सर्व प्रत्येक प्राण्याच्या वेगळेपणासह ऐकून माझी उलटतपासणी घेतली गेली.

त्यांच्या सर्व शंकांचं मी समाधान केल्यावर ते म्हणाले, 'कमाल आहे!' तेव्हा पवारांच्या शेळीला बोकड दाखवणार हे कळल्यावर मी त्या समारंभाचं

निमंत्रण त्यांना दिलं. ते लाजले. त्यांना यायचं होतं, पण हा सर्व प्रकार मुठा नदीकाठी सार्वजनिक ठिकाणी आहे, हे ऐकल्यावर त्यांनी विचार बदलला. त्यांना 'हे कार्यस्थळ' एखाद्या बंद जागी असेल आणि हा कार्यक्रम ते बघताहेत हे कुणाला कळणार नाही, असं वाटलं असावं.

पर्भाकरनं मला हे प्राणिशास्त्राचे धडे दिले, तर आनंदानं-आंद्यान मला कबुतरांच्या ढाबळीवर नेलं. ती ढाबळ मी एकदा बघितली होती, पण नंतर त्या वाटेला जायचा योग आलेला नव्हता. आंद्यामुळं तो आला. हा आंद्या 'लई बाराचा' म्हणजे काय ते पुढे तीस वर्षांनी पुन्हा सांगलीला जायचा योग आला तेव्हां सविस्तर कळलं, तोपर्यंत साधारण अर्थ लक्षात आला होता. आंद्या वीस बावीस वर्षांचा झाल्यावर कसलीतरी जखम झाल्याचं निमित्त होऊन आजारी पडला आणि ताप येऊन सांगलीच्या सरकारी रुग्णालयात दाखल झाला नि तिथेच मेला असं मला तो 'बाराचा' म्हणजे काय होता हे कळलं, तेव्हांच कळलं.

"बामणा, त्या अंद्याबरोबर ऱ्हावू नको, लई बाराचं बेणं हाय त्ये!" माझ्या मुसलमान मित्रांच्या वडिलांनी सायकलचं पंक्चर काढता काढता मला ऐकवलं होतं.

आंद्या एक दिवस म्हणाला, "राम्याच्या ढाबळीवर नवी खबुत्रं आल्यात, चल!" मी आंद्याच्या मागं निघालो. माझ्या दृष्टीनं आंद्या फार हुन्नरी होता. एकदा पावसाळ्यात आमच्या घरात छपरावरून पटापटा विंचू पडू लागले. वरती माळा आणि त्यावर खापराच्या कौलाचं छप्पर होतं. माळा अर्ध्या खोलीएवढाच होता. आम्ही कधी त्या माळ्याच्या वाटेला गेलो नव्हतो. बऱ्यापैकी उंचावर होता. त्या मोकळ्या जागेतून पहिल्यांदा टपकन् विंचू पडला. तोपर्यंत मी विंचू बघितलेला नव्हता. आई कोकणात वाढल्यानं तिला साप, विंचू नवे नव्हते. तिनं फुंकणीनं तो विंचू मारला. असे त्या रात्री दोन तीन तरी विंचू तिनं मारले होते आणि बाहेर फेकले होते. हे दुसऱ्या दिवशी आंद्याला कळल्यावर तो आमच्या घरी आला.

"आई, बाळ्या म्हणला इंचू निगल्यात!" आईनं होकार भरताच त्यानं आम्हाला घराबाहेर काढलं. बराच वाळका पाला त्यानं खोलीच्या मध्ये एका घमेल्यात ठेवला. त्यात दोन मिरच्या टाकल्या, तो पेटवला. खूप धूर झाला. सात आठ विंचू तरी पडले. त्यानं ते फटाफटा नांगीवर फटके मारून घायाळ केले. मग नांगीला दोरा बांधून त्यानं विंचवाची माळ केली आणि गावभर पोरांना घाबरवत दोन दिवस हिंडला.

आंद्यामुळं माझं कबुतर आणि ढाबळ ह्याविषयीचं प्राथमिक शिक्षण पूर्ण झालं. त्यामुळं आम्ही माधवनगर सोडलं तेव्हा खुराडं आणि ढाबळ यांतला फरक मला कळू लागला होता. छापी, टायर फेकणारा, झाप मारणारा यांच्या श्रेणीतला फरक माहीत होता. मी वयानं फारच लहान असल्यानं यातल्या कुठल्याही गटात वावरू शकत होतो. त्यात बामण असल्याचा फायदा यामुळे कबुतरांची परिभाषाही माहीत झाली होती. बबन्या ढाबळीत जोड्याच्या खुराड्यामागं पुस्तकं ठेवतो त्यात तसलं असतं, हे ठाऊक होतं. हे तसलं सांगताना तर्जनी मधल्या बोटाच्या शेवटच्या पेरात अडकवून वाकवली की त्या दोन बोटात जी फट होते, त्यातून दुसऱ्या हाताचं बोट घालून पुढं मागं केलं जाई. ते का, हे मात्र पुढं बऱ्याच वर्षांनी कळलं.

नंतर मी अनेक ढाबळींवर फिरलो. वेगवेगळ्या गावांतले कबुतर बाजार तज्ज्ञ म्हणून नजरेखाली घातले. ह्या सर्व ठिकाणी, तसंच सर्व गावातल्या गोठ्यांत मालकापासून ते ढाबळ खुराड्यापर्यंत आणि मालकापासून गुराख्यापर्यंत एकच भाषा होती. शब्द वेगवेगळे असले तरी भाषा ही नेहमीच कमरेखालची होती.

माधवनगरला ह्या भाषेचं मी प्राथमिक शिक्षण घेतलं. म्हशींच्या जातींबरोबर कबुतरांची रंगावरून ओळख पटविण्याचं कसब अंगी बाणलं. डुब्बाज (शरीर एका रंगाचं आणि पंखाची टोकदार निमुळती पिसं पांढरी, जसं निळा डुब्बाज, लाल डुब्बाज), काळा मात्र डुब्बाज नसे. तो काळा कापूस म्हणून ओळखला जायचा. फाकती म्हणजे शेपूट पांढरं आणि बाकी सर्व शरीर एका रंगाचं, दय्यर म्हणजे अंगभर तांबडे पांढरे डाग असलेलं कबूतर, बबरा चिरपर्रा आणि निळी मादी अशी जोडी लावली तर पिल्लं कशी होणार, ते मी सांगू शकत होतो. कुणाला उपट्या द्याव्या (उडू नये म्हणून पंखातली पिसं उपटणे) कुणाला कातर लावावी हे माहीत झालं होतं. गुळण्या भरणाऱ्या जोडीच्या मादीच्या खान्यात कवटं पडणार तेव्हा गवत आणि कापूस ठेवायला हवा, हे मी लगेच सांगू शकत होतो. त्यामुळं त्या लहान वयातही वेगवेगळ्या गावांत मला काही दिवसांतच ढाबळीतल्या वरिष्ठ वर्तुळाचं बोलणं ऐकता येत होतं. त्यांच्या मागे मागे हिंडता येतं होतं. वट होता.

ह्या काळात मी आणखी काही शिकलो. ढाबळीवर बामणी भाषा वापरली तरी त्यात पारिभाषिक शब्द चपखल बसवले, तरच आपला आतल्या वर्तुळात समावेश होतो. वयानं मोठ्या आणि त्यात ढाबळीचा मालक असलेल्या माणसाची

चूक सगळ्यांसमोर तडक सांगितली, तर ते योग्य ठरत नाही; तर कौशल्यानं जवळपास ऐकण्याच्या अंतरानं कुणी नसताना सांगावी लागते. आपण कुणाची चूक सुधारली ह्याची बढाई मारता कामा नये. शक्यतो आपलं अस्तित्व कुणाला डाचणार नाही असं वागावं. त्याच वेळी शाळेतल्या मित्रांपासून आणि आपल्या घरदाराच्या परिसरात ढाबळ आणि तिथली परिभाषा चुकूनही तोंडात येणार नाही, याचीही काळजी घ्यावी लागे. ढाबळीवरचे मित्र इमानदार असत. त्यांनी गळ्याला चिमटा घेऊन 'आई मरी' शपथ घेतली की आपण बिनधास्त. तसं शाळेतल्या रोजच्या रोज स्वच्छ, धुतलेले कपडे घालणाऱ्या मित्रांचं नसतं, ते कातडी वाचवण्यासाठी कसलीही शपथ मोडतात, ह्याचं अनुभवसिद्ध ज्ञान झालं.

आंद्या एकदा कुठनं तरी आला. तो कुणाचीही नक्कल करायचा. पुण्याला कुठंतरी नात्याच्या लग्नाला गेला होता तेव्हा सगळे "पिच्चर" बघायला गेले होते. तिथं पिच्चरच्या आधी "टरेलर" दाखवतात. त्यात इंग्रजी चित्रपटाची झलक बघून तो आला होता. त्याचबरोबर कुणाकडूनतरी तो इंग्रजी काव्यही शिकला होता. "एबीशीडी यू माय लेडी, चल माडीवर गं, फेड तुझी साडी" असं हे कवन ऐकून आम्ही खूप हसलो होतो. हे कुणातरी शाळेतल्या मुलानं पाहिलं. तू का हसत होतास म्हणून विचारलं. मी ते 'कुणाला सांगणार नाही', ह्या बोलीवर सांगितलं. दोन दिवसांनी हेडमास्तरांनी मला बोलावलं, "अरे, तू ब्राह्मण !" असं म्हणून पोलीस ज्याप्रमाणे "तुम्ही सुशिक्षित दिसताय राव !" असं म्हणून लेक्चर देतात, त्या चालीवर एक भाषण ऐकवलं. त्यांचा हेतू चांगलाच होता. मी शाळेत पहिला येत होतो, घरची परिस्थितीही त्यांना ठाऊक होती. माझे पराक्रम आईच्या कानावर गेले तर आई आणखी हाय खाईल, ह्याचीही त्यांना कल्पना होती. दिवसभर त्यांच्या खोलीबाहेर उभं राहण्याच्या शिक्षेवर भागलं. त्यानंतर मी अशा बाबतीत काळजी घेऊ लागलो.

हे सगळं कशावरून आठवलं, ते सांगतो. मध्ये कुठल्यातरी संस्थेच्या वृत्तपत्र आणि संज्ञापन किंवा तत्सम विभागाच्या मुली माझ्याकडे आल्या. त्यांनी माझी काही पुस्तकं बघितलेली होती, काही लेखही वाचले होते. नेहमीप्रमाणे त्यांनी विचारलं 'तुमच्या लेखनामागची प्रेरणा काय?' त्याला मीही नेहमीप्रमाणे, "मला वाचनाचं व्यसन आहे. ती पुस्तकं विकत घेण्यासाठी पैसा मिळवणे", असं उत्तर दिलं. हे एक ठरावीक उत्तर आहे. बहुतेकांचं त्यानं समाधान होतं, तसं त्या मुलींचंही झालं. पण ह्या उत्तरानं माझंच कधी समाधान झालेलं नाही. विशेषत: मेंदू ह्या विषयावरील आत्मवेध, स्वयंवेध, ह्यांसारखी पुस्तकं मी का

लिहिली, मी सेक्सायन नावाच पुस्तकं का लिहिलं, मी वेद आणि पुराणं का वाचली, असे अनेक प्रश्न सतावतात.

मी जेव्हा आजारी पडलेलो असतो, तेव्हा ह्याचा विचार करतो. आमच्या शाळेतले काही शिक्षक, एन. सी. सी., कबुतरं, गोठे, माझ्या भूशास्त्रविषयी अभ्यासाच्या भटकंतीच्या वेळी भेटलेली माणसं, आकाशवाणीत झालेली भ्रमंती ह्यांत माझ्या एक लक्षात आलं की, पांढरपेशी मध्यमवर्गी माणसं कबूल करत नाहीत. ते सोडले तर आमजनतेचं फार मोठं आयुष्य हे सेक्सभोवती फिरतं. हे असं का, ह्याचा विचार करताना, आपले प्राचीन ग्रंथ वाचताना ह्याच गोष्टी पुढे आल्या. ह्या सगळ्याचा उगमही जननेंद्रियात म्हणजे कमरेखाली नसून हे कमरेखालचं जगही शेवटी मानवी मेंदूच नियंत्रित करतो असं आढळलं. मग मी मेंदूसंबंधीची संशोधनपर पुस्तकं वाचली. मी किन्सी, फ्रॉईड, मास्टर्स आणि जॉन्सन यांचं संशोधन वाचलं. हे सगळं नाही, तरी त्याचा काही अंश मराठीत आणला. मानवशास्त्र, विशेषत: आदिवासींच्या चालीरीती आणि मिथकं, वेगवेगळ्या संस्कृतींची पुराणं वाचली. त्यांतही मानवी लैंगिक संबंधावरच बरेच व्यवहार अवलंबून आहेत, हे निदर्शनास आलं. माणूस पुनरुत्पादनासाठी जगतो, नव्हे सर्व जगच पुनरुत्पादनासाठी जगतं, हा उत्क्रांतिजन्य जीवशास्त्राचा सिद्धांत आजचा असेल, पण आपले पूर्वज वेगळ्या प्रकारे तेच आपल्याला सांगत होते.

मी लहानपणी शाळेत शिकलो. चौथीपर्यंत शाळेत पहिला दुसरा येत होतो. नंतर अ तुकडीत होतो. बरीच वर्षे कुठल्या ना कुठल्या विषयात वार्षिक परीक्षेत पहिला येत होतो. मी हे दुसरं आयुष्य जगलो नसतोच, तर कदाचित सर्व विषयांत चांगले गुण मिळवले असते. साधं, सरळ, व्यावहारिक दृष्ट्या यशस्वी पण आळणी जीवन जगलो असतो. कुठंतरी बँकेत अधिकारी झालो असतो, प्राध्यापक म्हणून निवृत्त झालो असतो. लौकिक सुखात आनंद मानला असता.

ह्या कबुतरांच्या जगानं मला आपल्या जगापेक्षा जगात काही इतर गोष्टीही आहेत हे शिकवलं. एका म्हशीकडे दोन रेडे आकृष्ट होऊन अनावर झालेले रेडे जेव्हा एकमेकांवर चाल करून जाताना बघितले, तेव्हा हादरलो आणि काहीतरी मूलभूत बघतोय ह्या जाणिवेनं हरखलो. पुढं रिचर्ड डॉकिनचं सेल्फिश जीन वाचताना किंवा यारेद डायमंडचं 'व्हाय इज सेक्स फन? द इव्होल्युशन ऑफ ह्यूमन सेक्शुॲलिटी', तसचं डेव्हिड बसचं 'द इव्होल्युशन ऑफ डिझायर, स्ट्रॅटेजीज ऑफ ह्यूमन मेटिंग', ह्यांसारखी पुस्तकं वाचताना त्या बालपणीच्या कोड्यांची उत्तरं मिळाली. कबुतरातले दोन नर, शांततेचं प्रतीक मानलेल्या

कबुतरांतले दोन नर, ज्या त्वेषानं एकमेकांवर तुटून पडतात, तर ते कशासाठी? ह्याचं सरळ उत्तरं आपल्याकडं असतं; पण त्यांच्यात ही प्रेरणा कुठून येते त्याचा शोध घ्यावा, असं मला का वाटलं? ह्याचं उत्तर कबुतराल्यांच्या ढाबळीत आणि रानडे, सप्रे, पटवर्धन, फाटक यांच्या गोठ्यात आहे.

मी हे असं लिहितो, तेव्हा काही वेळा निनावी पत्रं येतात. जेव्हा तुमच्या मनातल्या भावना कुणी उघड करतो, तेव्हा "अरेच्या, आपण असा विचार करतो, हे आपल्याला सभ्य समजणाऱ्यांना कळलं तर", या भावनेतून त्यांचा राग प्रकटलेला असतो. माझ्या लेखावर माझं नाव असतं. हे निनावी पत्र लिहिणारे मात्र मलाच गांडू वगैरे शिव्या देतात; पण त्यांची वागणूकही अशाच प्रेरणेतून निर्माण झालेली असते, ह्याची मला खात्री आहे.

माझ्या वेगवेगळ्या लेखनामागं वेगवेगळ्या प्रेरणा असाव्यात असं मला वाटतं. कुतूहल ही त्यातली मूलभूत प्रेरणा ठरेल असंही वाटतं, पण अजूनही शोध चालू आहे. कधीतरी मला त्या बाबींचा शोध लागेल, ही खात्री आहे. पण तोपर्यंत तरी मी माझ्या बालपणाचा ऋणी आहे आणि त्या ऋणात राहणंच मला आवडेल.

◆◆◆

९. आठवांच्या पारंब्या

साहित्यसूचीमध्ये मी 'विज्ञानसाहित्य विश्व' नावाची लेखमाला लिहितो. त्यामुळे न चुकता 'आठवांच्या पारंब्या' हे सदर वाचून होते. या सदरात अजून कमीत कमी दहा ते पंधरा वर्षे तरी आपल्याला लिहायचे नाही, ही खूणगाठ मनाशी बांधलेली. कारण यात सगळे ५०-५५, किंबहुना साठीचेच किंवा त्याहून अधिक वयाचे लोक लिहितात. मला फारसं गंभीर होऊन फार वेळ वावरता येत नाही, त्यामुळे आईची अजूनही दृष्टी अशी की पोरगं चाळिशीचं झालं तरी मोठं झालं नाही. मित्रमंडळीतसुद्धा आम्ही उथळ म्हणूनच प्रसिद्ध. कुणी भेटलं गप्पा माराव्या, हाहा, हूहू करावं नि मोकळं व्हावं. तर चाळीस संपून एकेचाळिसावं लागणार या वयात आठवांच्या पारंब्यांवर झोके घेणं तसं अवघडच; पण तरी म्हटलं, हरकत नाही. आत्ता प्रयत्न करू, साठीपर्यंत सवय होईल.

मी तीन वर्षांचा असताना वडील वारले. त्यांचे मित्र अजून त्यांच्या आठवणी सांगतात. ते अतिशय लोकप्रिय होते. माणसं जमवणं हा त्यांचा आवडता छंद आणि त्यांचे शाळेतले विनोद आठवून त्यांचे मित्र अजूनही हसतात. त्यांचा हा वारसा मला मोठा वाटतो. ते उमदे असावेत, कारण त्यांच्या आठवणींनी अजून त्यांच्या मित्रांचे डोळे पाणवतात. पण ती मंडळी हेही सांगतात, ते सतत हसत असले तरी त्यांची जिद्दही विलक्षण होती. त्यांच्याबद्दल लिहिण्यासारखं खूप ऐकलंय. हे सगळं सांगायचं कारण की, आता मला वाटलं की ते आणखी काही काळ जगते तर आपल्याला या थोर माणसाचा सहवास लाभता. मात्र ते गेल्यामुळे आम्ही एकदम एका वेगळ्या विश्वात फेकले गेलो. लोकांच्या मदतीवर जगत आयुष्य ढकलणं नि शिक्षण पूर्ण करणं म्हणजे काय, हे सांगून कळणार नाही. वडिलांच्या मृत्यूमुळे दोन प्रसंग घडले, ते मात्र विसरता येत नाहीत.

वडिलांच्या मृत्यूनंतर ज्या काकांनी वाढवलं, ते लष्करात होते. त्यामुळे

आमचे केस अगदी बारीक कापलेले असायचे. एकदा नुकतीच कटिंग केलेली; आणि वर्गात काहीतरी वाह्यातपणा केला. सर जवळ आले आणि ठरलेला पहिला प्रश्न केला.

"वडील काय करतात तुझे?"

मी खाली मान घालून म्हणालो "वारले."

आमचे सर परत गेले, शिक्षा काही झाली नाही. पुढे मीच त्यांना तास संपल्यावर जाऊन सांगितलं की तसं काही नाही, ते फार पूर्वीच वारले. नाही तर पुन्हा खोटं बोललो म्हणून मार खावा लागला असता.

दुसरी घटना म्हणजे माझ्या वडिलांचा खून केल्याचा आरोप ज्या राजकीय पुढाऱ्यावर होता आणि साक्षीदार एकाएकी नाहीसे झाल्यावर जो निर्दोष सुटला होता, त्या राजकीय नेत्याचा खून झाला. लगेच सीआयडी आमच्या घरी हजर. सुदैवानं तेव्हा मी आणि माझा भाऊ दोघंही पुण्यात होतो नि खून मुंबईत झाला होता.

जक्कल प्रकरण चालू होतं, तेव्हा मी आकाशवाणीत चाकरी करत होतो. तेव्हा एकदा आकाशवाणीवर चर्चा होती. माझ्याच विभागातर्फे ती आयोजित केली होती. फाशीची शिक्षा योग्य की अयोग्य, असा चर्चेचा विषय होता. सरकारी ध्वनिमुद्रण झालं नि कँटीनमध्ये आम्ही सर्वजण बोलत होतो. फाशीच्या शिक्षेला माझा विरोध आहे, हे माझं मत मी सांगितल्यावर, चर्चेत भाग घेणारे दोघेजण म्हणाले, "ज्यांच्या घरातलं माणूस जातं, त्या घरातली माणसं नक्कीच असं बोलणार नाहीत." तेव्हा मी फक्त हसलो नि विषय बदलला. नंतर थोड्या वेळानं त्यांनी पुन्हा तोच मुद्दा काढला. तेव्हा मात्र मी त्यांना सत्य परिस्थिती सांगितली, मग ते सर्व न बोलताच निघून गेले. माझी आई ही तब्बेतीनं बेताचीच. तिचीही एक गम्मत आहे. ती तिच्या लहानपणी वारली. कोकणात रात्री ११ नंतर ती गेल्याचं निदान झालं. आजोबा म्हणाले,'आता कुठं जाता? बघू उद्या सकाळी!' सगळी तयारी झाली. पहाटे आईच्या आजीला नातीनं पाय हलवले असा संशय आला. म्हणून आज मी लिहितोय. त्या आमच्या पणजीमुळं माझी आई जगली.

या माझ्या आईनं मला वाढवलं. तिला वाचनाची आवड. तीच मलाही लागली. "पोरगं वाचतंय ना, मग काही का वाचेना!" असं ती म्हणायची, "दरवर्षी पास होतोय, खेळतोय, वाचतोय!" एवढ्यावर ती समाधानी होती. तसे आम्ही लहानपणी फार गुण उधळले. कबुतरांच्या नादानं शाळेला दांड्या

मारल्या, अनेक नाही नाही त्या गोष्टी केल्या. पण वर्षाच्या वर्षाला पास झालो.

घरात फारसा कुणाचा धाक नाही, नि आम्ही त्याला दाद दिली नाही. काका मारहाण करायचे, तीही 'पार्ट ऑफ द गेम' म्हणून सहन केली. आमच्या काकालोकांची एक गम्मत म्हणजे इतकी वर्षे महाराष्ट्रात राहून त्यांना मराठी अजूनही नीट बोलता येत नाही. आम्ही त्यांची तेव्हा टिंगल करायचो, आत्ताही करतो, सगळं हसत-खेळत. काकांनी– सर्वच काकांनी– आम्हाला मित्र म्हणून वागवलं. मारलं तेव्हा आमच्या चुकाच अक्षम्य होत्या. आता त्यापेक्षा अगदी क्षुल्लक चुकांसाठी मुलांना रागवायची वेळ येते पण ते खोटं असतं हे मुलेही ओळखतात. यांतल्या आमच्या मोठ्या काकांनी मानगूट धरून तर्खडकर भाषांतर पाठ करून घेतलं. त्यांच्यामुळे माझं नि माझ्या भावाचं मराठी शाळेत असून आणि तेव्हा आठवीपासून इंग्लिश असून इंग्रजी चांगलं झालं. त्यामुळेच नववी दहावीतच मी इंग्रजी पुस्तकं वाचू लागलो.

माझ्या वाचनावर आणि जीवनावर आणखी एका व्यक्तीचा प्रभाव आहे. ते म्हणजे माझे मामा. पंडित श्रीराम भिकाजी वेलणकर. लोकांना बऱ्याच ठिकाणी ते पोस्ट आणि तार खात्याचे अतिरिक्त सचिव, पिनकोडचे नि पोस्टातल्या अनेक सुधारणांचे निर्माते म्हणून माहीत आहेत; पण मला माझ्या मामाचा व्यासंग जास्त मोठा वाटतो. लहानपणी मामा आम्हाला बऱ्याच वर्षांनी कधीतरी पहायला मिळायचा; पण त्याचं पुस्तक प्रसिद्ध झालं की ते आमच्याकडं यायचं. आपला एक जवळचा नातेवाईक संस्कृतसारख्या भाषेत मोठमोठी पुस्तकं लिहितो नि त्यामुळे त्याला लोक मानतात, हे माझ्या मनावर ठसलं. अनेक सचिव वगैरे निवृत्त होतात. खूप मोठमोठे सरकारी अधिकारी निवृत्त होऊन विस्मृतीच्या गर्तेत जातात. पण माझा मामा सरकारी अधिकारी असतानाही संस्कृततज्ज्ञ म्हणून त्याचा ज्या आदरानं उल्लेख होत असे, त्याचा माझ्या मनावर ठसा उमटला आणि मी लेखनाची जी वेगळी वाट पकडली, त्याला कदाचित माझा मामाच कारणीभूत असावा. माझ्या मामानं संस्कृतप्रसाराला ज्या निष्ठेनं वाहून घेतलं, त्याचा आदर्श माझ्यासमोर असल्यानंच मला विज्ञान परिषदेचं सन्मानपत्र मिळू शकलं, असं मला खात्रीपूर्वक वाटतं.

माझ्या वाचनावर आणि जीवनावर आणखी एका व्यक्तीनं छाप पाडली. किंबहुना त्यांच्या स्मरणाशिवाय मी पुढं जाऊ शकत नाही ते म्हणजे कृष्णकुमार गोळे. कृष्णकुमार गोळ्यांनी मला मुलासारखं वागवलंच पण इतक्या लहान वयात ते आमचे मित्रही होते. अतिशय गरिबीतून ते वर आले होते. त्यामुळे

असेल कदाचित पण ते मला फार प्रेमाने वागवायचे. आपल्या मुलांसाठी ते लहान मुलांची बाजारात उपलब्ध असलेली पुस्तके आणायचे. टारझन, रॉबिनहुड, आणखी कितीतरी पुस्तकं मी गोळ्यांकडे वाचली. गोळे गणपतराव बोडसांचे जावई. त्यामुळे ती. दादांचाही सहवास लाभला. आज मी जो काही आहे, त्यात गोळेकुटुंबीयांचा फार मोठा वाटा आहे.

आणखी माझ्या आयुष्यावर परिणाम करणाऱ्या व्यक्तीत माझ्या तीन शिक्षकांचं स्मरण होणं अपरिहार्य आहे, सुदैवानं यांतले ग. म. गोखले आणि

प. शं. पुरंदरे अजूनही मला भेटतात. द.कृ.कुलकर्णी वारले.

या सर्वांनी माझ्या वाचण्याच्या छंदाचं कौतुक केलं, तो जोपासायला मदत केली. इथं सर्वांचा उल्लेख करणं अशक्य आहे पण; कान्हेरे कुटुंबही असंच. त्यांनी तर मला घरचाच मानलं.

या काळात शाळेत, कॉलेजात किंवा नंतरही मी वाचत राहिलो, अजून वाचतो. मी लेखक नव्हेच, वाचक आहे, असं मला वाटतं. शाळेत असताना बाबूराव अर्नाळकर ते वि. स. खांडेकर असं सर्व मराठी वाङ्मय वाचलं. अत्रे, फडके, माडखोलकर, दांडेकर एक एक लेखक धरायचा. अर्नाळकरांच्या चार कादंबऱ्या महिन्याच्या सुरुवातीच्या चार दिवसांत वाचून होत, मग हे बडे लेखक. माझ्या वाचनाला किताबमिनारचे बोडस साक्षीदार आहेत. सकाळी आठला ते वाचनालयाचे दार उघडताना आम्ही हजर. मला अजूनही वाटतं, की या वाचनालयानं माझ्यावर खूप संस्कार घडवले. बोडसांनी वर्गणी वाढवली की, घरात चर्चा व्हायची, पण वर्गणी भरली जायची. इथं पहिल्यांदा माझा पाश्चिमात्य वाङ्मयाशी परिचय झाला. तेव्हा मराठी लेखक अमक्या लेखकाच्या अमक्या अमक्या कादंबरीचा अनुवाद असं स्वच्छ लिहून कादंबऱ्या मराठीत आणत. यात जॉर्ज ऑर्वेलची "ॲनिमल फार्म" वाचली. पुढं संपूर्ण ऑर्वेल वाचला, त्याचं मूळ इथं आहे. 'दु:खी' हे साने गुरुजींनी 'ले मिझरावल'चं केलेलं रूपांतर आणि जे का रंजले गांजले, त्यासी म्हणे जो आपुले, तोची साधु ओळखावा, देव तेथेचि जाणावा, असे बहुधा भा. रा. भागवतांनी चार भागांत केलेले भाषांतर वाचले, ते याच वाचनालयात. संजय मासिकात 'काउंट ऑफ मॉंट क्रिस्टो' येत होती, तेव्हा ती वाचून काढली, आणि अंतरकरांच्या "नवल"चा इथंच परिचय झाला.

मला वाटतं, १९५८ साली नवलचं रूप बदललं. त्यात विज्ञानकथा येऊ लागल्या. "द फ्लाय"सारख्या गोष्टींचे अनुवाद आले. द. चि. सोमण

आणि द. पां. खांबेटे यांच्या कथा यायच्या. त्या मी आवडीने वाचायचो.

प्री डिग्रीला असताना एन. डी. ए. ची प्रवेशपरीक्षा पास झालो. आपण रंगांधळे आहोत हे कळलं तेव्हाचा निराशेचा धक्का अजून जाणवतोय. त्यानंतर आजमितीस विमानात बसावं, असं वाटलेलं नाही. त्यात पाठदुखी जडली. अंथरुणात पडल्या पडल्या वाचत होतोच. फक्त आता अर्ल स्टॅन्ली गार्डनर, जेम्स हॅडली चेस हाती असत. याच वेळी रानडे इन्स्टिटट्यूटमध्ये ब्रिटिश लायब्ररी सुरू झाली. लगेच सदस्यत्व मिळवलं. वर्तक, जोशी हे या लायब्ररीने दिलेले सुहृद आणि अमाप पुस्तकं. इथं इंग्लिश विज्ञानकथा आणि पी. जी. वुडहाउस या दोन थोर गोष्टींचा परिचय झाला. लेस्ली शार्तरीज हा रहस्यकथाकार सोडला तर इंग्रजी भाषा वाकवावी ती वुडहाउसनंच. या माझ्या मताशी स्वत: वुडहाउस सहमत आहेत, हे कळलं तेव्हा बरं वाटलं.

नोकरी लागल्यावर स्टाइनबेकनं झपाटलं. नंतर मिकॅश उपटला. माझं हे एक वाचनाचं तंत्र मलाच उलगडलेलं नाही. एकावेळी दोन-तीन पुस्तकं मी वाचत असतो. त्यातलं एखादं विनोदी असेल. एखादं विज्ञानकथेचं असेल नि तिसरं युद्धावरचं असेल. माझी साखळी तुटलीय, असं होत नाही.

या वाचनाच्या छंदातून फूटपाथ शोधू लागलो. खूप जुनी दुर्मीळ पुस्तकं मिळाली. फूटपाथवरचे पुस्तक विक्रेते माझे मित्र आहेत. पण पुस्तकं विकत घेऊन वाचायला लागल्यावर मराठी वाचन कमी झालं, खरं तर इंग्लिश वाचायला लागल्यावरच ते कमी झालं होतं; पण तरी गुरुनाथ नाईक आणि माझे मित्र दिवाकर नेमाडे, शरद वाळिंबे आणि नंतर मणि लागू यांची पुस्तके अधनंमधनं वाचत असे. आता तेही होत नाही.

या सर्व वाचनातून मी लिहिलंही नसतं. तसा मी भयंकर आळशी माणूस. पण माझा एक मित्र आहे. विजय पेंडसे त्याचं नाव. त्यानं मला लिहायला लावलं. त्याला मी बऱ्याच कल्पना सांगायचो. त्या इतरत्रही बोलायचो. त्यानंतर तशाच कल्पनेवरची नाटकं नि एकांकिका बघून विजय खवळला. 'तू नुस्ता बोलतोस, त्यापेक्षा लिहीत का नाहीस?' यात एक अडचण अशी की, माझं अक्षर अतिशय वाईट होतं. विजयनं माझं लिखाण फेअर करून द्यायचं मान्य केलं. माझी पहिली गोष्ट 'एक दिशाहीन संध्याकाळ' मार्च ७१ मध्ये मनोहर मासिकात प्रसिद्ध झाली.

खरंतर आधी, ६५,६६,६७ मी क्रीडाविषयक लिखाण केलं होतं. काही वेळा माझ्या नावावर, तर काही वेळा मित्राच्या नावावर. या लिखाणाचे मला

पंधरा रुपये यायचे त्यातले दहा रुपये मित्र घ्यायचा, कारण कॉलम त्याचा होता. पुढे कोयना भूकंपाच्या वेळेस सर्वांत पहिला लेख माझा होता. तो त्याच वृत्तपत्राच्या नागपूर आवृत्तीने छापला. त्याचा हिंदीत अनुवाद झाला. पण त्याचा मला एकही पैसा मिळाला नव्हता. नंतर मी लिहिणं बंद केलं. पुढे 'चंद्रावरचे खडक तपासणारा सूक्ष्मदर्शक' असा एक लेख मी 'विचित्रविश्वकडे' पाठवला. तो १९६९च्या दिवाळी अंकात छापला गेला. मला अंकसुद्धा मिळाला नव्हता. तो पुढे फूटपाथवर घेतला. शिवाय 'विचित्र विश्वमध्ये' लिहितो, असं हेटाळणीच्या सुरात एक दोघं म्हणाले. तरी मी विचित्र विश्वला लिहीत राहिलो असतो, पण मला त्यांच्याकडून अंकही आला नाही, की पैसेही. त्यामुळे आमचे लेखन पुन्हा थंडावले. माझी गोष्ट मनोहरला स्वीकारली गेल्यावर मी ही घटना प्रा. सोवनींना भीतभीतच सांगितली. तेव्हा मी विद्यापीठाच्या भूशास्त्र विभागात सर्वांत कनिष्ठ दर्जाचा मास्तर डेमॉन्स्ट्रॅटर - म्हणून नोकरीस लागलो होतो. सोवनी सरांनी हे ऐकताच मला सृष्टिज्ञानसाठी लिहायला लावलं. त्यांच्यामुळेच माझा नि सृष्टिज्ञानचा, त्याच्या संपादक मंडळाचा परिचय झाला व पुढे विज्ञानयुग आणि गजाभाऊ क्षीरसागर यांचाही परिचय झाला.

श्री. आ. मा. लेले यांनी सृष्टिज्ञान आणि विज्ञानप्रसार यांच्यासाठी आयुष्यमोड केली. माझ्या विज्ञानकथा वाचून ते म्हणाले, "यापेक्षा तू छोट्या छोट्या चुटकेवजा, लायटर व्हेनमधल्या हलक्या-फुलक्या कथा लिही. त्या लोकप्रिय झाल्या की, मग अवघड कथा लिही, तरच लोक वाचतील. नाहीतर कुणीही सामान्य वाचक विज्ञानकथा वाचणार नाही." हा गुरुमंत्र मनाशी बाळगून मी माझ्या विज्ञानकथांचं स्वरूप बदललं.

माझ्या लेखनाला कारणीभूत असणारी आणखी एक व्यक्ती म्हणजे श्री. भा. महाबळ. मनोहरसाठी त्यांनी माझ्याकडून भरपूर लिहून घेतलं. शास्त्रशुद्ध हा कॉलम मी मनोहरमध्ये चालवला. मेरी गो राउंड लिहिलं, आता परदेश मुसाफिरी लिहितो. त्याच काळात नवयुगच्या दिवाळी अंकात, मनोहरमधून कथा येत होत्या. इतरही मासिकांतून कथा छापल्या जात होत्या. विज्ञान परिषदेची १९७१,७३ व ७४ सालची बक्षिसं मिळाली. ७४ साली डॉ. नारळीकरांना बक्षीस मिळाल्यावर बऱ्याच जणांना हा प्रकार मराठीत नव्याने सुरू झाल्याचा साक्षात्कार झाला. तेव्हा मग मराठी विज्ञानकथांचं मूळ शोधून काढायच्या कार्याला लागलो. आज मराठीत विज्ञानकथा रुजली आहे. माझ्या कथांचे इंग्रजी आणि तेलुगू अनुवाद प्रसिद्ध झालेत. डॉ. फोंडके, लक्ष्मण लोंढे, सुबोध जावडेकर

आदी मित्रमंडळी खूप चांगल्या विज्ञानकथा लिहिताहेत. आम्ही सगळे आता लेखकमेळाव्याच्या निमित्तानं एकत्रही जमतोय.

याशिवाय मी अनेक विनोदी कथाही लिहिल्या. वटवट नावाचं मासिक सत्यवान टण्णूने काढलं, तेव्हा मी त्यातला जवळजवळ ८०टक्के मजकूर एकटाकी लिहीत असे. पुढे मी नागपूरला गेलो आणि नंतर टण्णूंनी ते इतर अनेक कारणांनी बंद केलं. मनोहरसाठी मी इंग्रजी चित्रपट, खेळ आणि विनोद लिहिले. यातूनच देवेन कौशिकचा जन्म झाला. काय व्हायचं, की विज्ञानाचं लिहिणारा निरंजन घाटे हा पन्नाशीचा तरी असेल, असं लोकांना वाटायचं आणि मग विज्ञानाचं लिहिताय ते ठीक, हे चित्रपट वगैरे कशाला? अशी पत्रं यायची. शिवाय मनोहरमध्येही एकाच वेळी दोन लेख असायचे. त्यामुळे मग हे टोपण नाव जन्माला आलं. ते वटवट आणि मनोहर अशा दोन ठिकाणी मी वापरलं.

माझं आणखी एक लिखाण म्हणजे इंग्रजी पुस्तकं व चित्रपट यांचे परिचय लिहिणे. सतत वाचनाची भूक वाढत होती, पुस्तकांच्या किमतीही वाढत होत्या. त्यासाठी पैसा मिळवायला मी लिहीत राहिलो. आज हजार बाराशे लेख, २५ पुस्तकं माझ्या नावावर आहेत. हे सगळं माझ्या वाचनाच्या छंदातून निर्माण झालंय. सध्या मला संरक्षणविषयक सामग्रीच्या वाचनाचा नाद लागलाय. मी असं काही वाचलं, की लगेच महाबळांना सांगतो. माझ्यासाठी त्यांच्या मासिकात कायम पानं उपलब्ध होतात. पुण्यातच काय, पण इतरत्रही वृत्तपत्रं माझं लिखाण छापत आली म्हणूनच मी लिहिलं हेही तितकंच महत्त्वाचं. माझ्या सुदैवानं सध्याचे बरेच सहसंपादक आणि उपसंपादक माझ्याच आसपासच्या वयाचे आहेत. त्यामुळे त्यांच्याशी चर्चा करून लिहिणं सोपं जातं.

शस्त्रागार हे माझं अगदी अलीकडचं पुस्तक. ते मनोहर मधून मी लिहिलं. त्यासाठी मिळवलेले रेफरन्स आणि त्यातून जनरल वैद्यांची झालेली ओळख हा माझ्या आठवणीतला एक अपूर्व ठेवा. दुर्दैवानं ही पारंबी तुटली, याचं फार वाईट वाटतं. हे पुस्तकं मेहतांनी काढलं. आमच्या अनिलकुमार मेहता आणि माझ्या या पुस्तकांच्या प्रकाशनाबद्दल खूप योजना होत्या. वैद्यसाहेबांसाठी काय मेमेंटो घ्यावा, याची चर्चाही झाली होती पण...

हे असले पण...माझ्या आयुष्यात फार वेळा आले. आपलं नशीब असंच, म्हणायचं नि पुढं वाटचाल चालू ठेवायची. खरंतर, मला आठवतंय तेव्हापासून मला एकाएकी मरण यावं असं वाटतं. मध्य प्रदेश, राजस्थानमध्ये भटकताना, कोकणात सागरकिनाऱ्यावर वाळू तुडवताना असं वाटायचं, 'इथं

पडावं नि क्षणार्धात मरून जाव.' अजूनही हीच भावना असते. यामुळे प्रत्येक गोष्ट ही आपली शेवटचीच या त्रयस्थ वृत्तीनंच चालू असते. असं का, या प्रश्नाला मात्र उत्तर नाही. असं असलं तरी अजून बरंच लिहायचंय, डोक्यात बऱ्याच योजना आहेत, हेही नक्की.

गजानन क्षीरसागर यांचा या योजनांत खूप वाटा असतो. त्यांच्यामुळेच 'वसुंधरे'सारखा ग्रंथ माझ्या हातून निर्माण झाला.

गेल्या काही दिवसांत एक विचित्र अनुभव आला. माझ्याविरुध्द वेगवेगळ्या गावांहून पत्रं येऊ लागली. ती पत्रं कोण लिहितंय हे 'नावा' निशीवार कळलं. हे प्राध्यापक ७५ च्या घरातले आहेत. यांना सर्व सन्मान मिळालेत. सर्व पत्रे त्यांच्या हस्ताक्षरातली आहेत. एका हस्ताक्षर-तज्ज्ञाकडून मी याची खात्री करून घेतलीय. पोलिसात तक्रार दिली तर त्यांना शिक्षाही होईल. पण याबाबत मी एका संपादकांशी बोललो. ते म्हणाले, "त्या म्हाताऱ्याची पत्रं आली म्हणजे तू यशस्वी झालास. ते एक मापच आहे. त्या अक्षरातली पत्रं जर तुझ्या विरुद्ध आली नाहीत, तर तू फारसा चांगला लेखक नाहीस, असं आम्ही मानलं असतं." आता काय सांगायचं? पण माझ्याबरोबरच त्यांनी इतर अनेकांविरुद्ध पत्रं लिहिली आहेत नि आपल्या साथीला बरीच मोठमोठी माणसं आहेत, हे ऐकून बरं वाटलं.

मला वाटतं, आठवणींच्या पारंब्यांवरून मारलेले इतके सूर पुरे आहेत.

(साहित्य सूची, जानेवारी १९८७)

◆◆◆

१०. साहित्याने मला काय दिले ?

साहित्याने मला काय दिले? या प्रश्नाचं उत्तर वाणसामानाची यादी करतात तसं देणे १, २, ३ अशा तऱ्हेनं देणे ही अवघडच गोष्ट आहे. इथं मला बऱ्याच गोष्टी सविस्तर सांगाव्या लागणार आहेत. त्याशिवाय साहित्यानं मला दिलेल्या अनेक देणग्यांचं महत्त्व पटणार नाही.

लहानपणी मी वाचनवेडा म्हणून प्रसिद्ध होतो. किताब मिनार हे वाचनालय उघडायच्या आधी त्या पायरीवर माझा नंबर असायचा आणि किताब मिनार मधून वाचत वाचत मी कुमठेकर रस्त्यानं सदाशिव पेठच्या हौदाजवळ येईपर्यंत माझं बरचसं वाचन झालेलं असायचं. त्या काळात सकाळी आठच्या सुमारास रस्त्याला अजिबात गर्दी नसायची.

हे वाचनवेड तेवढा वेळतरी मला जगापासून दूर ठेवायचं, त्यामुळे वाचनाचा काळ वेगळ्या विश्वात जायचा. बाबुराव अर्नाळकर मी चौथी-पाचवीत वाचायला लागलो. ना. धों. ताम्हणकरांचा गोट्या आणि धाडसी चंदू हे आमचे आवडते साहसवीर आणि अर्थातच भा. रा. भागवतांनी अनुवदित केलेल्या ज्युल्स व्हर्नच्या कादंबऱ्या, चित्रशाळेचा सुरेश शर्मांचा टारझन हे बालवाचकांसाठीचे साहित्य वाचून झाले तेव्हा त्या वयात एक गोष्ट लक्षात आली की हे सर्व पुस्तकात ठीक आहे. वास्तव वेगळंच आहे. लोक आपल्या फाटक्या चड्डीला हसतात. शाळेचा गणवेष सोडून इतर कपडे नसल्याबद्दल नाक मुरडतात. साने गुरुजींच्या कथातून गरिबांबद्दल कितीही कणव असली, तरी प्रत्यक्षात काहीही घडलं तरी गरीब मुलावर आळ येतो.

त्याच्याकडे संशयित म्हणून बघितलं जातं. वास्तव आणि साहित्य यांच्यातली ही दरी तेव्हा लक्षात आली आणि मग असं वाटायला लागलं की, हे जे वास्तव आपण जगतो यातून काही काळ का होईना आपल्याला दुसऱ्या जगात नेणारं साहित्य नि साहित्यिक यांचे आपल्यावर अनंत उपकार आहेत. ही सगळी माणसं थोर आहेत आणि प्रयत्न केला तर कदाचित आपणही या पुस्तकांतल्या पानांमध्ये चित्रित केल्याइतकं नाही, तरी बरंच बरे आणि साहसी आयुष्य जगू शकू.

यानंतर दगड मारून कैऱ्या पाडल्या, नदीवर जाऊन मासे पकडले, पर्वतीच्या मागच्या टेकड्यांवर खूप दूरवर हिंडून रंगीत, पारदर्शक दगड गोळा केले तेव्हा त्यात हेतू असेल तर साहसी चंदूपासून टारझनपर्यंत सर्व हीरोंची अल्पस्वल्प नक्कल करण्याचाच होता. माधवनगरला असताना दुसरीतच रामोशांच्या पालावर जाणारा बामण म्हणून लोक चिडवत. कुतूहल वाटायचं, हे लोक असं कसं जगतात याचं. त्यांची कुत्री, कबुतरं, कोंबड्या खाणं याचं. आणि औषध म्हणून कबुतराचं रक्त पाजणारा वैदू मी इथंच बघितला होता. त्यामुळे पुस्तकात आढळणारे साहसवीर जे करतात, त्या पाण्याच्या निदान कडेपाशी तरी आपण उभे आहोत, असं वाटायचं. शाळेतली ही अनाहूत भटकंतीच पुढं काही काळ पोटासाठी करायला लागेल, याची कल्पना नव्हती. शाळेत क्रिकेट खेळू लागलो. इतर वाचनात डॉन ब्रॅडमन, दि. ब. देवधर यांच्या चरित्रांची भर पडली. फडके, खांडेकर, माडखोलकर, भावे चालूच होते. कळत होते की नाही, हे आज सांगणं अवघड आहे. लक्षातही नाही. रोज वाचनालयात जाणं, एक पुस्तकं वाचणं हा परिपाठ पडला होता, रिच्युअल झालं होतं. भानू शिरधनकर हा एक वेगळाच लेखक त्या काळात भावला, सागरी साहसं हा त्यांचा हातखंडा. नाखवा, तांडेल वगैरेंशी परिचय झाला तो त्यांच्यामुळेच. याच काळात कुठलीतरी अनुवादित युद्धकथा आणि मला वाटतं संजय नावाच्या डायजेस्टमध्ये आलेली 'काउंट ऑफ मॉंटे क्रिस्टो'ची गोष्टही मी वाचली; या अद्भुत आयुष्याचं माणसांवर येणाऱ्या अनेक आपत्प्रसंगांचं चित्रण आणि अशा भयानक संकटांना खचून न जाता तोंड देणारे नायक यांच्या कथा वाचून भारावून गेलो. पण या कथा कादंबऱ्यांचा नि वास्तवाचा संबंध नाही, अशी एक सततची जाणीव मनात असे. फडके खांडेकरांपेक्षा मला वि. आ. बुवा, वि. वि. बोकील, चिं. वि. जोशी अधिक आवडायचे हेही मान्य करायला हवं. द.मा.मिरासदार, शंकर पाटील यांच्या कथा मी आवडीनं वाचत असे. पु. ल. देशपांड्यांच तर अक्षर न् अक्षर मी वाचून काढलं. पुढे कॉलेजात ब्रिटिश लायब्ररीचा सदस्य झालो. जॉर्ज मिकॅश, पी. जी.

वुडहाउस, युद्धकथा आणि स्टाइनबेक, तसंच विज्ञान साहित्य वाचू लागलो.

स्टाइनबेक हा अमेरिकन लेखक. त्याच्या एक दोन पुस्तकांच्या ब्रिटिश आवृत्या या लायब्ररीत होत्या त्या वाचून मग स्टाइनबेक मिळवायच्या मागं लागलो. नेव्हील शूटचा नि माझा परिचय इथलाचं. दरम्यान माझ्या एका मित्राकडं अर्ल स्टॅन्ली गार्डनर आणि जेम्स हॅडली चेज ची दोन अडीचशे पुस्तकं असल्याचं कळलं. दोन सुट्ट्यांत रोज एक करून ती संपवली आणि अमेरिकन विज्ञानकथा माझ्या हाती आल्या.

ब्रिटिश लायब्ररीत आर्थर क्लार्क वाचायचा नि ॲसिमोव्ह बाहेरून मिळवून वाचायचा, हा उद्योग चालू होता. इतर विज्ञानकथालेखकांची पुस्तकं वाचत होतो. तेव्हा असं लक्षात आलं की, विज्ञानकथा हेच खरं महत्त्वाचं वाचन करायला हवं, याला एक कारण होतं. इतर लेखक वास्तवाशी तडजोड करून लिहीत होते. त्यांचं वास्तववादी लेखनसुद्धा काहीवेळा वास्तववादी नाही असं नंतर सिद्ध झाल्याचं पहायला मिळत होतं. याउलट भविष्यकाळातलं वास्तव कसं असेल याचं चित्रण करणाऱ्या या विज्ञानकथालेखकांचं लेखन पुढं ३०-४० वर्षांनी वास्तव ठरल्याचं अनुभवायला मिळतं होतं; असं लिखाण वाचणं हा मग एक सततचा छंद होऊन बसला; असंच थोडंफार लिहायचाही प्रयत्न केला.

मराठीत नारायण धारप विज्ञानकथा लिहायचे थांबले होते. त्यांच्या विज्ञानकथा वाचायला किंवा छापायला आढेवेढे घेतले जात होते. मग त्यांनी एक वेगळाच मार्ग चोखाळला आणि ते भीती किंवा गूढकथालेखक म्हणून प्रसिद्धीस आले. भा. रा. भागवतांवर बालकथालेखक हा शिक्का बसलेला. नवलमध्ये अंतरकर जे छापत होते, तेवढंच विज्ञानसाहित्य मराठीत छापलं जात होतं.

या काळातच जॉ पॉल सार्त्रचं 'वर्ड्स' नावाचं आत्मचरित्रात्मक पुस्तक वाचलं. भारावून गेलो. साधं, सहज, सोपं पण आशयघन लिखाण होतं ते. इकडे आमचा एक मित्र वृत्तपत्रात लिहायचा. त्याला पानं भरायची असली की, तो मग मला सांगायचा - जरा क्रिकेटवर लिही. मी लिहायचो. त्याच्या नावावर ते छापून यायचं आणि तो मला ५ रुपये द्यायचा. त्याला त्याबद्दल पंधरा रुपये मिळायचे. हे नंतर माझ्या नावावरचे लेख छापून आल्यावर कळलं. ही गोष्ट १९६५ची. माझ्या नावावर पहिले लिखाण आहे ते त्याच्या आजारपणातले. वेसकाका (वेस्ली हॉल) रामनाथन कृष्णन वगैरे क्रीडापटूंची माहिती देणारे लेख होते ते.

कोयनेचा भूकंप झाला तेव्हा मी जागा झालो आणि आमचा हा मित्र

माझ्या घरी आला. तेव्हा भूशास्त्रात एम. एस. सी. करत होतो. त्यानं संपादकांपुढं उभं केलं. लगेच भूकंपावर लेख लिहिला. त्यात मिलियनला कोटी म्टटल्याची चूक झाली. ती दुरुस्त करायला धावलो तर तोपर्यंत पान छापून झाल्याचं कळलं. वृत्तपत्रीय लिखाणात जागरूक राहावं लागतं ते तेव्हा कळलं. पुढं असाच एक लेख मानवी चंद्रावतरणाच्या काळात लिहिला. तो आमच्या परिचिताने विचित्र विश्वला दिला. तेव्हा मराठी मासिकं, चांगल वाईट साहित्य, असं काही कळत नव्हतं. या लेखाचे पैसे मिळाले नाहीत पण साहित्यक्षेत्रातले कुणीतरी एक मान्यवर आमच्या एक मित्राच्या घरी आले होते त्यांनी विचित्र विश्वाला लेख आल्याबद्छल खूप टिंगल मात्र केली. त्याआधीच्या भूकंपाच्या लेखनाचेही मानधन मिळाले नाही कारण तो लेख रविवारी आला नव्हता. अशा घटनांमुळे लिखाणापेक्षा वाचनाकडंच गाडी वळत होती. एनकाउंटरपासून आर्गसीपर्यंत सर्वकाही वाचन चालू असे. मराठीत फारसं चांगलं कुणी लिहीत नाही, असाही ग्रह होऊ लागला होता. युद्धविषयक वाचनात, विशेषतः दुसऱ्या महायुद्धाबद्दलचं लिखाण, कोरियन युद्धावरच्या कथांचं वाचन वाढत होतं. अमेरिकेत व्हिएतनामबद्दल लिखाण येतं होतं आणि त्यातच लि ऑन युरीसच्या कादंबऱ्या वाचून काढल्या. दरम्यान बी. एस्सी. ला असताना वैमानिक व्हायची धडपड केली. पण दृष्टी दोषामुळे आपल्याला कुठल्याही प्रकारचा सैनिक होणं शक्य नाही, हे लक्षात आलं. त्यात पाठीचं दुखणं. यामुळेही वाचन हाच विरंगुळा बनला.

अशा परिस्थितीत १९७१ व १९७२ साली नवयुग दिवाळी अंकात कथा छापून आल्या. १९७१,७२ व ७४ साली मराठी विज्ञान परिषदेचं विज्ञान कथेचं बक्षीस मिळालं, ७४ साली पहिलं बक्षीस डॉ. नारळीकरांना व दुसरं मला मिळालं होतं. माझ्या काकांनी एकदा माझी कुंडली बघून 'तू जिथं जाशील तिथं दुसरा असशील', असं भविष्य वर्तवलं होतं, त्याची या बक्षिसाच्या वेळी आठवण झाली.

दरम्यान विद्यापीठातल्या नोकरीत कटकटी सुरू झाल्या. माझ्या गाइडना राजकीय डावपेच न जमल्यामुळे विद्यापीठ सोडावं लागलं. मी आकाशवाणीत कार्यक्रम अधिकारी म्हणून गेलो. मी लिहीत असे म्हणूनच ही नोकरी मला मिळाली. याच वेळी मी विज्ञान कथांकडेच अधिक वळलो. त्याआधी मी वेगवेगळ्या कथा लिहीत होतो. वटवट, बुवात विनोदी लिहीत होतो. मनोहर व इतरत्र गंभीर सामाजिक कथा लिहीत होतो. माझं नाव सांगितलं तर लोकांच्या चेहऱ्यावर ओळखीचे भाव येत होते.

१९६९-७० च्या सुमारास दिवाकर नेमाडे यांची ओळख झाली होती. त्यांच्या आग्रहावरून रहस्यकथांच्या मासिकात मी विज्ञानकथा लिहीत असे. विज्ञानकथा देतो म्हटलं तरी ती उच्चभ्रू मासिकांना तेव्हा चालत नसे. त्यामुळे रहस्यकथांची मासिकं हेच विज्ञानकथांचं आश्रयस्थान होतं. शिवाय या मासिकांकडून चांगला मोबदला मिळत होता. नेमाड्यांची पुस्तकं वाचायला मिळत होती. मधूनच एखादी छोटी साहसकथा लिहिली तरी चालत होती.

रेडिओत जाईपर्यंत मराठीतली रहस्यकथांची मासिकं उतरणीला लागली आणि डॉ. नारळीकरांना बक्षीस मिळाल्यानं उच्चभ्रू मासिकांतून विज्ञानकथा छापून यायला लागली, त्यामुळेही माझ्याकडेसुद्धा विज्ञानकथा लिहाल का, अशी विचारणा होऊ लागली होती.

या सर्व प्रकारात वाचन चालूच होतं. अजूनही आहे. मी विज्ञानकथा आणि विज्ञानलेखक होण्यामागचा हा प्रवास आहे. तो सांगितला अशासाठी की या प्रवासात अनेक चांगली माणसं भेटली, अनेक मित्र लाभले. शासकीय सन्मान मिळाले. ज्या व्यक्तींना आयुष्यात कधी दुरूनही बघता आले नसते, अशी मंडळी जवळून भेटली. काही काळ मी लिखाणावर जगलोसुद्धा !

याचबरोबर साहित्याने मला जीवनाचे अनेक पैलू दाखवले. मोठ्यांचे मातीचे पाय बघायला शिकवलं. छोट्यांची सिंहहृदय दाखवली. अपयशाच्या काळात साथ दिली. नैराश्याच्या गर्तेतून बाहेर काढलं. आकाशवाणीत राजपत्रित अधिकारपद होतं, ते सोडायचं धाडस दिलं. वैमानिक होणं शक्य नाही, हे लक्षात आल्यावर आयुष्यातलं एकमेव स्वप्न भंग पावलं म्हणून निराश न होता, दुसरीकडे प्रयत्न करायची शक्ती दिली. खिशात एक पैही नसताना हसायला शिकवलं आणि आज सृष्टिज्ञान सारख्या मासिकाचा कार्यकारी संपादकही बनवलं.

आज केवळ तुम्ही जे वाचलंय त्यावर काही लिहिलंत तरी पुरे अशी पत्रं येतात. शक्यतो आमच्यासाठी काहीतरी लिहाच, अशी पत्रं मार्च-एप्रिलमध्ये हातात पडतात. तेव्हा आता रस्त्यात भेटल्यावर साहित्य मागणारे आणि ते छापल्यावर 'आम्ही अनाहूत साहित्यास मानधन देत नाही' असं सांगणारे संपादक आज अगत्यानं चहा पाजून मजकूर मागतात. ज्यांच्याकडे सतत १८ वर्षे लेखन केलं ते संपादक आज काहीतरी निमित्त काढून मला टाळतात आणि माझ्यावरच दोषारोप करतात. हेही पचवायची ताकद साहित्यानंच दिली.

मला साहित्यानं दिलेल्या सर्वच गोष्टींची यादी देणं अवघड आहे पण मी जे वाचलं त्याचा परिणाम म्हणून माझ्या हातून आज पन्नासहून अधिक पुस्तकांची

निर्मिती झाली. यांतल्या बऱ्याच पुस्तकांच्या दुसऱ्या आवृत्त्या निघाल्या. म्हणजे मी काही वाचकांपर्यंत पोहचलो. यांतला एखादा तरी उद्या मोठा शास्त्रज्ञ होईल, अशी आशा मला लाभली.

मी लिहितो ते साहित्य या सदरात मोडतं की नाही, ते मलाच ठाऊक नाही. मी जे वाचतो त्याला साहित्य म्हणत असावेत, एवढचं माझं साहित्याबद्दलचं ज्ञान. पण मी लिहिलेले काही लेख घेऊन जनरल अरुण वैद्यांना भेटलो. ते लेख त्यांनी वाचले. त्यांना आवडले. त्यांनी पाठ थोपटली. हे माझ्या लेखनानंच मला दिलं!

साहित्याचा कल्पवृक्ष मी मागेन ते मला देईल. भगवान के घर देर है लेकिन अंधेर नही, याची प्रचिती येईल; पण लहानपणी स्वप्नातसुद्धा आलं नसेल अशा गोष्टींशी, व्यक्तींशी याच साहित्यामुळं मला जवळीक साधता आली. त्या उपकारांचे ऋण फेडायचा हा अत्यल्प प्रयत्न.

(साहित्यसूची -ऑगस्ट १९९०)

♦♦♦

११. माझा छंद / माझा व्यवसाय

कुठंही नोकरी करणाऱ्या माणसानं आपला पोट भरायचा उद्योग आणि आपला छंद यांच्याबद्दल एकत्र लिहू नये– निदान निवृत्त होईपर्यंत तरी लिहू नये, असं मला वाटतं. तरीही लिहायची आलेली संधी सोडू नये; असंही मला वाटतं. म्हणूनच मी हा लेख लिहितोय.

मी लिहायला सुरुवात केली तेव्हा पुणे विद्यापीठात भूशास्त्र विभागात मास्तर होतो. तसं त्याआधी विद्यार्थी असतानाही लिहिलं; पण ते तुरळक. प्रथम मनोहर आणि मग राजस मधे माझं लिखाण सुरू झालं. मी लिहिलं काय किंवा न लिहिलं काय. माझ्या सहकाऱ्यांना त्याचं काही विशेष नव्हतं, आणि हे लिखाण नक्कीच आपल्या मास्तरचं नव्हे, अशी विद्यार्थ्यांची खात्री होती कारण त्यांच्या पैकी कुणीही 'सर! तुमची गोष्ट वाचली!' असं म्हटल्याचं आठवत नाही. या काळात एक धडा शिकलो. अगदी पहिल्याचं गोष्टीत शिकलो. आपणहून कुणालाही 'माझं लिखाण वाच' म्हणायच नाही नि स्वत:चं मासिक कुणालाही वाचायला द्यायचं नाही. ते परत मिळायची खात्री नसते.

कसंही असलं तरी माझ्या पोट भरण्याच्या उद्योगाचा माझ्या लिखाणावर आणि लिखाणाचा पोट भरण्याच्या उद्योगावर कधीच परिणाम होत नव्हता, होत नाही आणि होईलच असंही नाही. याचं कारण म्हणजे आपल्या ऑफिसच्या कामाचा नि वैयक्तिक आयुष्याचा मी सहसा कधीही संबंध येऊ देत नाही. हे पथ्य मी सर्व नोकऱ्यांत पाळलंय. ऑफिसातल्या सहकाऱ्यांशी, वरिष्ठांशी व ऑफिससंबंधित इतर माणसांशी ऑफिसच्या बाहेरच्या गोष्टींबद्दल आणि बाहेरच्यांशी ऑफिससंबंधी शक्यतो बोलायचं नाही, हेही मी पाळतो.

मी स्वत: लग्नसमारंभ, मुंजी, सत्यनारायण आदी गोष्टींनाही कधी जात नाही. त्यामुळंही बरीच गुंतागुंत टळते. दहा ते पाच ऑफिसमध्ये एन. एस. घाटे व पाचनंतर दहापर्यंत निरंजन घाटे असे माझे चक्क दोन भाग असतात. त्याचबरोबर आपल्या नोकरीशी व त्याबरोबर आलेल्या जबाबदाऱ्यांशी माझ्या मते मी प्रामाणिक असतो. ऑफिसच्या कामासाठी पाचनंतर खरोखरच थांबायचं असेल तर मी नक्कीच थांबतो पण इतर वेळेस आपलं काम संपल्यावर केवळ आपण खूप वेळ थांबतो असं प्रदर्शन करण्यासाठी मी कधी ऑफिसात थांबत नव्हतो; आणि नाही.

माझ्या विद्यार्थिदशेत तसंच माझ्या दोन्हीही नोकऱ्यांमुळं लिखाणाच्या दृष्टीनं माझे फायदेच झाले आहेत. पहिली फायद्याची गोष्ट म्हणजे विद्यापीठात तसंच सध्याच्या आकाशवाणीच्या नोकरीत मला भरपूर प्रवास करायला मिळाला. विशेषत: भूशास्त्र विभागातल्या नोकरीनं मला भारताच्या कानाकोपऱ्यांतून, भारतीय खेड्यांतून, रानावनांतून खूप भटकवलं. राजस्थान, मध्य प्रदेश, दक्षिण भारत, गुजरात, गोवा आदी भारतातले भाग त्यांच्या अनोख्या सौंदर्यासह, ग्रामीण रांगडेपणासह मला भूशास्त्र विभागातल्या शैक्षणिक सहलींमुळंच बघता आले. त्याचप्रमाणं कोकणातले डोंगर तुडवले ते ही त्याच कारणाकरता. या सहलीत प्लॅटफॉर्म, धर्मशाळांतून राहाण्यापासून अगदी कमीत कमी सुखसोयीच्या गावी जगण्यापर्यंत अनुभव आले. जे मिळेल ते खाणं, एकटं राहणं, या सर्व गोष्टींचा अनुभव पदरी पडला. शिवाय प्रवासात भरपूर वाचन होतं ते वेगळंच.

दुसरा माझ्या नोकरीचा फायदा माझ्या विशिष्ट लिखाणामुळं मला मिळाला. जरी आधी मी बऱ्याच कथा लिहिल्या तरी शेवटी कथांपेक्षा विज्ञानकथा व विज्ञानसंबंधीचे लेख यांतच माझं मन रमलं. याला सृष्टिज्ञान, मनोहर व विज्ञानयुग ही तीन नियतकालिकं कारणीभूत आहेत. कुठल्याही प्रकारचं विज्ञानलिखाण करायचं तर ते अचूक असावं लागतं. यासाठी संदर्भग्रंथ चाळावे लागतात. मी बरेच संदर्भग्रंथ स्वत:च विकत घेतो हे जरी खरं,तरी विद्यापीठ व आकाशवाणीच्या वाचनालयांचा मला भरपूर उपयोग झाला आहे. हे ऋण मला मान्य करायलाच हवं.

तिसरा फायदा झाला तो म्हणजे अनेक मोठमोठ्या व्यक्तींची प्रत्यक्ष ओळख होणं, त्याचं मार्गदर्शन मिळणं हा. एखाद्या मोठ्या माणसानं विद्यापीठात किंवा आकाशवाणीत भेट झाल्यावर, 'अहो ते विज्ञानावरचं लिखाण करणारे घाटे तुमचे कोण?' हे विचारणं व त्या अपराधाची कबुली दिल्यावर, 'अरे वा! चांगलं काम करताय!' असं म्हणणं, यामुळं विज्ञानलेखकाला, विशेषत: मराठीतल्या

विज्ञानलेखकाला किती आनंद होतो, हे प्रत्यक्षच अनुभवायला हवं.

विशेष सांगायचं म्हणजे सध्याच्या नोकरीत माझ्या लिखाणाचं आवर्जून कौतुक करणारे खूप सहकारी भेटले व वरिष्ठही भेटले.

माझं आणखीही एक पथ्य आहे ते म्हणजे आपण ज्या आकाशवाणी केंद्रावर आहोत त्या भागातल्या वृत्तपत्रांतून किंवा इतर नियतकालिकांतून लिहायचं मी टाळतो. याला पुढं मागं मुंबई पुण्याचा मात्र अपवाद करावा लागेल. कारण मराठीत विज्ञानावर नियमित लिखाण छापणारी, विज्ञानाला वाहिलेली मासिकं सृष्टिज्ञान व विज्ञानयुग ही पुण्यातून निघतात आणि मी लेखक व्हायला कारणीभूत झालेली आणि गेली बारा वर्षं ज्यातून सतत लिहितोय, ती नियतकालिकंही पुण्या मुंबईचीच. आणखी एक गोष्ट अर्थात, त्याचा नोकरीशी काही संबंध नाही पण मी खुल्या व्यासपीठावरही कधी जात नाही.

माझ्या सध्याच्या नोकरीत माझा सतत जनतेशी संबंध येतो हा जसा एक फायदा आहे, तसंच लेखनाच्या दृष्टीनं आणखी एक फायदा म्हणजे त्या भागातली जवळजवळ सर्वच वृत्तपत्रेही मला वाचायला मिळतात आणि मी आधी वाचक व नंतर लेखक असल्यामुळं हाच मला सर्वात मोठा फायदा वाटतो. मी नोकरी करून लिहू शकतो याचं आणखी एक महत्त्वाचं कारण आहे तो म्हणजे माझा स्वभाव. मी कितीही क्षुब्ध किंवा आनंदी असलो, तरी मला पाहिजे तेव्हा त्या प्रसंगानंतर साधारण पंधरा मिनिटांनी मी पुन्हा ताळ्यावर आलेला असतो. तो प्रसंग घडलाच नाही, असा मनाचा समतोल मी साधू शकतो. त्यामुळं घरातल्या घटनांचा कार्यालयीन गोष्टींवर व कार्यालयीन गोष्टींचा माझ्या लिखाणावर कधीच फारसा प्रभाव पडतो, असं मला वाटत नाही. या कप्पेबाज जीवनामुळं घरी लिहिणं सोपं जात असावं आणि महत्त्वाची गोष्ट म्हणजे फारसं विज्ञानविषयक लिखाण कुणी छापत नसल्यामुळं मला अगदी आरामात दिवसाला एखादं पान लिहिलं तरी पुरतं. त्यामुळं खूप घाई, रजा काढून लिहिणं आदी गोष्टी कराव्या लागत नाहीत, हे महत्त्वाचं. वाचन व लेखन एवढीच दोन व्यसनं मला आहेत, हे फायद्याचं. शिवाय प्रवासात विश्रांती व वाचन होतच राहतं. यामुळं काम आणि लेखन यांच्यामध्ये निदान माझ्या बाबतीत तरी दोन्ही गोष्टी एकमेकांच्या आड न येता सुरळीत चालू असतात.

(साहित्यसूची - दिवाळी १९८२)

◆◆◆

१२. 'ज्ञ' : मी आणि माझी कलाकृती

'ज्ञ' च्या संपादकांचं पत्र समोर आहे.

'मी, आणि माझी कलाकृती' : गाजलेली/आवडलेली, प्रकाशित/अप्रकाशित या विषयावर लिहायचंय.

या आमंत्रणाचा स्वीकार करावा की नाही, याबद्दल खूप विचार करावा लागला. शेवटी कितीही स्पष्टीकरण दिलं, तरी हा लेकाचा आखडू आगाऊ किंवा स्वत:ला शहाणा समजणारा दिसतो, असा एक गैरसमज होणार होता. त्यापेक्षा होकार कळवावा आणि मग या आमंत्रणाचा स्वीकार करायला विचार का करावा लागला हे स्पष्ट करावं, असं ठरवलं. कदाचित मग नेहमीच्या वाह्यातपणाला अनुसरून हा लेख हीच माझी आवडती कलाकृती आहे, असं म्हणून मोकळं व्हावं, असा एक विचार मनात आला.

मला आयुष्यात कधी फार काळ गंभीर राहणं जमलं नाही. यामुळे माझा तोटा झाला, असं बऱ्याच जणांचं म्हणणं आहे; पण स्वभाव कुत्र्याच्या शेपटासारखा असतो. तो सुधारणं अवघड असतं, असं माझं मत झालंय. विशेषत: विज्ञानविषयक लिहिल्यामुळं मी गंभीरच असायला हवं, असा बऱ्याच जणांचा आग्रह दिसतो. मला काही ते जमत नाही. यामुळे माझ्या स्वत:च्या लिखाणाकडेही मी फारसा गंभीरपणे बघत नाही. आपण जे काही वेडंवाकडं लिहितो, ते लोक वाचतात. मला बऱ्याच ठिकाणी बोलायला, लिहायला आमंत्रणं येतात, हाही मला विनोदच वाटतो. माझ्या बालमित्रांना विचारा- त्यांना माझं लेखन, माझं आयुष्य यांचं आश्चर्यच वाटतं. आता 'ज्ञ' च्या संपादकांच्या पत्रानंतरचे विचार बघू या. माझी आवडती कलाकृती,

तीसुद्धा मी निर्माण केलेली, यावर मी लिहायचं हे पत्र मला मिळालं, तेव्हा मला आश्चर्यही वाटलं.

हे पत्र पाठवण्यापूर्वी 'ज्ञ' च्या संपादकांनी काय विचारानं मला पत्र पाठवलं असेल, याचाच मी विचार करायला लागलो. बऱ्याच तथाकथित नामवंतांनी यांना नाही म्हटलंय का? कारण त्याशिवाय ऑगस्टमध्ये पत्र येणार नाही. कदाचित त्यांना असंही वाटलं असेल की स्वत:बद्दल लिहा म्हटल्यावर हा लेकाचा नक्कीच लिहील नि फार मोबदलाही मागणार नाही. शक्य आहे. स्वत:बद्दल बोलायला लिहायला कुणाला आवडत नाही? गेल्या काही वर्षात मीच माझ्यावर ४-५ लेख हाणलेत. नवं काही लिहावं, वाचक वेगळे असतील अशीही आपण स्वत:ची समजूत करून घ्यायची असते. शिवाय व्यावहारिक पातळीवर विचार करायचा तर संपादकालाही खूश करता येते. हा माझा विचार असतो.

मी एक गप्पिष्ट माणूस आहे. कुणाशीही हॅ हॅ करत गप्पा मारणे हा माझा आवडता छंद. कुणाचा जीव धोक्यात घालणं योग्य नाही, पण देव अमर असतात म्हणून देवाची शपथ घेऊन सांगतो, मी एक भयंकर आळशी माणूस आहे. जन्मानं आणि घराण्यानं पुणेकर नाही; पण सदाशिव पेठच्या हौदापासून १०० फुटांवर वास्तव्य असल्यानं आपण काहीही न करता, दुसऱ्यापेक्षा आपण हे नक्कीच चांगलं करू शकलो असतो, असा धाडसी विश्वास माझ्यात नक्कीच आहे. अर्थात 'आळशा दुप्पट काम' या म्हणीचा प्रत्ययही मला वारंवार येतो. वरती ज्या देवाची शपथ घेतली, त्याला माझी गम्मत करायची नेहमीच लहर येत असावी. कारण जरा मी आडवारलो की, कुणी ना कुणी दारावरची बेल वाजवतं.

गप्पा मारायला मला कुणीही चालतं. दोन-चार वर्षांचं मूल, ७० वर्षांचे ज्येष्ठ नागरिक, अक्षरश: कुणीही. या गप्पांनी मला लिहायला भाग पाडलंय. आता या असल्या लेखनाला कलाकृती म्हणायचं म्हणजे स्वत:ला कलाकार म्हणवून घेणं आलं. कलाकार म्हणावं असं माझ्यात काही आहे का? याचा या निमित्तानं शोध घ्यायचा हा एक प्रयत्न आहे, असं म्हटलं तर या लेखाला गांभीर्याची आणि विद्वत्तेची एक झकास झालर येईल. पण हे म्हणजे शर्टची बटणं तुटली आहेत हे झाकण्यासाठी स्वेटर घालायचा प्रकार झाला. विद्वत्ता हे आापलं काम नाही. ते काम माझी अर्धांगी सांभाळते. तिला अर्धांगी म्हटल्याचा राग येत नाही. तिला विचारूनच हे लिहिलंय. ती मुक्त स्वतंत्र वगैरे स्त्री नसावी; डॉक्टरेट मात्र आहे. ती स्वत: खरंच चांगली कलाकार आहे. हे मीच म्हणतो

असं नाही. तिला त्या क्षेत्रातही बक्षिसं मिळाली आहेत; पण ती कला सोडून विद्वत्तेकडे वळली आणि मी मारूनमुटकून कलाकार झालो. आता एकदा मी कलाकार ठरलो आणि मी लिहितो त्या कलाकृती ठरल्या की मग माझी पंचाईत होते. याचं कारण म्हणजे १९६५-६६ मधलं थोडं लेखन सोडलं तर डिसेंबर १९७० पासून मी गेली वीस वर्षे सतत लिहितोय. माझी बायको सुरुवातीला, म्हणजे आमचं लग्न झाल्यानंतर, काही वर्षे त्याची जंत्री ठेवायची. माझ्या मते माझं लग्न फार उशिरा झालं. वयाच्या १६ व्या वर्षी व्हावं ही माझी इच्छा. त्या माझ्यासारख्याच गंमतशीर अशा माझ्या देवानं मला लग्नासाठी चौदा एक वर्ष लटकावलं. तोपर्यंत मी लिहायला लागून ४ वर्षे झाली होती आणि माझ्या कथांवर खूश होऊन तिनं माझ्याशी लग्न केलं, हे विशेष. म्हणजे लग्नापूर्वीच्या माझ्या काही कथांना मी कलाकृती म्हणू शकतो. याला आणखी एक कारण म्हणजे मी पुढे नागपूरला गेलो. तिथं एकदा कुणीतरी माझी वसंत वाहोकार यांच्याशी ओळख करून दिली. आता वाहोकार हे विदर्भातले साहित्यिक. बहुधा श्रीपाद भालचंद्र जोशींच्या घरी भेटले. निरंजन घाटे तो मीच म्हटल्यावर सरबत्ती केली. त्या सगळ्या कथा त्यांनी वाचल्या होत्याच; पण 'तुमच्या स्टाइल'ची मी नक्कल करतो, असंही ते म्हणाले. माझ्या कथा कुणी वाचत असेल असं तोपर्यंत मला वाटलं नव्हतं. गेल्या वर्षी माझ्या पत्नीनंही, तिनं माझ्या कथा वाचून माझ्याशी लग्न केल्याचं योगायोगानंच मला कळलं. रेल्वेच्या प्रवासात ती सहज म्हणाली, "या विज्ञानकथा वगैरे ठीक आहे. पण तू पूर्वीसारख्या कथा का लिहीत नाहीस!" त्यांच्या कॉलेजच्या विद्यार्थ्यांत मी, म्हणजे माझ्या कथांचा कथाकार, तिच्या बरोबरच्या विद्यार्थ्यांना खूप आवडत होता, असंही तिनं सांगितलं, तेव्हा कळलं. हे केव्हा तर मी त्या कथा कुणी वाचत असेल की नाही या शंकेनं लिहिणं बंद केल्याला १०-१२ वर्षे झाल्यानंतर. अर्थात तसं कथालेखन मी ठरवून वगैरे बंद केलेलं नव्हतं. आपल्या आयुष्यात कुठलीही गोष्ट ठरवून झालेली नाही. किंबहुना जे ठरवलं ते कधीच झालं नाही. कदाचित त्यामुळेच लेखक झालोय. "अरे, तू सायन्सचा, सायन्सवर काहीतरी लिही." आणीबाणीच्या काळात सेन्सॉर विज्ञान लेख न वाचताच पास करत, तेव्हा संपादकांनी माझ्यावर विज्ञानलेखकपद लादलं. तोपर्यंत मी विज्ञानासह विनोदी आणि गंभीर सामाजिक वगैरेही लेखन करत होतो. त्या काळातल्या माझ्या कथा मला पुनर्जन्म मिळाला तर मी पुन्हा लिहीन वगैरे. हे एक आपलं म्हणायला बरं असतं. आपल्याला पुनर्जन्म वगैरे काही मिळणं शक्य नाही, हे आपल्याला ठाऊक असतंच. शिवाय

अगदी गृहीत धरून चालू, की पुनर्जन्म मिळालाच तर तो साधारण ५०-६० वर्षांनंतरच्या काळातला असतो. म्हणजे कसं, की मी २५ व्या वर्षी काही कथा वगैरे लिहिल्या. त्या आजच्या काळात कोणी छापील की नाही, हा प्रश्न असतोच. आता आज लिहिलेली कथा छापायला मराठी मासिकं असतील का? मी पुनर्जन्मात मराठी भाषिक असेन का? की एखाद्या न्यू गिनीतल्या आदिवासी टोळीत जन्माला येईन? हे असे अनेक प्रश्न लक्षात न घेता मला पुनर्जन्म मिळाला तर लेखक व्हायला, क्रिकेटर व्हायला, गायक व्हायला आवडेल, असं म्हणणाऱ्यांचीही एक कमाल असते.

अशा परिस्थितीत मी अधिकाधिक विज्ञानलेखनाकडे झुकत असताना माझ्या स्टाइलची कुणी नक्कल करतो, हे ऐकून मला त्या वेळी नक्कीच बरं वाटलं होतं. मग मी माझी स्टाइल म्हणजे काय याचा विचार करू लागलो. अजून तरी माझी स्टाइल माझ्या लक्षात आलेली नाही आणि आजकाल जी माझ्या पुस्तकांची परीक्षणं येतात ती पाहता मला स्टाइलच नाही असं या तथाकथित जाणकारांचं मत झालेलं दिसतंय. तेव्हा स्टाइल नसणं हीच माझी स्टाइल म्हणजे शैली असावी, असं वाटतं. याबद्दल मला एकदा एक गृहस्थ म्हणाले, लिहिण्याच्या स्टाइलवरून लेखक नक्कीच ओळखता येतो. मी म्हटलं, "म्हणजे ती चाकोरी झाली का?" तेव्हा ते म्हणाले, "छे! ते तुम्हाला नाही कळणार!" तर असा मी बिनशैलीचा माणूस. मला कलाकार म्हणता येईल का? आणि मी लिहिलंय त्याला कलाकृती म्हणायचं का? या प्रश्नांचा गुंता वाढतो. हा असा गुंता वाढला की, त्यातून विनोदनिर्मितीला खूप वाव मिळतो, असं मला वाटतं; अर्थात मित्रमंडळीत जे विनोद असतात ते सगळे लिहिण्यासारखे नसतात.

तर, मी लिहिलेल्या दोन अडीचशे कथा, ५०-५५ पुस्तकं, ह. मो. मराठे म्हणतात तसं, 'आपण भेटतोय तेवढ्यात तुझी किती पुस्तकं वाढली?' या पद्धतीनं ५१-५६ पुस्तकं, दोन हजारांच्या आसपास लेख. यांतल्या कलाकृती किती, त्या मला केव्हा, कशा, कधी, कोणत्या परिस्थितीत, पूर्वेकडून पश्चिमेकडे जाताना, उत्तरेस ११० फुटांवर स्कूटरचे चाक, अशा तऱ्हेने पंचनामा करून सांगणं तसं अवघडच. पण तरी आता लिहितो म्हटल्यावर लिहिणं भाग आहे नि लिहीणं हा माझा आवडता म्हणजे वाचना खालोखालचा आवडता उद्योग. बरेच लेख कसे तयार होतात हे सांगणं तसं सोपं आहे. कुणातरी संपादकाला एखाद्या चलनी विषयावर लेख हवा असतो. त्याबद्दल आपण वेगवेगळ्या ठिकाणी काही ना काही वाचलेलं असतं. त्या विषयावर वृत्तपत्रांतून आलेली कात्रणं जमवलेली

असतात. ती सगळी एकदा एकत्रित वाचायची, नि मग लेख लिहायचा. याला अर्थातच कलाकृती वगैरे म्हणणं योग्य नाही, निदान मला तरी वाटत नाही. म्हणजे मग मला जरा धीर येतो. आता आपलं क्षेत्र बरंच मर्यादित होतं, कारण आता उरतात त्या फक्त कथा-कादंबऱ्या. यासुद्धा माझ्या पहिल्या काही कादंबऱ्या या मी वाचलेल्या इंग्रजी विज्ञानकथांचे विस्तारित स्वरूप किंवा लघुरूप आहे, अनुवाद मात्र नव्हेत; कारण मूळ कथा कधीतरी वाचलेली नि नंतर काही वर्षांनी आठवेल तशी लिहून काढलेली. अनुवाद ही फार अवघड गोष्ट आहे. क्वचितच चांगली जमते. पण 'निसर्गपुत्र' हा मी लायल वॉटसन यांच्या 'द लायटनिंग बर्ड' या पुस्तकाचा केलेला अनुवाद मात्र मला स्वत:ला एक कलाकृती वाटते. याबद्दल नंतर जरा विस्ताराने लिहितो. तर माझ्या लेखनात ही एक कलाकृती. माझ्या 'मुलगा', 'देवापेक्षा सुखी', 'एक दिशाहीन संध्याकाळ', 'एक अभोगी संध्याछाया', 'शेपूट गिळलेला अजगर' वगैरे कथा आणि विज्ञानकथेत 'वारस' ही कादंबरी, यंत्र माणुसकी, अखेरचा मनू, अप्पा कुलकर्णींच्या कथा आणि भविष्यवेध या कथासंग्रहातल्या अनेक कथा या कलाकृती म्हणाव्या लागतील; कारण त्या कशाही असल्या तरी माझ्या आहेत. स्वत:च्या आहेत. काही अनुवादित विज्ञानकथांनीही मला रडवलंय, झपाटलंय. यातून एकच कलाकृती म्हणून निवडायची तर इतरांवर अन्याय होईल. आपल्या पोरांवरच आपण अन्याय केल्यासारखं होईल. बरं, मानवी पोरं वेडीवाकडी वागतात. त्यामुळे काही वेळा त्यांच्यात डावं -उजवं करणं शक्य असतं. ही पोरं कधीच त्रास देत नाहीत, यांच्यात डावं उजवं कसं करायचं?

मी असा काही पेचात पडलो की, नारायण धारपांकडे गप्पा मारायला जातो. थोर माणूस, माझा आवडता लेखक. परवा त्यांच्याकडे गेलो. एकमेकांच्या दिवाळीची चौकशी झाली. सहज म्हटलं,"काल एक पत्र आलंय, दिवाळीला लिहा म्हणून."

"घाटे, तुमच्या या अशा आमंत्रण स्वीकारण्यामुळे तुमचं नुकसान होतं. ३१ मे नंतर आलेलं कुठलंही आमंत्रण स्वीकारणार नाही, असं ठरवून टाका." हा सल्ला तत्काळ अमलात आणायचा मोह होतोय, कारण आपणच लिहिलेल्या एका कथेला आवडती, गाजलेली वगैरे कसं म्हणायचं? कारण तसं माझं जे लिखाण गाजलं असं म्हणायचं, तर कुठल्याच कथेकडं बोट दाखवता येणार नाही. पूर्वी मुहंमद अलीवर लिहिलेला एक लेख, नंतर मेंदूवरचा एक लेख बऱ्याच जणांनी वाखाणला. बऱ्याच दवाखान्यांमधून तो रुग्णांना वाचायला

दिला गेला, ही ऐकीव माहिती. मग गाजलेली कलाकृती या नावे जमा शून्य. माझ्या कथांवरच्या एकांकिकांचे एकाहून अधिक प्रयोग झाल्याचे ऐकिवात नाही. कुणीही टीव्हीवाला, नाटकवाला माझ्याकडे काहीही मागायला आलेला नाही. तेव्हा गाजणे हा शब्द माझ्या लेखनाला पूर्ण अपरिचित आहे, हेही सांगायला हवे. या पार्श्वभूमीवर मला आवडलेली कलाकृती कशी निर्माण झाली? हे कसं सांगायचं.

यासाठी मी माझ्या वेगवेगळ्या क्षेत्रांतल्या चार कलाकृती निवडतो. 'वारस' ही विज्ञान कादंबरी, 'कळसूत्री' ही चेतनची कथा, 'मेंदू सुपरकॉम्प्युटरचा बाप' हा लेख, एक अभोगी संध्याछाया ही कथा, आणि याशिवाय अप्पा कुलकर्णी हे पात्र आणि माझ्या कथांतले यंत्रमानव. हे एवढं निर्माण करायचं कारण मी केवळ एकाच प्रकारचं लेखन करत नाही. वेगवेगळ्या प्रकारचं लेखन करतो. बहुप्रसवा लेखक हे वर्णन माझ्या बाबतीत पूर्णपणे लागू आहे; पण इथे एक स्पष्ट करणे आवश्यक आहे, की संपादक किंवा प्रकाशकानं सांगितल्याशिवाय मी बॉलपेनचं टोपण काढत नाही, आणि मराठी साहित्यक्षेत्रात संपादकांना दरमहा किंवा नियतकालिकाच्या कालानुसार दर आठवड्याला किंवा वर्षाला ठरावीक मुदतीत, एक किमान दर्जा राखणारं साहित्य म्हणा, लेखन म्हणा, हवं असतं. त्यातून कलाकृती जन्मली तर त्यांची ना नसते; पण कलाकृतीच हवी असा त्यांचा कधीही आग्रह नसतो.

'वारस'ची कथा ही तर अशीच एक चित्तरकथा आहे. या कथेची सुरुवात नूतन मराठी विद्यालयात दोन मजले जोडणाऱ्या एका अधांतरी पॅसेजमध्ये होते."निऱ्या, चल जरा बिडी मारतो", पक्या म्हणाला. हा पक्या किंवा बन्या म्हणजे प्रकाश खाडीलकर. २७,२८ जून १९८४ हे ते दिवस असणार. किंवा दुसरा शनिवार व रविवार. कसलातरी परिसंवाद होता. मला वाटतं, वेदातलं विज्ञान किंवा असाच काही विषय असावा. डॉ. फोंडक्यांचा फोन आला होता. मी म. टा. साठी या परिसंवादाचा गोषवारा लिहावा, असं त्यांनी सांगितलं होतं, म्हणून मी हजर होतो. सहसा मी सार्वजनिक समारंभांत नसतो. स्टेजवर तर नक्कीच नसतो. त्याच काळात म. टा. चा संप सुरू झाल्यानं तो माझा लेख कालबाह्य झाल्यानं परत आला. तर बन्या उर्फ पक्या खाडीलकरला सिग्रेटची तल्लफ आली होती, म्हणून आम्ही बाहेर पडलो. आत कुणीतरी गृहस्थ रेकॉर्ड अडकावी तसे फ्रिटजॉफ काप्राच्या 'ताओ ऑफ फिजिक्स'मधल्या कल्पना पुन्हा पुन्हा आळीपाळीनं बराच वेळ वेगवेगळ्या क्रमानं उगाळत होते. आम्ही उठलो

ते पाहून डॉ. फोंडक्यांना त्या क्षणी आमचा नक्कीच हेवा वाटला असणार.

"निऱ्या, मी कागद घेतलाय, प्रेसवर टाकलाय; पण आमचा लेखक अडलाय. २०० पानी कादंबरीचं ठरलं होतं. १०० पानं छापून होतील एवढा कागद प्रेसवर आहे. पुढच्या सोमवारी नंबर लागेल, तोपर्यंत ५० पानं दे. पुढची पन्नास पुढच्या आठवड्यात. १०० पानी कादंबरी. एकदम झकास छापू."

मी विचारत वगैरे पडायचं कारणं नव्हतं. चार महिने पगार झालेला नव्हता. दोन महिन्याची मुलगी भरपूर आजारी होती. बायकोची स्कॉलरशिप बंद होती. त्याचबरोबर डोकंही चालत नव्हतं, हेही सांगायला हवं. रात्ररात्र आम्ही दोघंही जागत होतो. नोकरी नवी, पण एकदम वेगळ्या प्रकारची. घरी आलो. नोकरीत त्रासही होता आणि ४-४ महिने पगारही नव्हता. पण स्वत:हून घेतलेला निर्णय असल्यानं काही बोलताही येत नव्हतं. कागद घेतले नि लिहायला सुरुवात केली. 'वारस' लिहून झाली. खरं तर त्याच दिवाळीसाठी एक गोष्टही लिहिली होती, त्याचीच ही कादंबरी केली होती. जानेवारीत कादंबरी येईल ही माफक अपेक्षा. प्रकाश रोज येऊन किती पानं झाली ते बघत होता. "निऱ्या, तू ग्रेट आहेस", वगैरे म्हणत होता. आठव्या दिवशी तो सगळी कादंबरी घेऊन गेला आणि परतला. कादंबरी थोडी वाढवून दे, हे सांगतानाच त्यानं हातात पंधराशे रुपये ठेवले. 'हे घे, मग बघू', एवढंच बोलला. आम्ही जाऊन औषधं आणली. त्या दिवशी बँकेत खरोखरच पाच रूपये होते आणि पुढे काय हा... मी थेऊरला जाऊन आलो. ती त्याची खास पद्धत. ही कादंबरी सांगलीच्या संगीता व्होरानं वाचली. तिचं मला पत्र आलं. "काका, तुमची वारस वाचली. फार आवडली. उद्या तुम्हाला माझा मेंदू संधोधनासाठी हवा असेल, तर मी काढून द्यायला तयार आहे". त्यानंतर सहा महिन्यांनी एका अपघातात ही मुलगी वारली.

या कादंबरीची आणखी एक आठवण म्हणजे तिचं मुखपृष्ठ किंवा त्याबद्दल झालेला वाद. 'वारस'च्या मुखपृष्ठाबद्दल मी, प्रकाश आणि चित्रकार यांच्यात बरीच साधकबाधक चर्चा झाली. त्यानंतर महात्मा फुले वस्तुसंग्रहालयातल्या प्रदर्शनातला मेंदू आणि तिथल्याच एका पुस्तकातला मेंदू, यावरून हे मुखपृष्ठ झालं. मुखपृष्ठसंदर्भाबद्दल फुले वस्तुसंग्रहालयाचे आभार मानावे, असं मी सुचवलं. यावर चित्रकार भडकला. कला वगैरे अनेक गोष्टी बोलला. वास्तविक माझ्याकडच्या इंग्रजी मासिकातल्या चित्रांवर बऱ्याच जणांचे डोळे होते, हे अनुभवात मला माहीत होतं. "रस्त्यातल्या म्हशीचं चित्र घेतलं तर म्हैसवाल्याचे

आभार मानायचे का?'' असं हे मुखपृष्ठकार म्हणाले. ''तुला रस्त्यावर मेंदू मिळाला तर कुणाचेही आभार मानू नकोस. पण मेंदू ही रस्त्यावर पडलेली चीज नाही,'' असं मी उत्तर दिलं. यातून एक अतिशय चांगली गोष्ट घडली; ती म्हणजे या माणसाचे माझे संबंध संपले. माझ्या एकाही पुस्तकाचे मुखपृष्ठ पुढे त्याच्याकडून मी करून घेतले नाही. लेखक आणि चित्रकार यांनी चर्चा केल्यावर चित्रकाराने कातरकाम न करता चित्र काढले तर उत्कृष्ट मुखपृष्ठ होऊ शकते, हा पुढे कळसूत्री, विषकन्या आदी पुस्तकांच्या बाबतीत अनुभव आला. दीपक संकपाळने पुढे माझ्याच नव्हे तर इतरही अनेक माझा संबंध असलेल्या पुस्तकांची चांगली मुखपृष्ठे बनवली. हे झालं 'वारस' पुराण. ही कादंबरी किंवा दीर्घकथा तशी अपुरी आहे. ती एकूण पाच दीर्घ कथांत पूर्ण करायची आहे. बघू या केव्हा जमते ते. याच्या बरेच आधी 'एक अभोगी संध्याछाया' लिहिली. मला वाटतं १९७८ मधली कथा आहे ती. तिचा जन्मही माझ्या मुलाच्या जन्माशी संबंधित आहे. मे महिना. मी नागपूरला होतो. माझा पहिलाच नागपुरी उन्हाळा, ११२/ ११३ फॅ. तापमान. पुढे ते जून मध्ये ११६ ला गेलं, असं आठवतं. आकाशवाणीत मद्रासी असिस्टंट स्टेशन डायरेक्टर होता. याचं एकाच शब्दात वर्णन करायचं तर 'मात्रा गमनी' हा शब्दसुद्धा अपुरा पडावा. त्याचं टोपण नावही 'मादरचोद' असंच होतं. तिथले स्थानिक अधिकारी बहुतेक रजेवर होते. त्यांचे सर्वांचे विभाग माझ्याकडंच सांभाळायला होते. डॉक्टरनी अपत्यप्राप्तीची तारीख २२-२३ मे अशी दिली होती. २४ मे उजाडली तरी काही बातमी नाही. शेवटी पुण्याला पत्र लिहिलं, ''तू बाळंत व्हायला विसरलीस का?''

विदर्भात राहून नवेनवे अनुभव घेत होतो. पुरणपोळीत साखरेचं पुरण, भाकरी चांगल्या घरची माणसं खात नाहीत वगैरे. भाकरी हा तर आपला वीक पॉइंट. उन्हाळ्यात पहाटे सहालाच मध्यान्ह व्हायची नि रात्री दोन वाजेपर्यंत भिंती तापलेल्या. मधूनच पाणी नाहीसं व्हायचं म्हणून पहाटेच पाणी असेल तेव्हा नळाचं नाहीतर सुदैवानं दारात असलेल्या विहिरीचं पाणी काढायचं नि अंघोळ व कपडे धुणं, हा कार्यक्रम उरकायचा. साहित्यनिर्मितीला अनुकूल असं काहीही नाही. दर दिवसाआड नाकातनं रक्त यायचं, ते वेगळंच. खानावळीतले इतर मेंबर कमी झालेले. खानावळवाला दारू पिऊन पडायचा. ऐनवेळी मग हॉटेलात जावं लागायचं. एकदा आकाशवाणीत शिरलो की, संध्याकाळीच बाहेर पडायचं. पुण्याला जावं तर रजा नाही. अशा परिस्थितीत रविवारला जोडून कसली तरी सुट्टी आली. कागद पेन आणि मी. धाडधाड पेन चालू झालं. आपण

काहीतरी चांगलं लिहितोय एवढं जाणवत होतं. आता इतक्या वर्षांनंतर नक्की काय नि कसं घडलं ते आठवणं अवघड, पण आयुष्यभराचं फ्रस्ट्रेशन आणि तात्कालिक डिप्रेशन म्हणजे मेंदूतला, हवामानवाल्यांच्या भाषेतला, कमी दाबाचा पट्टा, ते सगळं लेखणीवाटे बाहेर पडलं असेल का? असा प्रश्न आज उभा राहतो. ही कथा ठरवून लिहिलेली नव्हती. आवश्यक देहधर्मासाठी उठावं लागलं असेल ते सोडलं, तर ही कथा पूर्ण होईपर्यंत टेबल सोडलेलं नव्हतं. एकटाकी लिहिली. लिहून झाल्यावर प्रचंड थकवा जाणवला. पडून होतो तेव्हा सिग्रेट ओढायचो. त्यामुळे सिग्रेटी नक्कीच ओढल्या असणार. नंतर बीअर प्यायलो.

दारू पिऊन किंवा बिअर पिऊन लिहिणं मला जमत नाही. झोप येते. मला कादंबरी किंवा चांगली कथा लिहून झाली आणि खिशात पैसे नि जवळ वेळ असेल तर एखाद् दुसरा पेग किंवा एक-दोन बाटल्या बिअरला मी उदरात उदार आश्रय देतो. 'वारस' नंतर मी आणि बन्या, थेऊरला जाऊन आल्यावर प्यायलो होतो, हेही आठवलं.

कथा मनोहरला पाठवली. त्यांचे तात्कालिक असिस्टंट रजेवर असल्यानं ती महाबळांच्या हाती पडली. पुढच्या आठवड्यातच ती त्यांनी छापली. 'बऱ्याच दिवसांनी मन लावून लिहिलं आहेस, असंच लिहीत रहा', हे त्यांचं पत्र आलं. आकाशवाणीतही सर्वांनी कथेला चांगलं म्हटलं. या कथेबरोबरच वसुंधरा पुस्तकही आलं आणि आमचे चिरंजीवही डॉक्टरनं दिलेली तारीख चुकवून जन्माला आल्याची तार आली आणि विदर्भात गेल्या कित्येक वर्षात असा उन्हाळा जाणवला नाही, असं गावात वृद्ध लोक बोलताना आढळल्याची बातमी आली. ही गोष्ट छापून आलेली वाचली, ती चिरंजीवांच्या जन्माच्या आनंदात. मुलगा झाला, आता रजा काढून पुण्याला जावं असं ठरवलं. तर आमच्या बॉसने राजपत्रित अधिकारी कसा हवा, त्याला भावना कशा गुंडाळून ठेवाव्या लागतात वगैरे भाषण ठोकलं. पुढे ४ महिन्यांनी मला रजा मिळाल्यावर चिरंजीवांचं बारसं केलं आणि आज ना उद्या आकाशवाणी आपण सोडायची, हा निश्चयही केला.

ही कथा लिहिण्यामागे काय अनुभव होते? लेखक म्हणून बघितलेली किंवा अनुभवलेली कुठली अनुभूती होती, सांगणं अवघड आहे. सुपरकॉंप्युटरचा बाप. मानवी मेंदू, हा लेख लिहिताना तर कुठल्याही कथा कादंबरीपेक्षा अधिक प्रसव वेदना झाल्या. हा लेख उत्कृष्ट व्हायला हवा, ही जिद्द होती. खुन्नस म्हटलं तरी चालेल. किस्त्रीमचा पहिला अंक निघाला त्यात माझा लेख जाणून बुजून टाळला गेला होता. वास्तविक १९७१ पासून मी सतत मनोहरला लिहीत होतो.

१९७४ पासून मुहंमद अली, असे युद्धपट भारतात का होत नाहीत वगैरे अनेक लेख मनोहरच्या दिवाळी अंकात आलेले होते. किर्लोस्करला गिनेस बुक, आयझॅक ॲसिमोव यांसारखे प्रदीर्घ आणि लोकांनी वाखाणलेले लेख लिहिले होते. यामुळे किस्त्रीम मध्ये माझा लेख असणारच, हे मी गृहीत धरून होतो. स्त्रीमध्येसुद्धा मी लिखाण केलेलं होतंच. "हे बघ! हे एवढे मान्यवर आहेत!!"असं मला महाबळांनी सांगितलं. त्यानंतर "ऐनवेळी मराठेनं अमक्याचा लेख घेतला, विद्याबाईंनी तो हा लेख आणला, तू तर घरचाच म्हणून तुझा लेख जाऊ शकला नाही," असं सांगितलं होतं.

तिकडे माझं वाचन चालू होतं त्यात इनसाइड द ह्यूमन ब्रेन, ब्रेन अ युझर्स मॅन्युअल, द सॅव्हाँ सिंड्रोम आणि द ह्यूमन ब्रेन ही चार पुस्तकं वाचून मोकळी झाली होती आणि मानवी मेंदू या विषयानं प्रचंड भुरळ घातली होती. त्याच काळात सुपर कॉम्प्युटरचीही चर्चा चालू होती. यामुळं मला नकळत माझ्या मेंदूत कुठंतरी हा लेख तयार होत होता. याचं कारण तो लेख कुणीही मला न सांगताच एक दिवस मी लिहायला घेतला आणि एकटाकी लिहिला. नंतर फक्त मेंदूच्या भागांची इंग्रजी नावं होती त्या जागी मराठी नावं घातली. दिवाळीच्या कुठल्याही अंकाबद्दल काहीही डोक्यात नव्हतं. पुढे मे किंवा जूनमधे महाबळ म्हणाले, "किस्त्रीमला काय लिहितोस?" "म्हणजे पुढे घरचा म्हणून मागं टाकायला?" मी विचारलं होतं. "या वर्षी मराठे नाही. अंकाची सर्व जबाबदारी माझी. चांगला लेख दे." मी थोडा वेळ मागून घेतला आणि जूनअखेरीस लेख महाबळांना दिला. या लेखाचं वाचकांनी प्रचंड स्वागत केलं. गेल्या वर्षी माझा लेख किस्त्रीममध्ये 'या वर्षी नवे लेखक घ्यायचेत', असं सांगून आला नाही. खरं तर ६/७ जुने लेखक त्यात होतेच. पण महाबळांचं हे नेहमीचं आहे. मात्र त्यानंतर मी त्यांच्याकडे लिहिलेलं नाही. तर गेल्या वर्षी माझा लेख किस्त्रीममध्ये का नव्हता, असं मलाच बऱ्याच जणांनी विचारलं आणि खरंच, म्हणजे पुन्हा त्या देवाची शपथ खरं सांगतो. "केवळ तुमच्या लेखासाठी आम्ही तो अंक घ्यायचो" असं सांगणारी माणसं भेटली. किर्लोस्करमध्ये ॲसिमोव आणि किस्त्रीम मधला सुपरकॉम्प्युटरचा बाप : मानवी मेंदू, पुढे झोप आणि स्वप्न, असे चांगले चांगले लेख लिहिले, त्यामागे हे रामायण होतं. पाकिस्तान, शस्त्रास्त्रे, अण्वस्त्रे आणि आंतरराष्ट्रीय राजकारण यांवर वाचणं ही माझी हौस. यावर मी कळसूत्री लिहिली. रवी बेहेरेनं ती घेतली. दिवाळीत गेली नाही. दरम्यान ह. मो. मराठे एकदा भेटले. अलकासमोर रीगलला चहा पीत बसलो. 'काय लिहितोस?' हा

दोघांनी एकमेकांना प्रश्न केला. मी पाकिस्तानी अणुबॉम्बची माहिती त्यांना दिली. ह. मो. ना कादंबरीत रस नव्हता. ते मुंबईला गेले. दुसऱ्या दिवशी ऑफिसात पोहोचलो. मुंबईहून फोन येऊन गेल्याचं कळलं. थोड्या वेळात पुन्हा फोन.

"अरे, काल आपण बोललो. तर मी जाहिरात करतोय. बुधवारपर्यंत पाकिस्तानी अणुबाँबवर लेख हवाय. मला खात्री आहे तू लिहिशील. चांगला नकोय, बेस्ट हवाय."

ह. मों. चा माझ्या लेखणीवर विश्वास. अजूनही या आठवड्यात किती पुस्तकं आली, हा प्रश्न असतोच. संध्याकाळी घरी गेलो. कादंबरी नुकतीच लिहून झाली होती. सगळं डोक्यात होतं. लेख पूर्ण केला. दुसऱ्या दिवशी रविवार होता. ऑब्झर्वरला अे. क्यू. खान यांची मुलाखत होती. लोकप्रभाला लेख पाठवून दिला. लोकप्रभाचा अंक बाजारात आला. जवळजवळ तेच कव्हर आणि तीच स्टोरी असलेला इंडिया टुडे आठवड्यानंतर मार्केटला आला; पण मी इंडिया टुडेतली स्टोरी ढापली, असं लोक म्हणालेच. वृत्तपत्र कात्रणं कापून जपून ठेवल्याचा मला या प्रसंगी फायदा झाला होता.

माझ्या विज्ञानकथांमध्ये बऱ्याच कथा यंत्रमानवावर असतात. तो माझा एक आवडता विषय आहे. याबद्दल खूप नवनव्या कल्पना सतत डोक्यात घोळत असतात. पण माझ्या बऱ्याच वाचकांना अप्पा कुलकर्णी हे पात्र आवडतं. अप्पा कुलकर्णी हे भविष्यकाळातले डिटेक्टिव्ह. ते शेरलॉक होम्स मात्र नाहीत आणि त्या कथा लिहिणारा भाऊ हाही वॉटसन नव्हे. अप्पांच्या बऱ्याच केसेस सुटत नाहीत किंवा ते त्या सोडवत नाहीत. काही वेळा अप्पांनाच आश्चर्याचे धक्के बसायची वेळ येते. अप्पा गुन्हेगार गोळा करतात. त्यांना सन्मार्गास लावतात. काही वेळा त्यांना शासनाच्या परस्पर संपवतात. अशा अप्पांना ॲनॉनिमिटी असणं अत्यंत आवश्यक म्हणून त्यांचं नाव अप्पा कुलकर्णी. 'वर्ल्ड स्पेसलाईन्स'चे सुरक्षा अधिकारी. पहिल्या काही कथांत वेगवेगळे सुरक्षा अधिकारी आपापल्या परीनं गुन्हेगार पकडायचे. मग माझ्या लक्षात आलं की, दर वेळेला त्या सुरक्षा अधिकाऱ्याला नवं नाव शोधण्यापेक्षा एकच नाव दिलं तर अधिक बरं. म्हणून मग असं नाव शोधायला सुरुवात केली. कुठली तरी कथा लिहीत होतो. एका तासात तीन कुलकर्णी समोर आले. तिघंही अप्पाच होते. म्हणून अप्पा हे नाव कायम केलं. दुसरं असं एक कारण असू शकेल की, नारायण धारपांना मी अप्पा म्हणतो. त्यांच्या समर्थ कथातले अप्पा. धारपांचं बहुतेक

लेखन मी वाचतो. समर्थांचा भक्त आहे. ते कुठेतरी सुप्तपणे मनात असणार, म्हणूनही अप्पा असं संभवतं.

आता माझं गाजलेलं पुस्तकं नाही असं मी कुठेतरी या लेखात लिहिलयं. ज्या अर्थानं संपादकांनी विचारलं, त्या अर्थानं म्हणजे वाचकांनी डोक्यावर घेतलं. १५-२०आवृत्या निघाल्या. फॅनमेल येऊ लागल्या अशा अर्थानं गाजलेलं, नावाजलं गेलेलं पुस्तक माझ्या खाती जमा नाही. महाराष्ट्रातल्या बऱ्याच शिक्षकांना मी वसुंधराचा लेखक म्हणून ठाऊक आहे पण ते गाजणं नव्हे. स्वामी, असा मी असामी, व्यक्ती आणि वल्ली, गारंबीचा बापू, हे गाजणं किंवा मोठ्यांच्या सहचारीणींनी लिहिलेली पुस्तकं गाजताहेत तसं गाजणं माझ्या पुस्तकांच्या नशिबी नाही. पण माझं एक पुस्तक गाजलं. ते तसं गाजलं नसतं तर अधिक बरं झालं असतं. ती एक फार दु:खद, मनाला त्रास देणारी आठवण आहे. या पुस्तकाचं नाव आहे शस्त्रागार.

मी मनोहरला अनेक लेख आधुनिक युद्ध साहित्यावर लिहीत होतो. त्याचं पुस्तक करायचंय, असं मेहतांनी सांगितलं. त्याच वेळी जनरल अरुण वैद्य पुण्यात आले. त्यांना मी ते लेख दाखवले. मी इतरही विषयांवर त्यांच्याशी बोललो. लष्करी संग्रहालयाबद्दल प्राथमिक बोलणी झाली. त्यांनी शस्त्रागाराला प्रस्तावना दिली. पुस्तक छापलं जात होतं. मी जनरल वैद्यसाहेबांना भेटत होतो. ८ ऑगस्टला फोन केला. पुस्तकाच्या प्रकाशनाची तारीख ठरवायची होती. तेरा ऑगस्टला त्यांनी बोलावलं. १० ऑगस्टला सकाळी त्यांची हत्या झाली.

१० ऑगस्टला संध्याकाळी पुस्तक हाती आलं. वैद्यांची ती प्रस्तावना पुण्यातल्या एका प्रमुख वृत्तपत्रानं छापायला नकार दिला. त्यामुळे माझ्या पुस्तकाची जाहिरात होईल, असं त्यांना वाटतं होतं. माझं नाव छापून यावं असं मला मुळीच वाटत नव्हतं. वैद्यसाहेबांच्या हस्ताक्षराचा नमुना हवा असेल तर माझ्याकडे आहे, एवढंच मी सांगत होतो. केसरी, तरुणभारतने ती प्रस्तावना छापली. पीटीआयनं माझं व पुस्तकाचं नाव वगळून वैद्यसाहेबांचे शेवटचे विचार म्हणून ती सर्वत्र पाठवली. पुढं टाइम्स व टेलिग्राफ या वृत्तपत्रांनी ती मूळ वैद्यसाहेबांच्या हस्ताक्षरातली प्रत जशीच्या तशी छापली. त्याखालीही माझं नाव नाही. फक्त एका मराठी पुस्तकाला दिलेली प्रस्तावना असा उल्लेख आहे. लोकराज्यने शस्त्रागारला वैद्यांचं पुस्तक बनवलं.

माझ्या विनंतीवरून आदल्या आठवड्यात सर्वत्र पाठवलेली जाहिरात मेहतांनी रद्द केली आणि पुस्तक वेळेवर काढू शकलो नाही याबद्दल वैद्य

साहेबांची जाहीर माफी मागितली. पुढे श्रीमती भानुमती वैद्यांना त्या पुस्तकाच्या प्रती दिल्या. एका अर्थानं हे पुस्तक गाजलं असंच म्हणावं लागेल. पण या गाजण्यानं पुढचे ५-६ महिने मला लेखणी कागदाला लावणं अवघड झालं. इतकं वाईट व क्लेशकारक गाजणं होतं ते.

दोन महावीरचक्र मिळवलेला एक योद्धा, आपल्या देशात असा जातो ही खंत तर मनात कायम आहेच. पण ते असते तर किती गोष्टी होऊ शकल्या असत्या, याचा हिशोबही मनात येतो. एक मोठे लष्करी संग्रहालय, त्यात वैद्यांचा बॅटल ड्रेस आणि त्यांचं आत्मचरित्र. ही योजना होती.

अशा या माझ्या मला आवडलेल्या लेखनाबद्दलचे माझे विचार. या लेखनाला कलाकृती म्हणणं मलाच अवघड वाटतं.आता काही काळ लोटल्यावर मागे वळून बघताना या सर्वांबद्दल कायं वाटतं हे सांगणं अवघड आहे. वसुंधराला संदर्भग्रंथ म्हणून सर्वत्र मान्यता मिळालीच. त्याला राज्य पुरस्कारही मिळाला. वारस आणि शस्त्रागार या दोहोंबरोबर दोन मृत्यूंच्या आठवणी. शस्त्रागार हा एक संदर्भ ग्रंथ ठरलाच. वारसची आवृत्ती संपलीय. 'एक अभोगी संध्याछाया' हे काव्य आहे असं मला माझ्या एका मित्रानं सांगितलं होतं. हे असलं चांगलं वर्षाला एकदाच कधीतरी लिही, हे त्याचं पुढचं मत. अप्पांच्या कथा अजून लिहितोच आहे. तर याकडे मागे वळून बघावं लागतच नाही. ते सतत डोळ्यांसमोरच असतं. अजूनही आखडच्या संध्याछाया, किंबहुना माझ्या त्या कथा मी लिहीत होतो, नवयुग वगैरे दिवाळी अंकांत माझ्या सामाजिक कथा आणि मनोहर मासिकात माझ्या कथा येत होत्या, हे आता सांगावं लागतं. लोकांना मनोहर हे पूर्वी मासिक होतं, हे ऐकून आश्चर्य वाटतं. मी असं लिहित होतो हे सांगितलं, तर तिकडं दुर्लक्ष होतं. शिवाय वटवट हे टण्णूचं मासिक. बऱ्याचदा यातला ८० टक्के मजकूर माझा असे. ते बंद झाल्यावर सहा-आठ वर्षे त्याच्या आठवणी वाचक विसरले नव्हते.

ते हि नो दिवसो गतः असं म्हणायचं. संस्कृत सुभाषितं टाकलेली बरी. तर तसे दिवस पुन्हा येणार नाहीत. आज मी प्रेमकथा, सामाजिक कथा, अथवा मानसशास्त्रीय कथा लिहिली, तर ती संपादक घेतात; नाही असं नाही. पण विज्ञानकथा असली तर बरं झालं असतं, ही टोपण नावानं टाकतो असंही म्हणतात. वाचकांचीही विज्ञानकथा नसल्यास पत्र येतात. म्हणजे विज्ञानकथा चांगली होती अशी पत्रं. मी पण विज्ञानकथा न लिहिता, अमुकतमुक कथा का लिहिली, अशी पत्रं नक्की. म्हणून मग टोपण नावं घ्यावी लागतात.

या लेखात 'ज्ञ' च्या संपादकांना मी एकच एक कथा किंवा कादंबरी निवडावी ही अपेक्षा असणार. म्हणून याच लेखाकडे वळून बघतो तेव्हा असं वाटतं की, तसं केलं असतं तर खूप चुटपुट लागून राहिली असती. माझे जवळचे मित्र, जवळचे प्रकाशक बऱ्याचदा म्हणतात, "तू इतकं लिहितोस की यातलं दहा टक्के जरी चांगलं असलं तरी इतर लेखकांच्यापेक्षा तू खूप चांगलं लिहिलेलं असशील." तर १०टक्के हे प्रमाण धरले तरी मी या लेखात आणखी काही कथा, कादंबऱ्या वा इतर पुस्तकांचा समावेश करायला हरकत नाही.

संपादकांच्या चेहऱ्यावर कुठून झक मारली नि याला लिहायचं आमंत्रण दिलं, हे भाव दिसू लागले असावेत, एवढं मी लिहिलंय. यालाही अर्थात त्यांचं आमंत्रण जबाबदार आहे. त्यांनीच ओढवून घेतलेली आपत्ती आहे ही. आणखी दहा वर्षांनी जर मला कुणी हाच विषय देऊन लिहायला सांगितलं. तर त्यात याही लेखाचा समावेश करीन, एवढंच संपादकांना आश्वासन देतो.

('ज्ञ' दिवाळी १९८८)

◆◆◆

१३. विज्ञान कादंबरी

मी विज्ञान कादंबरी लेखन केलंय, याची कुणी दखल घेईल असं मला कधीच वाटलं नव्हतं. किंबहुना विज्ञान कादंबरी लेखनात बहुतांश काल हा खूप दूरच्या भविष्यातला असल्यामुळं असेल. कदाचित इतक्या नजीकच्या भविष्यकाळात विचार करायची माझी सवय मागं पडली होती. यामुळं या विषयावर कसं नि काय लिहायचं, हा एक प्रश्नच होता. पण सुदैवानं संपादकांनी आपल्या अपेक्षा स्पष्ट शब्दांत कळवल्या होत्या.

हे लेखन आपल्याला का करावेसे वाटले?

या विषयाचा आपण कसा वेध घेतला?

एकदा विषय नक्की झाल्यावर लेखन कसे घडत गेले?

ते मनासारखे उतरले का?

त्याला वाचकांनी कसा प्रतिसाद दिला?

आणि इतर काही आपल्याला सांगायचंय का?

या सर्वांसाठी १५०० शब्दांची मर्यादा !

मी जेव्हा लिहायला सुरुवात करतो, तेव्हा अशी मर्यादा असली की माझी पहिली प्रतिक्रिया अशी असते की, या विषयावर आपल्याला इतकं लिहिणं जमेल का? नि जेव्हा तो लेख लिहून पूर्ण होतो तेव्हा बहुधा मी ही मर्यादा ओलांडलेली असते. कादंबऱ्यांच्या बाबतीत मात्र असं घडलं नाही. पण माझ्या लेखाला सुरुवात करण्यापूर्वी माझ्या सर्व कादंबऱ्यांची– त्या फार नाहीत- नावं आधी सांगतो, नि मग त्या कशा लिहिल्या हे सांगणं सोपं जाईल, या भावनेनं पुढे त्यांच्या निर्मितीची हकीकत सांगतो.

मच्छर, कालयंत्राची करामत, रामचे आगमन, फिनिक्स या चार वरदा बुक्सतर्फे आलेल्या कादंबऱ्या, आक्रमण आणि साक्षात्कार या किर्लोस्कर प्रेसने काढलेल्या कादंबऱ्या; संक्रमण ही विजय प्रकाशनची कादंबरी, आभाळातून पडलेला माणूस, वारस आणि युगंधर या गेल्या वर्षातल्या तीन कादंबऱ्या अनुक्रमे अजब, चिंतामणी आणि अभिजात या प्रकाशनांतर्फे आल्या म्हणजे माझ्या कादंबऱ्या एकूण दहा. त्याही खरंतर कादंबऱ्या म्हणाव्यात अशा मोठ्या नाहीत. सरासरी शंभर पानांच्या; पण असं असूनही मराठीत माझ्यापेक्षा फक्त नारायण धारपांच्या विज्ञान कादंबऱ्यांची संख्या जास्त आहे; कारण या वाङ्मय प्रकाराला सध्या बरे दिवस आले आहेत. मी लिहायला सुरुवात केली तेव्हा नव्हते.

मी लिहायला सुरुवात केली ती कथांच्या रूपात. या विज्ञानकथा नव्हत्या. पुढं पुढं मी विज्ञानकथा लिहू लागलो. त्या काळात विनोदी किंवा लायटर व्हेन मधल्या विज्ञान नसलेल्या कथाही लिहायचो. या काळात शाम शिराळकर याच्या स्कूटर दुरुस्तीच्या दुकानात आमचा अड्डा असे, नि तिथून मग संध्याकाळी आम्ही एखाद्या मित्राची खोली गाठायचो. गप्पांना अनेक विषय नि मग मी एखादी विज्ञान कल्पना सांगायचो. शाम म्हणायचा, 'याची कादंबरी व्हायला हवी.' मी त्याची कथा करायचो. ती छापून यायची नि मग मला जाणवायचं की अनेक बारकावे, ज्यात वाचकांचंही मन गुंगून जावं असे बारकावे आपण शब्द मर्यादेस्तव देऊ शकलेलो नाही. मग दरवेळेला कादंबरी लिहायचा निश्चय पक्का. संपूर्ण कादंबरी लिहून झाल्यावर परत एक दोनदा वाचावी लागते. ती वाचताना आपण लेखक नसून एक वाचक ह्या दृष्टिकोनातून कादंबरी वाचतो आहोत, हा विचार मनात ठेवावा लागतो.

त्यामुळे बराच फायदा होतो. एखादा प्रसंग कंटाळवाणा झाला आहे, हे लक्षात येतं. मग तो लहान करावा लागतो. किंवा एखादा प्रसंग अगदी थोडक्यात संपलेला असतो, तो थोडा खुलवावा लागतो.

एकदा संपूर्ण कादंबरी लिहून झाली की, ती वाचकांना आवडेल किंवा नाही हे लगेच लक्षात येतं. एखादी चांगली जमून जाते, तर दुसरी तेवढी सरस ठरत नाही. पण प्रत्येक कादंबरीकरता जास्तीत जास्त दोन महिने एवढा वेळ मनाशी ठरवलेला असतो. त्यामुळे एखाद्या प्रसंगावर महिनोन् महिने विचार करत राहणं शक्य नसतं. त्या वेळेस जे सुचतं, ते लिहिलं जातं. काही महिन्यांनी किंवा वर्षांनी लक्षात येतं, की त्या कादंबरीतला अमुक प्रसंग किंवा पात्र आपण

जास्त चांगल्या प्रकारे रंगवू शकलो असतो किंवा खुलवू शकलो असतो. पण तेव्हा वेळ निघून गेलेली असते.

कादंबरी लिहिताना वाचक नेहमी डोळ्यांपुढे असतात. त्यांना ज्या प्रकाराचं साहित्य हवं असतं; त्याच प्रकारचं लिखाण करण्याचा प्रयत्न सुरू असतो. एखादा प्रसंग जास्त अश्लील रंगवला गेला असेल, तर त्यातलं अश्लीलतेचं प्रमाण कमी करावं लागतं किंवा जास्त मारामाऱ्या असल्या तर ते प्रसंग जास्त उठावदार होणार नाहीत, ह्याची काळजी घ्यावी लागते. कारण स्त्री किंवा वयस्कर वाचकांना जास्त सेक्स किंवा व्हायलन्स आवडत नाही, असा माझा अनुभव आहे.

पण त्याचबरोबर अजिबात सेक्स किंवा व्हायलन्स नसेल तर कादंबरी वाचकांना आवडणार नाही, हीदेखील कल्पना असते. त्यामुळे प्रत्येक कादंबरीत रहस्य, विनोद, भ्रष्टाचार आणि फॅमिली ड्रामा ह्यांचं थोडंफार मिश्रण असतं आणि माझा जो ठरावीक वाचक वर्ग आहे त्यांना ते आवडतं, असा माझा अनुभव आहे. काही वेळा एखादी कादंबरी वाचकांना आवडते तर काहींना आवडत नाही. अशा वेळेस नेमकं काय चुकलं, ते लक्षात येत नाही. तरी वाचकांनी दाखवलेले दोष पुढच्या कादंबरीत येणार नाहीत ह्याची काळजी घ्यावीच लागते. काही वर्षांचा विक्रीव्यवसाय बघितला तर ठरावीक वेळेनंतर वाचकांच्या आवडीनिवडींत फरक होतो, हे लक्षात येतं. काही मोठमोठ्या लेखकांच्या कादंबऱ्या नवीन वाचक किंवा तरुणवर्ग हातातदेखील धरत नाही. त्यामुळे वाचक केव्हा कोणाला खाली आपटतील ह्याचा नेम नाही, हे स्पष्ट होतं. तेव्हा बदलत्या काळातल्या वाचकांना जे आवडेल, ते देण्याशिवाय दुसरा मार्ग उरत नाही.

स्वत:ची मतं वाचकांवर लादण्यापेक्षा वाचकांना जे आवडतं ते द्यावं, असा विचार डोळ्यांपुढं असतो व त्यामुळेच प्रत्येक कादंबरी लिहिताना त्या दृष्टीने प्रयत्न करावे लागतात.

दुसऱ्या लेखकाच्या एखाद्या कादंबरीची खूप विक्री होते किंवा वाचकांना ती आवडते. तेव्हा ती वाचून आवडल्याचं रहस्य शोधून काढावं लागतं.

एखाद्या कादंबरीचं बरेच लोक कौतुक करतात, तेव्हा त्यात काहीतरी विशेष असतं, हे निश्चित. ह्याशिवाय चांगल्या लेखकाच्या इंग्लिश आणि मराठी कादंबऱ्या वाचून तसं लिहायला शिकावं असा प्रयत्न सारखा सुरू असतो.

काही वाचक खूप कादंबऱ्या लिहा म्हणून मागे लागलेले असतात. तर

काही वाचकांना मी जास्त लिखाणं केलं, तर त्यात तोचतोचपणा येईल अशी भीती वाटत असते.

समोर दोन्ही प्रकारच्या लेखकांची उदाहरणं असतात. काही खूप चांगलं लिहिणारे लेखक. त्यांच्या एक दोन कादंबऱ्या गाजलेल्या असतात पण नंतर ते काही फार चांगलं लिहू शकत नाहीत. तर काही लेखक सातत्याने चांगलं लिहीत राहतात. मग त्या कथा असोत किंवा कादंबऱ्या.

मी सुरुवातीला कथाच लिहीत होतो. एका बुधवारी भालबा केळकर मला म्हणाले, 'तू विज्ञान कादंबरी का लिहीत नाहीस.' त्यांना वरदा प्रकाशनचे ह. अ. भावे विज्ञान कादंबरी लिहा असा आग्रह बराच काळ करीत होते. त्यांच्या अनेक व्यापांमुळे त्यांना कादंबरी लेखन शक्य नव्हते. मी 'बघू' असं म्हटलं. दरम्यानं 'रँदेव्हू वुईथ राम' ही क्लार्क (आर्थर सी. क्लार्क) यांची कादंबरी वाचून तिच्या अनुवादासंबंधी मी विचारणा केली. त्यांच्या सहीचं पत्र आलं. त्यानुसार पुढचा पत्रव्यवहार चालू केला आणि त्या कादंबरीचा अनुवाद सुरू केला. त्याचबरोबर इतर काही वाचलेल्या कल्पनांमध्ये वाढ करून पाच लघुकादंबऱ्या लिहिल्या. दरम्यान देशात 'आणीबाणी' जाहीर झाली. तेव्हां आठवड्यांत 'मच्छर' ही कादंबरी लिहून काढली.

तीन कादंबऱ्या 'रामचे आगमन', 'फिनिक्स' आणि 'कालयंत्राची करामत' छापून झाल्या होत्या. त्यात मच्छरची भर घातली. सेन्सॉर चुकवण्यासाठी '२५ जून' ही प्रकाशनाची तारीख टाकली आणि त्या घाईघाईने भाव्यांनी वितरीत करायला सुरुवात केली.

यानंतर 'आक्रमण' आणि 'साक्षात्कार' या कादंबऱ्याही लिहून पूर्ण झाल्या; पण त्या वरदा बुक्सने काढल्या नाहीत. यांतली 'साक्षात्कार' ही कादंबरी एका अमेरिकन कथेवर आधारित. त्यातलेच प्रसंग फुगवून तयार केलेली कादंबरी होती. किंबहुना हा त्या कथेचा सटीप अनुवाद होता; पण त्यातले वैज्ञानिक बारकावे उकलून सांगताना त्याची कादंबरी झाली. तर 'आक्रमण' ही पुन्हा थोड्या अंशी रहस्यकथेसारखी भासणारी कादंबरी होती, पण ती रहस्यकथा नक्कीच नव्हती. यात संगणकाच्या चुकीनं एक ग्रह उडविण्याची आज्ञा दिली जाते आणि अखेरीस मानवी भावनांचा विजय होऊन तो ग्रह वाचवला जातो, असं कथानक होतं.

इथपर्यंतच्या कादंबऱ्यांना पाश्चात्त्य आधार नक्कीच होते. यामुळेच त्या कुठल्याही स्पर्धेला पाठवायला मी नकार दिला होता. आणि 'संक्रमण' या माझ्या

मूळ कादंबरीच्या वेळी मुदत टळून गेल्यावर आम्ही जागे झालो. संक्रमण ही मला सुचली ती आपल्या भोवतालच्या परिस्थितीवरून. मी नागपूरला असताना ती लिहिली असती, तर ती आहे यापेक्षा खूपच वेगळी झाली असती. या कादंबरीत चार वेगवेगळ्या श्रेणींतले ग्रह आहेत. यांतल्या 'अ' श्रेणीतले ग्रह साधारणपणे १८ ते १९ व्या किंवा २० व्या शतकाच्या पूर्वार्धाइतके प्रगत आहेत. या चार ग्रहांपैकी 'अ' श्रेणीचे ग्रह 'ड' श्रेणीला आपल्या जवळपास फिरकू देत नाहीत. यावरून या कादंबरीतल्या प्रश्नाची कल्पना येईल. आता यातलं हा प्रश्न सोडविण्याच्या दृष्टीनं उचललेलं पाऊल बघितलं तर मला हसू येतं. त्या काळात मला जगाची कल्पना नव्हती हेच खरं.

मी आकाशवाणीत असताना लंडनहून प्रसिद्ध होणारं इंडिपेडंट टीव्हीचं साप्ताहिक घेत असे. या टीव्हीवर झालेल्या 'द मॅन हू फेल टू अर्थ' या आयन ट्विस यांच्या टीव्हीपटाची चित्रमालिका (कॉमिकस्ट्रिप) तीन भागांत देण्यात आली होती. त्यावरून 'आभाळातून पडलेला माणूस' ही कादंबरी निर्माण झाली.

या वेळपर्यंतच्या कादंबऱ्या सर्वार्थाने स्वतंत्र नाहीत. अगदी 'संक्रमण' मध्येसुद्धा इंग्रजी चित्रपटांतले, कादंबऱ्यांतले, प्रसंग होतेच. पण यानंतरची कादंबरी 'वारस' ही मात्र अक्षरश एकटाकी उतरली.

मी नोट्स करतो, आराखडा ठेवतो असं सांगण्यात काहीच अर्थ नाही कारण ते सगळं उपयोगी येतंच असं नाही, हे माझ्या लक्षात अगदी सुरुवातीलाच आलं. मात्र कादंबरी डोक्यात तयार झाली, की ती कागदावर उतरू लागते तेव्हा जर त्यातल्या वैज्ञानिक घटनांचे संदर्भ तयार नसतील, तर फार पंचाईत होते. यामुळे साधारणपणे कथानकाशी संबंधित वैज्ञानिक संदर्भ मी हाताशी ठेवतो कारण परंपरागत शास्त्रीय सत्यात चूक होऊन चालत नाही. आमचे वाचक याबाबत फार काटेकोर असतात.

१९८४ च्या दिवाळी अंकासाठी मी एक विज्ञानकथा लिहित होतो. एक संपादक माझ्याकडे आले असता त्यांना मी हे कथानक ऐकवले होते. ती कथा ठरल्या वेळेच्या खूप आधीच लिहून झाली होती. ती माझ्या फाईलमधून काढून माझा मित्र प्रकाश खाडिलकरने वाचली.

'मला याची कादंबरी हवी!' तो म्हणाला.

आत्तापर्यंतचा माझा अनुभव पाहता इतक्या घाईत ८४ साली प्रकाशकाने कादंबरी मागितली याचा अर्थ ती ८७-८८ मध्ये कधीतरी निघणार, हे उघड होते. आंतरराष्ट्रीय बालक वर्षात चित्रं तयार झालेली पुस्तकं ७ वर्षांनी निघालेली

मी पाहात होतो. मी हो म्हटलं. दिवाळीच्या कथा लिहून झाल्यावर ही कादंबरीही सहज म्हणून पूर्ण केली. खाडिलकरला दिली. त्या पठ्ठ्यानं ती लगेच छापूनही टाकली. या कादंबरीला बरंच पॉलिश करायला हवं होतं. तंत्रदृष्ट्या यात बऱ्याच उणिवाही जाणवतात, असंही मला माझ्या एका प्राध्यापक मित्रानं सांगितलं. काही दिवसांनी याच मित्रानं मला थांबवलं. 'माझ्या मुलानं ती कादंबरी वाचायला घेतली, जेवणखाण विसरला, हीच खरी पावती.' ही कादंबरी आवडल्याची सुमारे चाळीसहून थोडी अधिकच पत्रं आली. सगळे कॉलेजातले विद्यार्थी होते. संगीता व्होरानं लिहिलं होतं,"काका, ही कादंबरी मला इतकी आवडली की, उद्या तुम्ही माझा मेंदू अभ्यासासाठी मागितलात तरी मी देईन."

असं संगीताने लिहावं, असं या पुस्तकात होतं तरी काय?

एक हीरो हा एका सरकारच्या गुप्तहेर खात्यात असतो. त्यानं पृथ्वीवर जावं म्हणून त्याच्यावर बरच दडपण येतं. तो यामुळं कुतूहलापोटी पृथ्वीवर येतो. तिथं त्याला एक नुस्ताच मेंदू दिसतो. याचा अर्धा भाग त्याच्या वडिलांचा असतो. हे वडील शास्त्रज्ञ असतात. त्याच्यातला उरलेला अर्धा भाग हा सम्राटांचा असतो. त्या दोघांनी जननअभियांत्रिकीच्या साहाय्यानं आपले चांगले गुण असलेली गुणसूत्रं एकाच शुक्रजंतूत एकत्र आणून एक मानवी बीजांड फलित केलेलं असतं. त्यातून या हीरोचा जन्म होतो. शास्त्रज्ञानं आपलं शरीर नष्ट करून फक्त मेंदू सुरक्षित ठेवलेला असतो. हा मेंदू दुसऱ्या मित्राला सम्राट व्हायला मदत करतो आणि या दोघांना मिळून आपल्या मुलानं पुढचा विश्वसम्राट व्हावं असं वाटत असतं. साधारणपणे ही अशी गोष्ट. पहिल्या एकतृतीयांश भागातच साहसं असलेली. पुढं काय घडतंय याची उत्सुकता ताणणारी. (हा मला आलेल्या पत्रातला मजकूर.) ही मला कशी सुचली?

एकदा टाइम्समध्ये एक चौकट आली होती,

'आइन्स्टाइनच्या मेंदूची बरणी उघडून त्या मेंदूचं संशोधन करणार!' अल्बर्ट आईनस्टाईन गेल्यावर त्यांचा मेंदू एका बरणीत भरून सुरक्षित ठेवण्यात आला होता, नि आता संशोधन तंत्र प्रगत झाल्यावर या मेंदूचं संशोधन सुरू करण्यात आलं होतं.

गेली बरीच वर्षे मी मेंदूबद्दल माहिती गोळा करतोय. त्यात माझ्या वाचनात असंही आलं होतं की, सामान्य माणसाचा मेंदू आपल्या एकूण कार्यक्षमतेच्या फक्त १२ टक्के भाग उपयोगात आणत असतो असा तेव्हा समान होता. आणि यातलं बहुसंख्य कार्य हे नेहमीच्या शारीरिक क्रिया नि रोजचे व्यवहार पार

पाडण्यात खर्च होत असतं. म्हणजे कलात्मक निर्मितीसाठी मेंदूचा जास्तीत जास्त अर्धा टक्का भाग खर्च पडतो. यातच वैज्ञानिक निर्मितिक्षमतासुद्धा असते आणि जे मेंदू १५ ते १६ टक्के कार्यक्षम असतात, त्या मानवांना आपण प्रज्ञावंत असं म्हणतो. यापेक्षा जास्त कार्यक्षम मेंदू असला तर त्यासाठी लागणारा जास्तीचा विद्युत्प्रवाह पेलण्याची आपल्या चेतासंस्थेत क्षमता नसल्यानं मानवी मनाचा तोल जातो.

मग एखाद्या विद्वानाचा आहे त्याच कार्यक्षमतेचा मेंदू आपल्याला वेगळ्या प्रकारे वापरता आला तर? या प्रश्नाने मला पछाडले. कारण संगणक कितीही प्रगत झाला तरी मानवी मेंदूशी त्याची तुलनाच होऊ शकत नाही, हेही मी वाचलेलं होतं. यातून एक मेंदू फक्त विचार करण्यासाठी नि एक हुशार माणूस सम्राट म्हणून वावरला तर 'दुनियाकी कोई भी ताकद उन्हे रोक नहीं सकती' असा एक विचार डोक्यात घोळत होता. त्यातच बायोजेनेटिक इंजिनिअरिंगची माहिती वाचनात येत होती. माणूस आपल्या वैज्ञानिक प्रगतीच्या साहाय्यानं सुपर मॅन तयार करू शकेल, हे वाचनात येत होतं. या दोन्ही कल्पना एकत्र आणून 'वारस' ची निर्मिती झाली. माझ्या सुदैवानं ती माझ्या वाचकांना आवडली. कधीही आली नव्हती एवढी पत्रं या कादंबरीला आली. मलाही ही कादंबरी आवडली होतीच. त्यामुळं मला या पत्रांनी अधिक हुरूप आला. किंबहुना यानंतर 'आभाळातून पडलेला माणूस', ही आवडल्याची पत्रं आली.

बायबल हा माझा रामायण, महाभारताइतकाच आवडता ग्रंथ. 'लेट देअर बी लाइट अँड देअर वॉज लाइट' या वाक्याचा मी माझ्या परीनं उलगडा करायचा प्रयत्न करीत असे. आपल्या पुराणातून विश्वनिर्मितीचं सोडवलेलं कोडं काहीसं असचं आहे. ही काय भानगड असावी? याचा बऱ्याचदा मी विचार करतो. याचबरोबर मानवी मेंदू, ज्याबद्दल अजूनही वैज्ञानिकांना पूर्ण माहिती नाही, हा एक माझ्या वाचनाचा आवडता विषय. उत्क्रांतीत वानर आणि नर यांच्यातला महत्त्वाचा फरक म्हणजे मानवी मेंदू 'उत्क्रांती ही एक कधीही न थांबणारी क्रिया आहे.' या एका वाक्यानं माझ्या मनावर अशीच पकड मिळवली होती. या विषयावर, म्हणजे मानवी मेंदूची इथून पुढं कशी उत्क्रांती होऊ शकेल? या विषयावर, मी एक कथा लिहिली होती; पण त्यानं माझंच समाधान झालं नव्हतं. शिवाय ही कथा लिहायच्या आधीपासून माझ्या डोक्यात एक कादंबरी घोळत होती. स्पेक्युलेटिव फिक्शनचे दोन प्रकार एक सायन्सफिक्शन नि दुसरी सायन्सफँटसी यांच्या सीमारेषा पुसट आहेत; पण या दोन प्रकारात

फरक आहे हे नक्की. माझी ही उत्क्रांतीची फँटसी होती. पण ती वाचकवर्गाला आवडेल का? हा प्रश्न होताच. यामुळं ही कल्पना पडून होती. काही काळ माझ्या वहीत, नंतर वही प्रकाशकाकडे अशी. मग ती गेल्या वर्षी पुन्हा लिहून काढली. हीच 'युगंधर'. यात अंतर्ज्ञान, दूरनियंत्रण आदी मानवी मनाच्या अद्भुत शक्तीचं स्पष्टीकरण देण्याचा प्रयत्न आहे. यासाठी 'सायकिक' फिनॉमेना-परामानसशास्त्र या विषयांवरचे अनेक ग्रंथ वाचावे लागले. आजपर्यंतचं संशोधन चाळलं नि मग लिहिलं. अशी ही माझ्या कादंबऱ्यांची कथा. आजकाल मलाच असं नव्हे, तर एकंदरच विज्ञान साहित्याला चांगला प्रतिसाद मिळतोय. तसा तो मलाही मिळतो. दिवसेंदिवस नवनवे विज्ञानकथाकार पुढे येताहेत ही एक चांगली गोष्ट घडते आहे, असं मला वाटतं.

विज्ञानकथा लिहिणं ही एक तारेवरची कसरत आहे. कथा म्हणूनही ती सांभाळायची नि विज्ञानही अचूक हवं. एवढं करूनही हे विज्ञानाचं काहीतरी दिसतंय म्हणून बरेच वाचक त्याकडे दुर्लक्ष करणार असं होऊ नये, असं इतके दिवस वाटायचं. आता या प्रकाराला वाचक मिळतोय, हे महत्त्वाचं आणि हा वाचक टिकवून नवा वाचक मिळवणं, हे त्याहून अधिक महत्त्वाचं, असं मला वाटतं.

(साहित्यसूची - कादंबरी विशेषङ्क दिवाळी १९८८)

♦♦♦

१४. मला ह्यांनी प्रभावित केलं

अगदी लहानपणी आपल्याला जवळपासची एखादी मुलगी आवडत असते. पुढे शाळेत जायला लागल्यानंतर मित्रांबरोबर वावरतानाही तीच मुलगी आवडत राहते, कारण दुसरा फारसा चांगला पर्याय नसतो. त्यानंतर महाविद्यालयीन जीवनात ती मुलगी मागे पडते. कारण 'प्राप्तेषु षोडषे वर्षे गर्दभी अप्सरा भवेत्' ह्या उक्तीचा आपण प्रत्यय घेत असतो. त्याचबरोबर आपल्या शरीरातही काही वेगळी रसायनं वाहू लागलेली असतात. हळूहळू आपल्याला परिस्थितीची जाणीव होते. व्यावहारिक वास्तव बदलते. नोकरीची धांदल सुरू होते. त्यानंतर आपल्याला नोकरीच्या ठिकाणी असणाऱ्या तरुणींतली एखादी आकृष्ट करते. अगदी क्वचित एखादा पुरुष आपल्या बालपणच्या किंवा शालेय जीवनातल्या मुलीशी लग्न करतो. बहुतेक स्त्रियांच्या बाबतही असेच घडत असेल, हा अंदाज. शिवाय एखाद्या वेळेस पडद्यावरील एखादी सुंदरी (अथवा राजबिंडा नायक) पुरुषांना (आणि स्त्रियांना) हवीशी (हवासा) वाटून जात असते. मला वाटतं सर्वसाधारण वाचकाला हे म्हणणं पटायला हरकत नाही. सर्वच जण लेखक बनत नाहीत. ज्यांना लेखक बनावेसे वाटते, त्यांपैकी जेमतेम १० ते १५ टक्के लोक लेखक बनतात. त्यांच्यापुढं सुरुवातीला एखादा आदर्श असतो. पुढं ते या आदर्शाच्या वलयातून बाहेर पडतात आणि आपल्या मार्गानं जाऊ लागतात. कुणाला त्याचा मार्ग लवकर सापडतो, तर कुणाला उशिरा. जे लेखक आपल्या आदर्शाच्या वलयातून बाहेर पडत नाहीत, ते लवकर संपतात. वाचक त्यांना नाकारतात.

लेखक म्हणून मी अनेक वेगवेगळे विषय हाताळले आहेत.

माझ्या लेखनाचे प्रामुख्याने दोन प्रकार आहेत. एक माहितीपर लेखन आणि दुसरा कथा, कादंबऱ्या वगैरे.

पहिल्या प्रकारातही दोन उपप्रकार आहेत. एक म्हणजे वैज्ञानिक आणि दुसरं म्हणजे गैरवैज्ञानिक. मी विज्ञानकथाकार म्हणून प्रसिद्ध असलो, तरी मी विनोदी कथा-कादंबऱ्या, तसंच रहस्यकथा आणि सामाजिक कथा लिहिलेल्या आहेत. त्या त्या लेखनप्रकारात मला पुरस्कारही मिळाले आहेत. ह्याशिवाय विज्ञानसाहित्यावर मी लेखन केलं आहे. त्यात मराठी विज्ञानसाहित्याचा इतिहास, मराठीतील विज्ञानलेखनाचा इतिहास, मराठी रहस्यकथांचा इतिहास, जागतिक विज्ञानसाहित्याचा इतिहास असे बरेच विषय हाताळले आहेत. आता ह्या सर्वांचा आणि पहिल्या परिच्छेदाचा संबंध लावून बघा, म्हणजे त्या परिच्छेदाचा मथितार्थ लक्षात येईल.

मी फार लवकर बोलायला लागलो आणि वाचायलाही लागलो. माझं पहिलं वाचन म्हणजे दुकानांवरच्या पाट्या. नंतर वृत्तपत्रांतील मथळे. मुंबईत असताना पहिलीपर्यंत मी मराठी आणि गुजराथी मुळाक्षरे शिकलो आणि त्यामुळं वृत्तपत्रांतील मथळे वाचू शकत होतो. त्या काळात सानेगुरुजींच्या गोड गोड गोष्टी वाचून पाठ झाल्या होत्या, असं आई सांगायची. सानेगुरुजींची अंत्ययात्रा सुपारीबाग रोडवरून गेली होती. ती मी बघितली होती. त्या काळात साने गुरुजींची मोहिनी होती; पण एखाद्या लेखकाच्या लेखनाच्या प्रेमात पडलो ते पुण्यात आल्यावर. हे लेखक होते बाबुराव अर्नाळकर. सोपी सुटसुटीत वाक्ये आणि साहसपूर्ण झुंजार कथा ह्या सर्वांत आवडत्या. त्या काळात लेखन करावं, असं कधी वाटलं नव्हतं. पण जर कुणी विचारलं असतं, तर बाबुराव अर्नाळकरांसारखं लिहायचं, असं उत्तर मी दिलं असतं, हे खात्रीपूर्वक सांगू शकतो.

आमच्या शाळेत त्या काळात एखादे शिक्षक गैरहजर असले की, दुसरे शिक्षक केवळ धाक म्हणून वर्गात येत असत. ते वर्गाच्या विद्यार्थिप्रतिनिधीला ग्रंथालयातून पेटी आणायला पाठवत. शिवाय 'सामाजिक सांस्कृतिक शिक्षण' नावाचा एक तास असे. त्या वेळेसही बऱ्याचदा पेटी यायची. पेटी म्हणजे पुस्तकं भरलेली पेटी. वर्गात जेवढी मुलं असतील तेवढी अधिक दहा पुस्तकं ह्या पेटीत असत. मास्तरांच्या मर्जीनुसार एक तर ती वर्गात प्रत्येकी एक अशी वाटली जात किंवा ज्याला चांगलं वाचता येत असेल अशा मुलाला एखादं पुस्तकं वाचायला सांगत. ह्या पेटीमुळं ना.धो.ताम्हणकर आणि भा. रा. भागवत या दोन लेखकांची भेट झाली. 'गोट्या' हा खोडकर मुलगा आणि मायापूरचे

रंगेल राक्षस तसंच ज्यूल्स व्हर्नच्या भा. रा. भागवतांनी अनुवादित केलेल्या कादंबऱ्या ह्यांनी वेड लावलं. वरच्या वर्गात चिं. वि. जोशी, त्यांचे ओसाडवाडीचे देव आणि इतर पुस्तके शाळेतच वाचायला मिळाली. शाळेतलं हे वाचन म्हणजे काही खरं वाचन नव्हे, कारण त्या वेळी बाबुराव अर्नाळकरांनी माझ्या मेंदूचा पूर्ण ताबा घेतला होता, त्यामुळे हे वाचले तरी धनंजय झुंजारच्या रहस्यकथा वाचणे हेच खरे वाचन वाटत होते. बाजीराव रोडवरील विश्रामबाग वाड्यासमोरून जो बोळ जातो, तिथं किताब मिनार वाचनालय होतं. तिथून मी पुस्तकं आणायचो. त्या कथा वाचून डोक्यात भन्नाट कल्पना यायच्या. त्यामुळे वर्गात माझ्याभोवती कायम श्रोत्यांचं कोंडाळं असे. त्याबद्दल मारही खाल्ला.

किताब मिनारमधूनही बरीच पुस्तकं आणायचो. त्या महिन्यातल्या रहस्यकथा वाचून झाल्या की, विनोदी कथा, मग ह. ना. आपटे, वि. वा. हडप, खांडेकर, वि. वि. बोकील, श्री. ज. जोशी असे हयात आणि दिवंगत लेखक वाचत होतो.

वर्गाच्या सूचनाफलकावर दरमहा विद्यार्थ्यांचं हस्तलिखित नियतकालिक लावलं जायचं. त्यात एकदा ‘एक दोन तीन चार घरांत झाले उंदीर फार’ अशी एक कविता मास्तरांनी शिक्षेची धमकी दिल्यामुळं लिहिली होती. त्या नियतकालिकात वर्गातल्या सर्वांनी तोपर्यंत काही ना काही लिहिलं होतं. फक्त मीच त्याला अपवाद होतो. ह्याचं कारण मैदानावर खेळणे आणि वर्गात टिंगलटवाळी करीत वेळ काढणे, हे माझे दोन आवडते उद्योग होते.

एक दिवस त्या नियतकालिकाची जबाबदारी ज्यांच्यावर होती, त्या शिक्षकांच्या हे लक्षात आलं. त्यांनी बखोटीला धरून मला टेबलाजवळ नेलं आणि सज्जड दम दिला, त्याबरोबर एक कानफटात मारून ‘उद्यापर्यंत मजकूर हवा’ असं सांगितलं. अशा तऱ्हेनं लोकाग्रहास्तव मी कवी झालो.

ऐकीव का असेना, ती कविता मी लिहिली ह्याचं हे खरं कारण आहे. आमच्या ऐकीव कवितांमधली त्यातल्या त्यात छापण्यायोग्य अशी ती एक कविता होती. दुसरी एक आरती होती.

जयदेवी जयदेवी जय अंबाकाकू
तुमचा मुलगा ओढतो गांजातंबाखू
ओढतो तो ओढतो अन् वर शिव्याही देतो
आम्ही काय तुमच्या बापाचे खातो, जय देवी

हे त्यातलं पहिलं आणि अखेरचं सभ्य कडवं होतं. जर मास्तरांनी पुन्हा आग्रह धरून पुढची आरती म्हणायला लावली असती किंवा ती दुसऱ्या कुणाकडून

गुन्ह्याला माफी जाहीर करून माहीत करून घेतली असती तर माझं शालेय शिक्षण तिथंच संपलं असतं. ह्यानंतर मी लिहावं असं मला वाटलं नव्हतं. कुठल्याही वाचनाचा माझ्यावर ठाम परिणाम झालेला नव्हता. शाळेत आठवीमध्ये इंग्रजी शिकवायला सुरुवात व्हायची. इंग्रजीशी माझा त्याआधीच परिचय झाला होता. माझे काका जरी फार शिकलेले नव्हते तरी त्यांचं इंग्रजीवर प्रभुत्व होतं. आम्हालाही इंग्रजी यावं, असं त्यांना वाटायचं. त्यामुळं त्यांनी आम्हा दोघा भावांकडून तर्खडकर भाषांतर पाठमालेचे तीनही भाग पाठ करून घेतले होते. माझा मित्र धनंजय गोळे ह्याच्याकडे फ्रीप्रेस जर्नल यायचं. वीरकरांच्या शब्दकोशाचा आधार घेऊन मी ते वाचत असे.

माझ्या आयुष्यात वाचनाला फार महत्त्व आहे. कुणी काय लिहिलं ह्याचा माझ्यावर सुप्त परिणाम झाला असेल पण त्याहीपेक्षा मला वाचायला मिळालं, हे महत्त्वाचं असल्यामुळं त्या त्या लेखकांबद्दल माझ्या मनात कृतज्ञतेची भावना असे. आपण आता लिहायलाच हवं, अमक्या तमक्याचा आदर्श समोर ठेवावा असं मला कधीच वाटलं नाही, पण त्या लेखकांना इतरांनी वाईट म्हटलं की वाईट वाटायचं, एवढं मात्र खरं. त्या काळात आणि अजूनही साधारणपणे एखाद्या लेखकाची जेवढी मिळतील तेवढी पुस्तके एकामागोमाग एक वाचून काढणे, अशी माझी रीत होती. त्यामुळे एखाद्या लेखकाच्या लेखनातील वैशिष्ट्ये, त्याची भाषाशैली, आवडीची वर्णने हे आपोआप लक्षात येते. हे सगळं मी ठरवून केलेलं नव्हतं.

महाविद्यालयात गेलो. फर्ग्युसनचं ग्रंथालय, तेव्हाची ब्रिटिश कौन्सिल लायब्ररी ह्या दोहोंतून धडाक्यानं इंग्रज अमेरिकन लेखकांच्या कथा कादंबऱ्या आणून वाचू लागलो. माझ्या दुसऱ्या एका वर्गमित्राचा भाऊ इथं मदतीला आला. त्याच्याकडे पेरी मेसनच्या सर्व कादंबऱ्या होत्या. त्या पहिल्यापासून क्रमवार लावलेल्या होत्या. नवी आली की ती घेतली जायची. मे महिन्याच्या सुट्टीत रोज एक असा धडाका लावला. खरं तर आमची परीक्षा मार्चअखेर संपली होती. पुढचं वर्ष २० जूनला सुरू व्हायचं होतं. त्या काळात इतर काहीच वाचलं नव्हतं.

लेखनाचा विचार मनात नव्हता. इतक्या वेगवेगळ्या प्रकारचं वाचन एकाच वेळी समांतरपणे चालू असे की, माझ्या वाचनाचं मित्रांनाच नव्हे तर मला स्वत:लासुद्धा आश्चर्य वाटतं. सकाळी वृत्तपत्रांचं वाचन, मग अभ्यास, विद्यापीठात गेल्यावर पुन्हा अभ्यास, संध्याकाळी परतताना ब्रिटिश कौन्सिल ग्रंथालय, तिथून

विज्ञानकथा, कादंबऱ्या किंवा दुसऱ्या महायुद्धावरची पुस्तके, किताब मिनारमधून मराठी पुस्तके, मधून फिनिक्स ग्रंथालयातून एखादं गाजलेलं पुस्तक, मिळवायला लागल्यावर स्वत: खरेदी केलेल्या पुस्तकांची भर. पुढं रहस्यकथांचा प्रभाव कमी होऊ लागला. मी आकाशवाणीत कामाला लागलो. 'वटवट' आणि 'मनोहर' साठी बरंच हलकंफुलकं लेखन केलं. एक दोन विनोदी कथास्पर्धांत मला बक्षिसेही मिळाली होती. पी. जी. वुडहाउस आणि एडगर वॅलेसच्या सँडर्सच्या कथा मला खूप आवडत होत्या. १९७७ नंतर सुमारे दहा वर्षे मी कन्फेशन मालेतील टिमथी लिआ नावाच्या लेखकाची बरीच पुस्तके वाचली. माझे काही मित्र त्या वेळी इंग्लंडमध्ये होते. त्यांना ते कॉकनी इंग्रजी फार आवडत होतं.

थोडक्यात म्हणजे कुणा एका लेखकाचा किंवा एकाच पुस्तकाचा माझ्या जीवनावर आणि पर्यायानं लेखनावर प्रभाव पडलेला नाही. मला वाटतं की जन्मजात वाह्यातपणा, प्रत्येक गोष्टीबद्दल प्रचंड कुतूहल आणि प्रत्येक घटनेमागचा कार्यकारणभाव जाणून घेण्याची उत्सुकता, तसंच चाकोरीबद्धतेचा कंटाळा ह्या गोष्टींनी माझं जीवन घडलं. वाचनामुळं माझ्या जीवनाला आधार मिळाला. मी जर वाचनवेडा नसतो, तर आयुष्यात गैरमार्गावर भरकटलो असतो. त्या काळच्या बहुतेक पुस्तकांमध्ये 'गैरमार्गानं जाणारा फसतोय', हा एक सुप्त संदेश असे. अगदी रहस्यकथांपासून तो विजय तेंडुलकरांच्या नाटकांपर्यंत हाच संदेश मिळाला होता. 'करावे तसे भरावे' हे वचन वाचनानं मनावर ठसवलेच पण वास्तव विसरायलाही हातभार लावला. त्याबद्दल मी सर्व पुस्तकांचा आणि त्यांच्या लेखकांचा ऋणी आहे. लेखनाबद्दल बोलायचं तर मी अपघातानंच लेखक बनलो. आम्ही बरेच मित्र नोकरीवरून घरी आलो की, संध्याकाळी पूना कॉफी हाउसमध्ये चहा पीत, सिगरेटी ओढत बसायचो. बऱ्याच गप्पा होत. त्यात बोलण्यात मी आघाडीवर असे. विनोद सांगण्यात माझा हातखंडा होता. ह्या गप्पांमध्ये इतरही अनेक विषय, एकमेकांची टिंगलटवाळी असे. एकदा माझा मित्र विजय पेंडसेबरोबर मी तेव्हाच्या एमईएस महाविद्यालयात प्रायोगिक एकांकिका बघायला गेलो होतो. काही काळ आधी हीच कल्पना पीसीएचमध्ये मित्रांना ऐकवली होती. तीच आता आम्ही समोर बघत होतो. ते बघून माझा मित्र खवळला. 'तू लेका नुसतीच बडबड कर. तुझ्या कल्पनांवर दुसरे मोठे होतात. तू का नाही लिहीत?' खरं तर हे असलं गंभीर लिहिणं आपलं काम नाही, याची मला खात्री होती. बोलणं वेगळं आणि लिहिणं वेगळं. त्यात माझं अक्षर 'आप लिखे, खुदा जाने', ह्या दर्जाचं होतं. ते मी माझा बचाव म्हणून विजयला

ऐकवलं. तो म्हणाला 'तू लिहून दे, मी माझ्या अक्षरांत ते लिहून काढतो.' अशा तऱ्हेनं माझी पहिली कथा लिहिली गेली. ती संवाद स्वरूपात होती. पुढं प्रायोगिक एकांकिका ह्या स्वरूपात मुंबईत खेर नावाच्या मित्राने अविष्कारतर्फे तिचा प्रयोगही केला. ही कथा 'मनोहर'मध्ये छापून आली. खूप गाजली. अशा तऱ्हेने मी लेखक बनलो. त्यानंतर खूप लिहिलं. ह्यानंतरच्या काळात बऱ्याच प्रकाशकांनी मला दरमहा दोन किंवा तीन रहस्यकथा लिहाव्यात,असे सुचवले होते. दरमहा २०० ते २५० रुपये द्यायला ते तयार होते. माझा पगार तेव्हा ५०० रुपयांच्या आसपास होता. का कोण जाणे, पण मी ते टाळले. त्या काळात रहस्यकथा-लेखक असा शिक्का बसला असता, तर आजही रहस्यकथा लेखक म्हणूनच ओळखला गेलो असतो. तसेही वेळोवेळी माझी रहस्यकथांची आवड जाहीर करीत राहिल्यानं माझ्या विज्ञानकथा ह्या रहस्यकथेच्या वळणानं जातात, अशी टीका माझ्या लेखनावर झाली.

माझ्या जीवनावर किंवा लेखनावर कुणा एकाचा परिणाम झाला नसला, तरी फार पूर्वी वाचलेली काही पुस्तके अजून स्मरणात आहेत. जॉन स्टाइनबेकची ईस्ट ऑफ इडन , ग्रेप्स ऑफ राथ, रेन ऑफ पिपिन थ्री, ऑफ माइस अँड मेन, वॉर डायरीज ही पुस्तके, हेन्री मिलरचं ट्रॉपिक ऑफ कॅन्सर, हेमिंग्वेचं ओल्ड मॅन अँड द सी आणि आयलंड्स इन द सन; पी. जी. वुडहाउसची बर्टी वुस्टर आणि कॅसल ब्लँडिग्जच्या पार्श्वभूमीवरची पुस्तकं, नेव्हील शूटची सर्व पुस्तकं, जेम्स हॅडली चेजच्या रहस्यकथा, रॉबर्ट लुडलम सारख्यांची पुस्तकं, हेन्री सेसिल, अनेक प्रकारची प्रवासवर्णनं यादी करावी तेवढी थोडी आहे. 'द वर्ड्स' हे जाँ पॉल सार्त्रचं पुस्तक तर प्रत्येकानं वाचावं असं आहे. मराठीतील फडके, खांडेकर, माडगूळकर, पु. ल. देशपांडे, जयवंत दळवी, माडखोलकर, श्री. ज. जोशी, द.मा.मिरासदार, वि.आ.बुवा असे अनेक. आयझॅक ॲसिमोव्हना विसरणं शक्य नाही. ह्या सर्वांसह इतर अनेकांचे माझ्यावर संस्कार झालेले आहेत. शिवाय अनेक विज्ञानकथाकारांचाही मला घडविण्यात हात आहे, ते वेगळंच. तेव्हा कुणा एकट्याचं नाव घेणं मला तरी शक्य नाही.

(मेहता मराठी ग्रंथ जगत - दीपावली २०१४)

♦ ♦ ♦

१५. मी वाचतो, मी लिहितो

मी का वाचतो, हे सांगणं तसं अवघड आहे. मला वाटतं, तो आनुवंशिक गुणधर्म असावा. मला कळू लागलं तेव्हापासून मी वाचतोय. मी अगदी लहान असताना वाचायला शिकलो. मग अक्षर दिसलं की वाच, असा उद्योग सुरू झाला. त्या वेळी मुंबईत मराठी आणि गुजराथी पाट्या असत. त्या वाचता वाचता मी मराठी आणि गुजराथी वाचायला शिकलो. शेजारी गुजराथी मंडळी राहत असल्यामुळं गुजराथी कानावर पडत असे. त्यामुळं वाचलेल्या गुजराथीचा अर्थ कळत असे. तपकिरीची जाहिरात, घड्याळांची जाहिरात अशा गोष्टीही मी हळूहळू वाचू लागलो. माझ्या सुदैवानं माझ्या आईला वाचनाचं महत्त्व कळत होतं. तिनं माझ्या या वाचनप्रेमाला प्रोत्साहनच दिलं. मी दुसरीत असताना माधवनगरला गेलो. तिथं जाताना आमच्या सामानात बरीच पुस्तकं होती. शिवाय काकांनी तेव्हा नुकत्याच सुरू झालेल्या 'चांदोबा' नावाच्या मासिकाची वर्गणी भरली होती. त्यामुळे आयुष्यात इतर अनेक गोष्टींबरोबरच पोस्टमन नावाचा इसम आपल्याला हवा त्या वेळी कधीच येत नाही, हे लक्षात आलं. विशेषत: चांदोबाची ठरलेली तारीख रविवारी असेल तर वाट पाहणं दु:सह होत असे. मग भटकणं, चांदोबातल्या गोष्टी वाचून कल्पनेचे मनोरे रचणं, ते मित्रांना सांगणं, हा एक छंद जडला. त्या काळातले चतुराक्ष, एकाक्ष आणि डायनोसॉरसारखे प्राणी अजून विसरलेलो नाही. चांदोबातल्या ह्या कथामालिका पुस्तकरूपाने मात्र कधीच उपलब्ध झाल्या नाहीत, याचं वाईट वाटतं.

पुण्याला आलो. किताब मिनार वाचनालयाचं सदस्यत्व ओघानंच

आलं. तिथनं रोज पुस्तकं आणायला सुरुवात झाली. बाबुराव अर्नाळकर, भा.रा.भागवत वि. स. खांडेकर, ना. सी. फडके, ग. त्र्यं. माडखोलकर, पु. भा. भावे यांच्याबरोबरच अनेक अनुवादित पुस्तके वाचली. किताब मिनारमध्ये पुस्तकांचं वर्गीकरण होतं. बालवाङ्मय, कथा, कादंबऱ्या, अनुवादित पुस्तके, रहस्यकथा, विनोदी कथा असं त्या त्या वह्यांवर मोठ्या अक्षरात लिहिलेलं असे. यांतल्या सर्वात आवडीच्या याद्या म्हणजे रहस्य आणि विनोद. वि. आ. बुवा, चिं. वि. जोशी, अ. वा. वर्टी, वि. मा. दी. पटवर्धन यांची पुस्तकं मी आवडीनं अजूनही वाचतो. मायापूरचे रंगेल राक्षस, ओसाडवाडीचे देव ही पुस्तकं माझ्याप्रमाणेच माझ्या मुलालाही आवडतात. आम्ही कितीतरी वेळा त्यांची पारायणं केली आहेत. भा. रां. चा रॉबिनहूड, सुरेश शर्मांचा टारझन, उषा आपटे यांनी मराठीत आणलेले 'तीन शिलेदार' अजून विसरू शकत नाही.

माझ्या वाचनात दोन प्रकार आहेत. एक म्हणजे वास्तवापासून दूर नेणारे, वास्तव विसरायला लावणारे वाचन. लहानपणापासूनच मी ह्या वाचनाचा भोक्ता होतो. घरातली परिस्थितीच अशी होती की, ती विसरून मगच जगावं लागत होतं, नाहीतर वेड लागायची पाळी आली असती. अशा वेळी बरेच लेखक उपयोगी पडले. हे वाचनही उपयुक्त होतं बरं. जेम्स हॅडली चेसनं 'क्राइम नेव्हर पेज' हे मनावर पक्कं बिंबवलं. अर्ल स्टॅन्ली गार्डनर, बाबुराव अर्नाळकर कानी कपाळी तेच ओरडून सांगत होते. सत्याचा नेहमीच विजय होतो, हे त्यांनी मनावर ठसवलं. हाही एक पलायनवादच किंवा अवास्तव वाद हे पुढं पटलं, पण तोपर्यंत वेळ निघून गेली होती. आयुष्याची वाकडी वाट सोडून बऱ्याच सरळ मार्गावर आलो होतो. ह्या वाटेतही खड्डे होतेच, नव्हते असं नाही, पण ते टाळणं शक्य होत गेलं. मारिओ पुझोचं गॉडफादर फार उशिरा वाचनात आलं. 'एव्हरी एंपायर इज बिल्ट ऑन क्राइम' हे त्याचं वाक्य आयुष्याच्या सुरुवातीला सापडलं नाही, ते एक बरच झालं.

आपण बरं, आपली वृत्ती बरी ह्यासाठी वाचनाचा फार उपयोग होतो. रांगेत उभं राहताना बरोबर पुस्तकं असलं की, रांग सुसह्य होते. हे सगळं आपोआप घडत होतं आणि उपयुक्तही ठरत होतं. जाहीररीत्या हातात बाबुराव अर्नाळकरांच पुस्तक घेतलं की, त्या काळात बरेच जण 'बघू रे काय वाचतोस?' असं म्हणून हातातलं पुस्तक मागून, ओढून घ्यायचे. आश्रित जीवन जगणाऱ्याला रागवून चालत नाही. इंग्रजीत सांगायचं तर 'बेगर्स हॅव नो चॉइस' बट (टू गेट इन्सल्टेड!)

दुसऱ्या प्रकारचं वाचन होतं ते आव्हानात्मक वाचन होतं. तो माझा

आत्मशोध होता, असं म्हटलं तरी चालेल. माणूस अस्तित्वात आला तेव्हापासून तो त्याच्या जगण्यामागचा अर्थ शोधायचा प्रयत्न करतो आहे. आपण कसे घडलो. आपण धर्मग्रंथ निर्माण केले, देव नावाचं एक सोपं उत्तर शोधलं. मग ह्या उत्तराचा शोध सुरू केला. त्यातून अनेक मानवशास्त्रीय ग्रंथ निर्माण केले. धर्मग्रंथ, पुराणे, मिथके ही सगळी या शोधांमधून निर्माण झाली.

मी असा शोध घ्यायचा प्रयत्न फार लहानवयात, अजाणता सुरू केला असं आता गेलेल्या आयुष्याचा विचार करतांना वाटतं. 'गेलेल्या आयुष्याचा मधुमास गडे विसरू या, पाऊल कधी वाऱ्याचे माघारी फिरले होते' हे म्हणणं सोपं आहे; पण प्रत्येक माणूस होऊन गेलेल्या आयुष्याचा कधी ना कधी विचार करतो. (आधीची काव्यपंक्ती कै. सुरेश भट यांची आहे) आणि प्रत्येक वेळी तो मधुमास मार्गशीर्ष असेलच असे नाही. ग्रीष्म आणि फाल्गुन हेही विसरले जात नाहीत, विसरता येत नाहीत.

माझ्या संपूर्ण आयुष्याला वळण लावणारी एक घटना म्हणजे माझ्या आयुष्यात झालेला कबुतरांचा प्रवेश. कबूतर पालनात मी मुख्य प्रवाहात धारेला कधी लागलो नाही, कडेकडेनेच पोहलो. अगदी त्रयस्थपणे सर्व व्यवहार बघितले, असं आता मी म्हणू शकतो; पण ते एक व्यसन होतं. ते व्यसन केवळ कबुतरांचंच नव्हतं, तर त्या कबुतरांना केंद्रस्थानी ठेवून त्या भोवतालच्या परिघात वावरणाऱ्या माणसांचंही होतं. त्यांची भाषा, त्यांचं कबुत्रिक व्यवहारज्ञान आणि कबुतरी व्यवहाराचा मानवी जीवनाशी संबंध जोडण्याची त्यांची हातोटी; ह्यांचा माझ्या जीवनावर, वाचनावर आणि परिसराकडे बघण्याच्या दृष्टिकोनावर प्रचंड परिणाम झाला असावा. यातला काही भाग म्हणजे अवतीभवती वावरणाऱ्यांचं तटस्थ निरीक्षण. कदाचित आनुवंशिक असू शकेल; किंबहुना असेलच, पण प्राणी जीवनाची वर्तणूक पाहून तिचा मानवी जीवनाशी अनुबंध जोडण्याची सवय ही मी ढाबळीवरच्या माझ्या वावरण्यातून त्या काळात कानावर पडणाऱ्या संभाषणातून अंगी बाजवली, असंच म्हणावं लागेल. पाळीव कबुतरांच्या व्यवहारात कबुतरांच्या लैंगिक प्रेरणा जाणून घेणं फार महत्त्वाचं ठरत असे. त्यासंबंधी कबुतरांचे जाणकार जे बोलत, ती भाषा ओबडधोबड, अशिष्ट, अश्लील आणि प्रसंगी बीभत्स असे. पण त्या वेळी त्या वातावरणात, आताच्या भाषेत पर्यावरणात, तिथं दुसरी भाषा वापरणं हास्यास्पद ठरलं असतंच, पण बोलणाऱ्याचा मुद्दा ऐकणाऱ्याला कधीच समजला नसता, याची खात्री आहे.

पांड्याच्या ढाबळीवर एक खुटाड मादी होती. कबुतरांचा थवा उतरवण्यासाठी

ती फडकवली जात असे, म्हणजे पांड्या किंवा ढाबळीवरच्या ज्येष्ठता श्रेणीतील वरच्या थरातला कुणी माणूस (माणूस म्हणजे १५ वर्षापेक्षा मोठा मुलगा. माझं वय त्या वेळी त्याहीपेक्षा थोडं कमी असल्यामुळे मला कुणीही मिसरुड फुटलेला माणूसच वाटे.) त्या मादीचे पाय, शेपूट ह्या दरम्यानचं शरीर पंजात पकडून तिला हवेत उंच धरायचा. तेव्हा ती धडपडून पंख फडफडवायची. त्यामुळं आकाशात हिंडणाऱ्या पऱ्याला ढाबळीकडं उतरायची प्रेरणा मिळत असे.

खुटाड मादी ही ढाबळीतलं सर्वात 'ढ' दर्जाचं कबुतर मानलं जात असे. याचं कारण ती वांझ असे. तिला फुकट पोसावी लागायची. तिला फडकविण्यामागं दोन उद्देश असत. ती मादी असे हे एक कारण आणि फडकवताना तिच्या शरीरात अंडी नसणार याची खात्री असे. नाहीतर पुन्हा नुकसानीला आवताण. ह्या मादीचा दुसरा एक उपयोग म्हणजे ढाबळीवरच्या ज्या कुठल्या नराला मादी नसेल त्याला ही लावून देता यायचीच. पण एखादा नर माजावर आला आणि हिला खेटला तरी त्यावरून कबुतरनरात सहसा कधी मारामाऱ्या होत नसत. तिच्यावर पऱ्यातील सर्व नरांची सामाईक मालकी असे, असं म्हटलं तरी चालेल. इतर माद्यांना मात्र तिचा राग असे. ही कुणाशीही लगट करायची.

ढाबळीवर 'हवा' झाली आणि पर्रा खाली उतरला की त्याला निवू देत. मग दगडीमध्ये पाणी ओतलं जाई. हवेत जाऊन आलेले नर आणि क्वचित काही माद्या एक एक करून दगडीवर बसून पाणी पीत असत. त्याचाही क्रम ठरलेला असे. मग दाणे टाकले जात. अशा वेळी ही मादी जो नर त्याच्या मादीपासून वेगळा असे त्याच्या जवळ जाऊन त्याच्या पिसात तोंड खुपस, त्याच्या जोडीनं चाल आणि काही वेळा गुळण्या भर (चोचीत चोच घालून मान खालीवर हलवणे. यावेळी अन्नाची देवाण घेवाण होते की फक्त मुखरसाची ह्याबद्दल आमच्यात मतभेद असत) असे उद्योग ही मादी करीत असे. अशा वेळी त्या नराला जर जोडीदार असेल तर ती मादी ह्या जोडीच्या अंगावर धावून यायची आणि त्या मादीला पळवून लावून स्वत:च्या नरावर ताबा मिळवायची. मग तो नर घुमू लागला की त्याच्या पुढं दबून बसायची. अंड्यावरच्या माद्यासुद्धा अशा बसत. पुढं माकड माद्या आधीच्या नरापासून वाढत असलेला गर्भ वाचविण्यासाठी असंच वागतात हे सारा हर्डीच्या लंगूर ऑफ अबूनं सांगितलं. कृती एक, उद्देश वेगळे.

एकदा हे बघून पांड्यानं तंबाखूची पिंक टाकली. एक खडा उचलून त्या खुटाड मादीच्या दिशेनं भिरकावला. "मादरचोद, हिची धडपड बघ, बामणा! जो

दिसेल तो नर लावून घेते; पण हिच्या पोटात काय अंडं धरेना. त्या सुकड्याच्या मंगी सारखी आहे. सगळ्या दुनियेखाली झोपली; पण तिला पोर हुईना.'' त्या वेळेला त्या खुटाड मादीचा आणि मंगीचा संबंध लावणं माझ्या बुद्धीच्या पलीकडचं होतं; पण कबुतरांच्या वागणुकीचा आणि माणसाच्या वागणुकीचा कुठं तरी संबंध आहे, हे लक्षात आलं.

कबुतरं ह्या विषयावर तसं लेखन कमी आहे. शास्त्रीय लेखन हे फार तर त्या कबुतराचं शास्त्रीय नाव आणि प्राणिशास्त्रीय माहिती असं पाठ्यपुस्तकी असेल किंवा कुण्या संशोधकाचे शोधनिबंध पक्षीशास्त्रीय पुस्तकात असतील. पण ज्याला लोकार्थी विज्ञान म्हणजेच पॉप्युलर सायन्स म्हणतात, तसं लेखन क्वचित आढळतं. फर्ग्युसन महाविद्यालयाच्या ग्रंथालयात एकदा विज्ञान विभागातील पुस्तके चाळताना डार्विनच्या 'ओरिजिन ऑफ स्पेसीज!' ची प्रत दिसली. तोपर्यंत मी कुठलंही गंभीर असं वैज्ञानिक पुस्तक वाचलेलं नव्हतं. ब्रिटिश कौन्सिल मधून विज्ञानकथांची तेवढी पुस्तकं आणत असे. शास्त्रज्ञांची चरित्रंही फारशी वाचलेली नव्हती. फारशी म्हणायचं कारण आमच्या शालेय पाठ्यपुस्तकात मराठीच्या पुस्तकांमध्ये न्यूटन, एडिसन यांच्यावरचे धडे होते, तर शास्त्राच्या पुस्तकात ऑटो फॉन गॅरिकची आणि त्याच्या प्रयोगाची सविस्तर माहिती होती आणि गॅलिलिओबद्दलही थोडी माहिती होती. ती सोडली तर वैज्ञानिकांची चरित्रं आणि पाठ्यक्रम सोडून विज्ञानविषयक पुस्तकं मी वाचलेली नव्हती.

जीवशास्त्र शिकत असल्यामुळं 'ओरिजिन ऑफ स्पेसीज' तसंच चार्ल्स डार्विन ही नावं कानावरून गेलेली होती. कुतूहलानं पुस्तकं चाळलं. आत वुडकट चित्रं होती. पुस्तक चाळताच धूळ नाकात जाऊन जबरदस्त शिंका आल्या. त्या संपल्यावर पुस्तकातली चित्रं पाहतांना दोन तीन पानांवर पारव्यांची चित्रं दिसली. म्हणून मजकूर वाचला तर डार्विननं कबुतरांचा अभ्यास केलेला होता, हे लक्षात आलं. डार्विनबद्दल ममत्व आणि आदर त्या क्षणी निर्माण झाले. मी ते पुस्तकं घरी वाचायला आणले. त्यानंतर डार्विनबद्दलच वाचायला सुरुवात केलीच; पण डार्विनचा 'माझा बीगलूचा प्रवास', 'डिसेंट ऑफ मॅन' अशी पुस्तकंही वाचली. १९ व्या शतकातलं इंग्रजी, किचकट भाषा, अवघड विषय ह्या तीन शत्रूंवर मात करून डार्विनची पुस्तकं संपवली. ती पुस्तकं किचकट आणि अवघड वाटली यात डार्विनचा दोष नव्हता. त्याच्या काळात प्रचलित असलेली भाषा आणि लेखनशैली त्यानं वापरली होती. मी महाविद्यालयात नुकताच प्रवेश केलेला, त्यामुळं तो विषय अवघड वाटला होता. हे सगळं आता

जाणवतं, पण डार्विनचे माझ्यावर अगणित उपकार आहेत, हे मान्य केलंच पाहिजे.

डार्विनची पुस्तकं वाचताना बरेच कष्ट झाले; म्हणून मग डार्विन आणि उत्क्रांतीवाद याविषयीची पुस्तके वाचू लागलो. जेव्हा जेव्हा डार्विनसंबंधी काही वाचायला मिळालं, ते वाचत गेलो. त्यातून पुढं रिचर्ड डॉकीनच्या पुस्तकांचा शोध लागला. 'द सेल्फीश जीन' वाचून तर आपण का जगतो, या प्रश्नांचं उत्तर मिळाल्यासारखं वाटलं. यातून 'इव्होल्युशनरी सायकॉलॉजी'चा शोध लागला. मग ह्याच विषयावरची पुस्तकं वाचू लागलो. त्यातून मानवशास्त्राचे संदर्भ वाचून 'कमिंग ऑफ एज इन सामोआ' हे मार्गारेट मीडचे पुस्तक वाचले. राजवाड्यांचा भारतीय विवाहसंस्थेचा इतिहास वाचला. मग वेद आणि पुराणे वाचली. किन्सी रिपोर्ट वाचला, मास्टर्स अँड जॉन्सनचं 'ह्यूमन सेक्शुअल बिहेवियर' वाचलं. 'सेक्शुअल लाइफ इन एन्शंट इंडिया' हे योहान मेयरचं पुस्तक वाचलं. ह्या विषयावर जे मिळेल ते पुस्तकं वाचत सुटलो. मराठीत मानवी वर्तणुकीवरचा ग्रंथ नाही, हे लक्षात आलं. त्यातून मेंदूविषयक संशोधनाची 'स्वयंवेध' आणि 'आत्मवेध' ही पुस्तकं लिहून झाली. मग 'सेक्सायन' हे मानवी जगण्याच्या प्रेरणेचा उगम लैंगिक सहजप्रवृत्तीत आहे आणि बरेच संस्कार आणि चालीरीती यांच्या उगमाशीही लैंगिक समजुती आहेत, हे सांगणारं पुस्तकं लिहून झालं.

पुनरुत्पादन आणि पुनरुत्पादन करता यावं म्हणून उदरभरण या सहज प्रवृत्तींच्या साहाय्यानं सर्व मानवी वर्तणुकीचं स्पष्टीकरण करता येतं, हे मला 'इव्होल्युशन अँड इंडिव्हिज्युअल बिहेवियर' ह्या ख्रिस्तोफर ब्रॅडॉकच्या पुस्तकानं दिलेलं ज्ञानही माझ्या कथालेखनात आणि वैज्ञानिक लेखनातही मला उपयुक्त ठरलं. दै. पुढारीच्या दिवाळी अंकातून १९९४ पर्यंत, किस्त्रीम ह्या दिवाळी अंकात तसेच इतरत्रही मी या विषयावर लेखन केलं. एक दिवस अचानक सारा हर्डीच्या 'वुमन दॅट नेव्हर इव्हॉल्वड' ह्या पुस्तकाचा सारांश वाचायला मिळाला. सारा हर्डीचं 'लंगूर्स ऑफ अबू' माझ्या वाचनात आलेलं होतं. अबूच्या लंगूर मर्कटांबरोबरच तिनं काही आदिवासी जमातींचा तसंच कपींच्या म्हणजे एप्सच्या अभ्यासातही रस घेतला होता. तिच्या मते 'जिचे हाती पाळण्याची दोरी ती जगावर राज्य करी!' ही म्हण खरी ठरायला हवी होती पण स्त्रियांनी राज्य करण्याची ती संधी गमावली. (का? तो ह्या लेखाचा विषय नाही. माझ्या 'दीपशिखा' ह्या पुस्तकात त्यावर मी लिहिलं आहे.)

ह्या पुस्तकात एक महत्त्वाचं उत्क्रांतिवादी सूत्र सांगितलेलं आहे. ते म्हणजे माणूस उत्क्रांत होताना स्त्री पुरुष संबंधातून प्रत्येक वेळी गर्भधारणा होणं

शक्य नव्हतं. स्त्रीचं एकाच संभोगात समाधान झालं, तर ती पुन्हा पुरुषाला जवळ येऊ देणार नाही म्हणून निसर्गानं स्त्रीला उत्कट बिंदू गाठायला पुरुषापेक्षा जास्त वेळ लागेल अशी व्यवस्था केली. यामुळे स्त्री तिची वासना पूर्ण होईपर्यंत येणाऱ्या पुरुषांशी संबंध ठेवेल आणि गर्भधारणेची तिची इच्छा पूर्ण होईल, अशी निसर्गानं आदिमानवकाळात व्यवस्था केली. ज्या स्त्रीमध्ये गर्भधारणा झटकन होईल, त्या स्त्रीची कामवासना कमी होईल आणि गर्भधारणा होण्यात कमतरता असेल, तर ती स्त्री जास्तीत जास्त पुरुषांना वश करायचा प्रयत्न करील, हे वर्तणूकनियम अस्तित्वात आले तेव्हा मानवाचा पूर्वज झाडावरून उतरून मैदानी प्रदेशात नुकताच वावरू लागला होता. आजच्या संस्कृतीत हे आपल्याला वावगं वाटेल, पण आजची आपली संस्कृती ही गेल्या दोन हजार वर्षांपेक्षा कमी काळातली आहे. खोटं वाटत असेल तर रामायण, महाभारत आणि पुराणं मुळातून वाचा. सर्व धर्मग्रंथ जवळजवळ हेच वेगळ्या शब्दांत सांगतात. कबुतराच्या ढाबळीवर सुकड्याची मंगी हेच तर करीत होती. तिच्या वागण्याचं मर्म आता लक्षात आलं होतं.

माझ्या लेखन, वाचनाला दिशा देणारी एक घटना म्हणजे आयझॅक ॲसिमोव्हची पुस्तकं माझ्या आयुष्यात आली तो दिवस. हे साधारण डार्विन माझ्या आयुष्यात आला तेव्हाच घडलं. पादपथावरच्या एका विक्रेत्याकडे 'आय रोबॉट' हे आयझॅक ॲसिमोव्हचं एक पुस्तक दिसलं. त्या वेळी ते ४ आण्याला मिळालं. मी तेव्हा फुटकळ वृत्तपत्रीय लेखन करीत असे. खिशात पैसे होते. ते आणून वाचलं. मग ॲसिमोव्हचा नाद लागला. ब्रिटिश कौन्सिलमध्ये अमेरिकन लेखकांची पुस्तकं नसत. तिथं स्टुर्जन, आर्थर क्लार्क यांची पुस्तकं असत, पण ॲसिमोव्हसारखी सुलभ रसाळ भाषा त्यांना साध्य नव्हती. नंतर मिळवायला लागल्यावर मग विज्ञानकथा कादंबऱ्याच प्रामुख्यानं विकत घेतल्या. पॉप्युलर सायन्स कसं लिहावं, हे मी ॲसिमोव्हकडून शिकलो. लोकार्थी विज्ञानलेखक बनणं, हे वाटतं तितकं सोपं नाही. अचूक, सुबोध आणि आकर्षक लिहिणं हे ॲसिमोव्हला साध्य झालं. त्याचे लेख, कथा वाचून आपण प्रयत्न करीत राहायचं. त्याचं चरित्र वाचून मग इतर चरित्रं वाचायला सुरुवात केली.

माझ्या वाचनानं मला वाचवलं. मी विद्यापीठात शिक्षक होतो. त्या नोकरीचा मला कंटाळा आला याचं कारण रोज तेचतेच शिकवायचं आणि त्या नोकरीतलं राजकारण. तसंच स्वतंत्र विचार करायची चोरी. पुढे मला संधी मिळताच मी आकाशवाणीत गेलो. ती तर सरकारी नोकरी. तुम्ही कितीही चांगले

कार्यक्रम करा, तुमचं कौतुक होणं शक्य नाही. मात्र एक क्षुल्लक चूक तुम्हाला नडू शकते. यामुळं चाकोरीबद्ध नियमांत राहून कार्यक्रम करणे, डोकं न वापरणे आणि बरीच कारकुनी याचा कंटाळा आला. पुढं महात्मा फुले वस्तुसंग्रहालयात काहीच घडेना तेव्हा पुस्तकविक्रीत शिरलो पण मग लिहायला वेळ मिळेना म्हणून पूर्ण वेळ लिहू लागलो. वाचन आणि लेखन हेसुद्धा चाकोरी बद्ध होऊ शकतं. नाही असं नाही. पण मी सतत वेगवेगळ्या विषयांवर वाचत राहिलो. अगदी विज्ञानातले देखील वेगवेगळे विषय हाताळले. शस्त्रास्त्रांवर वाचलं, लिहिलं. सामाजिक कथा वाचल्या, लिहिल्या. आवडलेल्या काही पुस्तकांचे अनुवाद केले. युद्धविषयक पुस्तकं वाचली आणि लिहिली. रहस्यकथा तर माझा जीव की प्राण. त्या भरपूर वाचल्या आणि लिहिल्या. मानवी वर्तणुकीवर वाचलं ते सांगितलंच. आणखी दोन पुस्तकं येताहेत. आपल्या पूर्वजांचे तंत्रज्ञान आणि इतर पुरातत्त्व शास्त्रावरील पुस्तके लिहिली. मानसशास्त्राबद्दल वाचलं. त्यामुळे चाकोरीबद्ध बनणं टळलं. प्रत्येक वेळेला वाचक म्हणतात, तुम्ही ह्याच विषयावर लिहा. मग मी सांधा बदलतो. जगात वाचायला खूप, आपणच कमी पडतो असं मला वाटतं; पण तरी हा मारुतीच्या शेपटीला चिंध्या गुंडाळायचा उद्योग मी बंद मात्र करणार नाही.

बऱ्याचदा मला कुणीतरी विचारतं, 'काय वाचू?' मी सांगतो, 'जे मिळेल ते वाच, बाबा! पण वाच! आपोआप तुला तुझी आवड सापडेल.' फार्ले मोवॅटचं 'माय फादर्स सन!' हे पुस्तकं वाचत होतो. मोवॅट दुसऱ्या महायुद्धात इटलीच्या रणांगणावर लढत होता. त्या आठवणींवर आधारित पुस्तक आहे ते. त्यात मोवॅटनं बाँबवर्षाव, तोफगोळ्यांचा वर्षाव होत असताना एखाद्या बंकरमध्ये बसलेल्या किंवा प्रचंड हिमवर्षावात आडोशात युद्ध सुरू व्हायची वाट पहात असलेल्या सैनिकांना पुस्तकाचं वाटणारं प्रेम सांगितलंय. कसलंही पुस्तक वाचायला मिळालं, तरी त्यांना पुरेसं असतं. त्यांच्या दृष्टीनं तेवढीच मानवी सोबत त्यांना उपलब्ध असते.

अवकाशात जाणारे वीरही बरोबर पुस्तकं नेतात, सागरात मोठमोठ्या तेलवाहू जहाजांवरचे कर्मचारी पुस्तकं जवळ बाळगतात, असं आजही दिसतं. ह्याचं कारण वाचन तुमच्या बुद्धीला आणि कल्पनाशक्तीला सतत चालना देत राहतं. म्हणूनच जितकं आणि जेवढं वाचायला मिळेल, ते मी वाचत राहतो. पुस्तकं विकत घ्यायला पैसे मिळावेत म्हणून मी लिहीत राहतो. बऱ्याचदा अमुक एका तारखेच्या आत लेख द्यायचा असतो. कबूल करून बसलेला मी, त्याच

वेळी समोर आलेलं एखादं वेगळ्या विषयाचं पुस्तकं हातात असलेला मी, या दोन मींमध्ये संघर्ष होतो. पुस्तक वाचायचं की लेख लिहायचा? हा अटीतटीचा लढा असतो. त्यात वाचूनही धड होत नाही आणि लिहूनही. ही अवस्था फार वाईट असते. मग मी त्या पुस्तकाला म्हणतो, 'बेट्या, मुला हीच वेळ सापडली ना?' आणि वाचायला सुरुवात करतो. त्या पुस्तकाची निदान प्रस्तावना तरी वाचल्याशिवाय लेखणी चालणारच नाही, याची खात्री असते. तसंच होतं. पहिली काही पानं वाचून होतात आणि नंतर मी जोमानं लिहायला सुरुवात करतो. वाचनाचा विषय लेखनाच्या विषयापासून जितका दूरचा असेल, तेवढा लेखनाचा जोम जास्त असतो.

मी वाचतो हे माझ्या मित्रपरिवारातल्या सर्वांना ठाऊक आहे, बऱ्याच परिचितांनाही ते ठाऊक आहे. ह्याचं महत्त्वाचं कारण म्हणजे एखादं चांगलं पुस्तक, एखाद्या लेखकाची सलग दोन पाच पुस्तकं असं वाचलं की, ते जो भेटेल त्याला सांगणं हा माझा दुसरा एक छंद आहे. माझ्या मित्रांना त्याची सवय आहे. आम्ही सर्वजण गुणदोषांसह एकमेकांना मित्र मानत असल्यामुळं ते माझं बोलणं मुकाट्यानं ऐकून घेत असावेत. यातूनच खरं तर काही मित्रांनी सतत सांगितल्यामुळं माझं लिहिणं सुरू झालं; नाहीतर माझी बडबड ऐकून मी आहेत ते मित्रही गमावले असते. पूर्वी काही लोकांनी याचा फायदाही करून घेतलाय.

एक सद्‌गृहस्थ पूर्वी एका साप्ताहिकात नव्या इंग्रजी पुस्तकांबाबतचा स्तंभ लिहीत असत. १९७५ च्या आसपासची घटना. आता ते आहेत की नाहीत याचीही मला कल्पना नाही, पण तसे ते सज्जन होते. तेव्हा मी सिगरेट ओढत असे. सदाशिव हौदासमोर दत्त उपहार गृहात बसून सिगरेट ओढणं आणि तिथले पेपर वाचणं हा माझा फावल्या वेळचा उद्योग असे. तिथं बरेच मित्र येत. बऱ्याचदा हे स्तंभलेखक मी तिथे असायच्या वेळेस डोकवायचे. 'नवीन काय वाचताय?' असं विचारायचे. त्यांच्या वर्तुळात ते विद्वान आणि इंग्रजी वाङ्मय अभ्यासक म्हणून मिरवायचे. मी तेव्हा साप्ताहिक मनोहरमध्ये लिहीत असे. इकडच्या तिकडच्या गप्पा झाल्या, की मी मनोहरला कसं लिहायला हवं, याबद्दल ते शिकवत. मी एखाद्या नव्या पुस्तकाची माहिती त्यांना देत असे. नंतर मला दोन गोष्टी लक्षात आल्या पुण्यातले एक लब्धप्रतिष्ठित ग्रंथालय त्यांना यासाठी नवं इंग्रजी पुस्तक फुकट वाचायला द्यायचं, त्याचबरोबर तेव्हा इंग्रजी प्रकाशकांकडून पुण्यातल्या कचेरीतून ह्या गृहस्थांना फुकट पुस्तकं, त्यांच्या स्तंभ लेखनामुळं मिळत असत. बऱ्याचदा ती पुस्तके घेऊन ते मिरवत असत. मी

आपला विकत घेऊन पुस्तकं वाचत असे.

एकदा मी माझ्या दुसऱ्या मित्रमंडळींच्या बरोबर जिमखान्यावर चहा पीत असताना एका मित्रानं मला एका इंग्रजी पुस्तकाबाबत माझं मत विचारलं. मी ते त्याला सांगितलं. तो म्हणाला. माझ्यापुढे एक लेख धरला. तो म्हणाला, "तुला मी ओळखतो म्हणून ठीक; पण ज्याला तुझ्याबद्दल काहीच माहिती नाही तो म्हणेल, हा दुसऱ्याची मतं स्वत:ची म्हणून सांगतो." तो माझ्या पुढं असलेला मजकूर वाचून मी थक्क झालो. हे तर मीच त्या सद्‌गृहस्थांबरोबर बोललेलो होतो.

त्यानंतर ते मला भेटले. मनोहरमध्ये मी जे लिहितो, त्यात कशा चुका आहेत हे त्यांनी मला नेहमीप्रमाणे माझीच सिगरेट ओढताना माझ्याच मित्रांसमोर ऐकवले. मीही त्यांना अत्यंत उत्साहाने नुकत्याच बाजारात आलेल्या दोन तीन इंग्रजी पुस्तकांबद्दल सांगितले. ते त्यांच्या स्तंभात छापून आले आणि मग वाचकांच्या पत्रांचा मारा सुरू झाला. कारण त्यांनी जे लिहिलं, तसं त्या पुस्तकात काहीच नव्हतं. त्यांचा तो स्तंभ मग बंद झाला. ते त्यानंतर पंधरा वर्षांनी म्हणजे १९८९-९० च्या सुमारास मला परत भेटले. त्यांनी तो विषय काढला नाही. तीच आमची शेवटची भेट. त्यानंतर ते मला भेटलेले नाहीत. त्यांनी मला लगेचच विचारलं असतं, तर मी त्यांना वाचवू शकलो असतो पण ते पंधरा वर्षे मला टाळत असल्यानं मी स्वत:हून त्यांना भेटायला गेलो नव्हतो. हो, मी त्यांना खरच वाचवू शकलो असतो 'फक्त त्यांनी माझ्याकडे येऊन' तू असं का केलंस? विचारायला हवं होतं.

त्या काळात दिल्लीतल्या पायरेटेड एडिशन्स निघायला सुरुवात झाली होती. वरती बेस्ट सेलरचं मुखपृष्ठ आणि आत भलतंच पुस्तक असा व्यापार सुरु होता. त्या गृहस्थांच्या दृष्टीनं ही पळवाट उपलब्ध होती. फक्त मी त्यांना एवढंच म्हणणार होतो, मी मनोहरला चुकीचं लिहीत असेन, पण दुसऱ्यांचं ऐकून लिहीत नाही. खरं तर ते गृहस्थ सोडून मनोहरच्या माझ्या लेखनाबद्दल कुणीही वाईट बोलत नव्हतं. मनोहरला मी सातत्यानं भरपूर लिहिलं. वाईट लिहिलं असतं, तर महाबळांनी माझी लेखणी तेव्हाच त्यांच्या गोडबोल्या पद्धतीनं आवरली असती.

पुस्तक-विक्रेता, मग तो मोठा दुकानदार असो अथवा फुटपाथवरचा विक्रेता असो, त्याच्याकडून पुस्तकं मिळवायची एक कला असते. कधी त्यांना चुचकारावं लागतं, गोंजारावं लागतं. कधी भांडावं लागतं. एकदा मी एका विक्रेत्याला फूटपाथवर सर्वांच्या देखत साष्टांग नमस्कार घातला होता. त्यानं मग लाजून मला हवं ते पुस्तक मला हव्या त्या किमतीस दिलं होतं. काही जणांशी मैत्रीचे

संबंध होतात. ते चहा पाजतात, त्यांच्या घरगुती अडचणी सांगतात. त्या आपण त्यांना योग्य ती दाद देत, सहानुभूती व्यक्त करीत त्यांचं दुःख आणि आनंद यांचा वाटाही उचलावा लागतो. एखादा विक्रेता घरी येऊन आपल्याला हवी ती पुस्तकं देतो. काही वेळा त्याची गरज बघून नको असतानाही त्यांतलं एक तरी पुस्तक किंवा मासिक घ्यावं लागतं. पुढच्या वेळी तो एखादं दुर्मीळ पुस्तक आणून देतो.

अशा अनेक गोष्टी आहेत. हे सगळं का करायचं? दारुडा दारू का पितो? धूम्रपान करणारा धूम्रपान का करतो ? तसंच हे. पण यात आनंद असतो. मी काही घरगुती कारणांमुळं चांगली सरकारी नोकरी सोडून पुण्यात आलो. त्या नोकरीचा कंटाळाही आला होताच. कारकुनी वाढत चालली होती. राजकारण होतं. मुख्य म्हणजे त्या सरकारी संघटनेचं आकाशवाणीचं स्वरूप सांस्कृतिक आणि सर्जनशील रूप असेल ही अपेक्षा फोल ठरली होती. मी लिहितो, मी वाचतो आणि मला बऱ्याच गोष्टी माहीत असतात, हीच बाब माझे दोष म्हणून गृहीत धरली जात होती, म्हणूनही मी ती नोकरी सोडली, पण पैशांचं सोंग आणता येत नव्हतं. तरी माझ्या पत्नीनं त्या काळात भक्कम साथ दिली. नव्या नोकरीत आलो. तिथं प्रचंड मानसिक तणाव पुन्हा माझ्या वरील अवगुणांमुळे 'लेखन वाचन आणि माहिती' यामुळं भोगला. त्या वेळी लेखन वाढीस लागलं याचं कारण त्यावर पैसा मिळत होता. पुढं पत्नीची डॉक्टरेट झाली. तिला चांगला पगार मिळू लागला. मग मी नोकरीच करायचं नाही ठरवलं. मात्र मी लिहून मिळवतो त्याच पैशातून पुस्तकं घेईन, असा निश्चय केला.

जे जे आपणासी ठावे, ते ते सकळांसी सिकवावे, हा रामदासांचा बोध उरी धरून लिहिलं. पत्नीनं साथ दिली. बऱ्याचदा पुस्तकंही आणून दिली. मुलांनाही माझ्या छंदाचं कौतुक आहे. मुलगा वाचतो. मुलगी अनेक बाबींवर चर्चा करते. सरकारी नोकरीत असतो, तर ह्या वर्षी निवृत्त झालो असतो. निवृत्तिवेतन घेतलं असतं. आता मला निवृत्ती नाही, खूप वाचायचंय, खूप लिहायचंय. चाहत्यांच्या पत्रांचं टॉनिक आणि पुस्तकांच्या निघणाऱ्या आवृत्त्या मला आणखी वाचायला आणि लिहायला लावतात.

रोज नव्या विषयांची पुस्तकं येतात. रोज नवे लेखक लिहितात. बदलत्या जीवनशैलीबरोबर लेखनतंत्रही बदलत राहतं. ते कळायला हवं, त्यासाठी वाचायला हवं. आता पुस्तक प्रदर्शनं लागली आहेत, तिथंही जायलाच हवं.

(अनुभव - दिवाळी २००६)

◆ ◆ ◆

१६. माझ्या वडिलांची पुण्याई

सर्वसाधारणपणे प्रत्येक माणसाच्या आयुष्यामध्ये अनेक संकटे आणि त्रासदायक प्रसंग येत असतात. त्यांना तोंड देता देताच माणूस घडत असतो. ह्या प्रसंगांचा माणसाच्या आयुष्यावर ठसा उमटत असतो. काही व्यक्तींच्या आयुष्यात सर्व घटना सुरळीत घडत जातात. त्यांचा जन्म झाल्यानंतर कसलाही अडथळा न येता त्यांचं शिक्षण होतं. लग्न होतं, संसार होतो. एक दिवस ते चांगल्या नोकरीतून उच्च पदावर पोहचून निवृत्त होतात. नंतर कधीतरी हृदयविकाराच्या तीव्र झटक्यानं त्यांचं निधन होतं. काही व्यक्तींच्या बाबतीत असं घडत नाही. किंबहुना एखादी गोष्ट मनासारखी घडली, तर ती अशी का घडली, ह्याचा त्यांना प्रश्न पडतो. मात्र जेव्हा अडचणींची मालिकाच आडवी येते, त्या वेळी सर्व ठीक चाललंय, असं त्यांना वाटत असतं. मग जे पाहिजे, ते मिळतं. पण त्याची चव गेलेली असते. माणसं ह्या दोन टोकांची असतात. काहीजण ह्यापेक्षाही वेगळे असू शकतात. म्हणजे काही झालं, तरी तक्रार करणारी माणसं आणि काहीही घडलं तरी 'त्याची काय गंमत झाली...' असं म्हणणारी माणसं.

माझे वडील हे अशा दुसऱ्या प्रकारातले होते. चौथीत असताना त्यांनी गुर्लहोसूर हे सौंदत्तीजवळचं खेडं सोडायचं आणि खूप शिकायचं, असं ठरवलं. ही घटना १९२०-२१ सालची असणार. मला हे ठाऊक व्हायचं कारण माझ्या वडिलांचे मित्र, मैत्रिणी आणि आमचे काका. माझ्या मोठ्या काकांनी घर सोडलं होतं. ते माझ्या वडिलांपेक्षा सहा वर्षांनी मोठे होते. ते गायब झाल्यानंतर क्रमानं माझ्या वडिलांनी

घर सोडणं अपरिहार्य होतं. ते घर सोडून पुण्याला आले आणि खरे नावाच्या गृहस्थांकडं राहू लागले. त्यांच्याकडे एक दिवस जेवण आणि शिक्षण होईपर्यंत राहणं. इतर जेवणांचे त्यांना कुठं कुठं वार मिळाले होते. त्यांच्या गमत्या आणि मनमिळाऊ स्वभावानं त्यांना अनेक मित्रही मिळाले होते. लोकांना हसवणं, स्वत: हसणं आणि आनंदी राहणं हा त्यांचा स्वभाव होता. घाटे मंडळी विक्षिप्त म्हणून प्रसिद्ध होती. माझ्या वडिलांचे शालेय जीवनातले मित्र विविध निमित्तांनी पुढं भेटले. 'तुझा बाप फार गमत्या होता,' हे बहुतेकांनी मला सांगितलं. एकदा ते सायकल चालवताना टांग्याला धडकले. त्यांचा एक डोळा तिरळा होता. कर्नाटकातून आल्यानं मराठी त्या काळात दिव्य होतं. किंबहुना आयुष्यभर महाराष्ट्रात काढलेले माझे कुठलेही काका अजूनही नीट मराठी बोलू शकत नाहीत. ते कर्नाटकातले आहेत, हे लगेच लक्षात येतं. माझ्या एका काकांना तर कामावर जाताना हाक मारणारे त्यांचे सहकारी 'घाटे गेली का?' अशी हाळी देत असत.

माझे वडील मोठमोठ्यानं संस्कृत श्लोक, कानडी, मराठी गाणी म्हणत स्वत:च्या तंद्रीत सायकल चालवीत असत. असेच जाता जाता त्यांना समोरून येणारा टांगा दिसला नाही. त्यांच्या मते घोड्याला आणि टांगेवाल्याला ते दिसले नाहीत. शाळेत आले, तेव्हा अर्थातच उशीर झालेला होता. अंगभर जखमा.

"घाटे, तुला काय लागलं?" शिक्षकांनी विचारलं.

"ते घोड्यानं शिंग मारलंय, की..." माझ्या वडिलांनी उत्तर दिलं.

ही हकीकत खरी असावी. कारण पाच सहा जणांच्या तोंडून मी ती ऐकली आहे.

मॅट्रिक झाल्यानंतर कॉलेजची दोन वर्षे करून माझे वडील मुंबईला गेले. तिथं त्यांनी स्वातंत्र्य चळवळीत भाग घेतला, म्हणून तुरुंगात गेले. तुरुंगातून बाहेर आल्यावर त्यांना मोरारजी गोकुळदास मिलमध्ये नोकरी मिळाली. तिथं असताना त्यांनी बी. ए. पूर्ण केलं. त्याच वेळी ते लेबर ऑफिसर झाले.

आमच्या आईवडिलांचा त्या काळात प्रेमविवाह झाला. आधी ते त्यांच्या कान्हेरे नावाच्या मित्राकडं राहत. पुढं मिलच्या जागेत राहायला आले.

ह्या बाळासाहेब कान्हेऱ्यांनी पुढे आम्हांला खूप मदत केली. मिलच्या जागेत राहायला आल्यावर बरेच भूमिगत कार्यकर्ते आमच्या घरी आश्रयास असत. पोलीस आले, की ते मागच्या दारानं गिरणीत घुसून कामगारांत मिसळून जात. माझे धाकटे काकाही त्या वेळी आमच्याकडं शिकायला आले. ह्या काकांनी आणि त्यांच्या पत्नींनी माझ्यासाठी पुढं खूप काही केलं.

त्या काळात पाच सहाशे रुपये पगार, गिरणीची गाडी अशी परिस्थिती असताना १९४९ साली माझ्या ह्या कामगार आणि मित्रपरिवारात अतिशय लोकप्रिय असलेल्या वडिलांचा कचेरीतून घरी येताना चाकूनं १६ वार करून खून झाला. तो माझ्या आईनं बघितला. भाऊही तिच्याबरोबर होता. कम्युनिस्ट कामगार संघटनेला गिरणीत माझ्या वडिलांमुळं स्थान पक्कं करता येत नव्हतं, म्हणून हा खून झाला, असं तत्कालीन वृत्तपत्रांनी लिहिलं. वहीम कृष्णा देसाई आणि त्यांच्या साथीदारांवर होता.

माझी आई आजारी पडली, ती पुढं पंधरा वीस वर्षे अंथरुणात होती. कुणावरही असा प्रसंग ओढवू नये, असं मला वाटतं. पण ह्या परिस्थितीत वाढल्यामुळे आणि वडिलांचा वारसा लाभल्यानं मी जगलेल्या आयुष्याची मला गंमतच वाटते. हसत-खेळत जगण्याचं वरदान देऊन माझे वडील गेले, त्या वेळी मी नुकतीच तीन वर्षे पूर्ण केली होती.

पुढं मी मुंबईला शिशुविहारमध्ये आणि तिथून किंग जॉर्ज शाळेत जाऊ लागलो. तेव्हा मला आपल्याला वडील नाहीत म्हणजे काय, हे कळत नव्हतं. दुसरीत असताना आम्हाला सगळ्यांना सांगलीजवळ माधवनगर ह्या ठिकाणी पाठवण्यात आलं. आईला मुंबईची हवा सहन होत नव्हती. सांगलीच्या डॉक्टर देसाईंचे बंधू मुंबईचे सिटी इंजिनीअर नाना देसाई माझ्या वडिलांचे ज्येष्ठ मित्र. त्यांनी सांगितल्यावरून डॉ. देसाई आईला फुकट ट्रीटमेंट देणार होते. माझ्या आईला प्लूरसी झालेली होती. शिवाय बेळगाव जवळ होतं. माधवनगरला आम्ही दीड वर्ष होतो. म्हशींच्या पाठीवर बसून रानात जाणे, हा उद्योग तिथं केला. आमच्या घराशेजारी रानडे नावाच्या घराण्याचा गोठा होता. त्यांच्या घरात आम्ही खेळत असू. अभ्यासाचा त्रास नाही. आईला आमच्या मागं हिंडायची ताकद नाही. त्यामुळं आम्ही उनाडत होतो. गाव छोटा, वाहनं म्हणजे दिवसातून बाजाराच्या रस्त्यावरून जाणाऱ्या दोन-चार एसट्या आणि सायकली. मोटार आली, तर बघायला गर्दी असे. अशा स्वातंत्र्यातून आईला बरं वाटायला लागल्यावर आम्हांला पुण्यात आणण्यात आलं. बंधूंना कबूतराचा नाद लागला होता. शिवाय वडील गेले, तेव्हा तो सहा वर्षांचा होता. ह्यामुळं काय झालंय, ते त्याला कळत होतं. वडिलांचे सर्व मित्र त्या काळात गाडीवाले होते. त्याच्या मनावर खोल परिणाम झालाय् असं म्हणून त्याचे लाड करीत. तो नापास झाला, तरी त्याला कुणी रागावलं नाही. का, तर मनावर परिणाम. उलट, पाचवीत असल्यापासून त्याला क्लासला पाठविण्यात येऊ लागलं.

त्याच्या मनावर परिणाम झाला असणारच! पण काका आणि वडिलांच्या मित्राच्या ह्या प्रकारच्या वागणुकीनं त्याचं फार नुकसान झालं. खरं तर, आम्हा दोघांत तो अधिक बुद्धिमान आहे, पण शिक्षण न झाल्यानं त्याचं झालेलं नुकसान खरोखरच वाईट वाटावं, असं आहे. सुरुवातीला हे असं कौतुक आणि नंतर 'तुझ्या वडिलांना काय वाटलं असतं, त्याचा विचार कधी केलास?' हे ऐकून त्याचं मन कधी अभ्यासात लागलंच नव्हतं. पुढं त्यानंच बऱ्याच जणांशी संबंध तोडले आणि पिनॉशिओ सिंड्रोमनं त्याला पछाडलं.

आपण शिकायचं नि मोठं व्हायचं, हे जसं वडिलांच्या आठवणींनी माझ्या मनावर रुजवलं होतं. त्याचप्रमाणे मी माझ्या मामाची कीर्ती ऐकून होतो. आई लग्नापूर्वी मामाकडे होती. माझ्या आईवडिलांनी परस्पर लग्न ठरवावं, हे माझ्या मामाला आवडलं नव्हतं. तो पोस्टात फार मोठा अधिकारी होता, तो पुण्याला आला की, आम्हाला निरोप यायचा. गाडी यायची. आम्ही त्याचं दर्शन घेऊन यायचो. माझा मामा पोस्टात मोठा अधिकारी होता, असं नाही, (पुढं तो पंतप्रधानांचा सल्लागारही झाला.) तो एक महान संस्कृत तज्ज्ञ होता. साहित्य अकादमीचा सदस्य होता. अतिशय विद्वान होता. त्यानं संस्कृत आणि मराठीतून सुमारे सव्वाशे पुस्तकं लिहिली. तो संगीततज्ज्ञही होता. त्याच्या ह्या विद्वत्तेचं मला फार आकर्षण वाटत असे. आपणही त्याच्यासारखं खूप शिकावं, पुस्तकं लिहावी, ही महत्त्वाकांक्षा मनात होती. मामा एम. ए. पर्यंत कायम वर्गात पहिला आला. त्या काळात मॅट्रिकला दहांत होता. त्याची वागणूक खरोखरच ऋषितुल्य होती. मामाचा आदर्श सहजसाध्य नव्हता. घरी आईला स्वयंपाकात मदत करीत करीत अभ्यास करायचा. मग शाळेत जायचं. शाळेच्या क्रिकेट संघात मी होतो. शिवाय बाबुराव अर्नाळकरांचं वाचन, इतर पुस्तकं, श्री. ना. पेंडशांच्या कादंबऱ्यांनी त्या वेळी झपाटलेलं होतं. अशात वर्गात पहिल्या पाचांत यायला खूप धडपड करावी लागत असे. पुढं मी ही मर्यादा पहिल्या दहावर नेली. मात्र काकांच्या प्रयत्नांना यश म्हणजे लागोपाठ तीन वर्षे शाळेत इंग्रजीमध्ये पहिला आलो. पाचवीपासून मला कसली ना कसली फी माफी होती. पुढं इबीसी म्हणजे इकॉनॉमिक बॅकवर्ड क्लासमधेही मी ढकलला गेलो आणि माझं जवळजवळ सर्व शिक्षण बिनपैशात झालं.

मी लिहायला लागलो, तेसुद्धा आर्थिक अडचणीमुळं. कॉलेजात असताना एक पायजमा, एक शर्ट,पुढच्या वर्षी दोन पायजमे, दोन शर्ट असा प्रवास होता. बरोबरच्या मित्रांना त्याचं काही वाटत नसे. काही जण माझ्या टायरच्या चपलांची

टिंगल करीत. अडचण येई, ती हे सगळे चहा प्यायला जात तेव्हा. एखाद्यानं दांडी मारली असेल, तर त्याची हजेरी देऊन आठवड्यातून एक-दोन दिवस चहा सुटायचा. त्यामुळं तरुणभारत मध्ये लिहायची संधी मिळताच ती मी स्वीकारली आणि आठवड्याला ५ ते १० रुपये मिळू लागले. त्या काळात ही श्रीमंती होती. ५ नव्या पैशाला चहा मिळे. तीन पैशाला दोन चारमिनार मिळत असत.

वडील नसल्याचे आणखी काही फायदे झाले. धनंजय गोळे नावाच्या मित्राकडे मी बराच वेळ काढत असे. त्याच्या वडिलांचे उपकार अविस्मरणीय आहेत. त्यांनी मला वडिलांची उणीव कधीच भासू दिली नाही. वाचनाच्या धंद्याला प्रोत्साहनच दिलं. धनंजयच्या आईचे वडील म्हणजे गणपतराव बोडस. दादा पुण्यात असले, की मग आणखी मजा. त्यांचा विडा कुटायचा खलबत्ता मला अजून आठवतो. मराठी कसं बोलावं, वेगवेगळ्या शब्दांच्या उच्चारांच्या वेगवेगळ्या छटा, इंग्रजी शब्दांचे वेगवेगळे अर्थ, असं ते समजावून देत. अशुद्ध बोलण्याचा त्यांना फार राग असे. जुन्या आठवणी ऐकाव्यात, तर त्यांच्याकडून. मी त्यांच्या पायांशी जे मराठी शिकलो, ते अजून उपयोगी पडतं. पुढं पुढं कठीणप्रसंगी वडिलांची आठवण येत होती; पण नुसत्या आठवणींनी काही साध्य होत नाही कष्टाला पर्याय नाही, हे फार लहानपणीच लक्षात आलेलं होतं. त्यामुळे कष्ट करीत राहिलो.

वडिलांची विनोदबुद्धी, अपयशानं खचून न जाण्याची वृत्ती, मित्र जमवण्याची हातोटी आणि गोष्टी रंगवून सांगण्याची क्षमता ह्या गोष्टींचा वारसा माझ्याकडं आला. यात मामाकडून मांड ठोकून अथक लिहिण्याची कलाही माझ्यात आली. देवावर श्रद्धा ठेवून विज्ञानाचं लिहीत राहिलो. चार लोक 'काय लेखक' असं म्हणतात. ह्यात सगळं पावलं, असं वाटतं.

माझ्या पहिल्या कथांत वडिलांच्या निधनानंतर लहान वयात पोरकी झालेली मुलं आढळतात. पुढं विज्ञानकथा लिहायला लागल्यावर ती मागं पडली. मी वडिलांचं बोट सोडलं आणि अवकाशात विहार करू लागलो. मला वाटतं, वडील असते तर मी सरळसोट शिकलो असतो किंवा कदाचित व्यसनी बनून वायाही गेलो असतो. कदाचित आणखी काही झालो असतो; पण लेखक झालो असतोच, असं नाही.

वडिलांच्या छत्राचं महत्त्व, ज्यांना वडील असतात, त्यांना कळत नाही, असं माझ्या लक्षात आलंय. दुसरं म्हणजे, वडील नसणाऱ्या मुलांना जे अनुभव

येतात, ते मनावर किती खोलपर्यंत उमटतात, हेही लोकांच्या लक्षात येत नाही. आजही लग्नमुंजी समारंभात मी अस्वस्थ असतो. ''अशा प्रसंगी जरा बरे कपडे वापरावे'', असं कुणीतरी सांगून, ''असं कर माझा मुलगा तुझ्याच वयाचा आहे, उद्या येऊन त्याचे कपडे घेऊन जा. नाहीतरी बोहारणीलाच द्यायचेत.'' असं म्हणेल, हे दडपण असतंच. आजकाल असं कुणी बोलत नाही, हेच खूप.

(पद्मगंधा- दिवाळी २०००)

♦♦♦

१७. मला आलेली पत्रे

मेहता ग्रंथ जगतसाठी वाचकांच्या पत्रांबाबत लिहायला सांगण्यात आलं तेव्हा जरा दचकलो. पूर्वी वाचकांची बरीच दीर्घ पत्रे येत असत. आजकाल लोक पोस्टात जा, पाकीट आणा, पेन उचला, ते कागदावर टेकवा हा उद्योग करीत नाहीत. ते फोन उचलतात. नंबर फिरवतात आणि धडाक्यानं बोलायला सुरुवात करतात. सकाळी ७.००-७.३०च्या आधी आणि रात्री दहानंतर जर फोन असेल तर 'झोपेतनं उठवलं नाही ना', या वाक्याने सुरुवात होते. असा फोन परगावचा असेल तर मग, 'छे हो! जागाच होतो. (तुमच्याच दूरध्वनीची वाट बघत होतो)', हे मनात बोलून पुढं बोलणं सुरू होतं. पण बहुतेक वेळा असे फोन हे खरोखरच एखाद्या गरजू व्यक्तीचे असतात किंवा एखाद्या वृद्ध व्यक्तीचे असतात. एकदा रात्री अकरा सव्वा अकराला दूरध्वनी खणखणला. माझ्या पत्नीने तो घेतला. मी जर लिहीत असलो किंवा झोपलेला असलो तर ती 'अमुक वेळी फोन करा!' असं सांगते. तिनं मला खुणेनंच फोन घे, असं सांगितलं.

'माफ करा, इतक्या उशिरा फोन केला. माझं वय चौऱ्यांशी वर्षांचं आहे, मला झोप फार लागत नाही. माझा नातू तुमची पुस्तकं वाचतो. तो काय वाचतोय ते बघायला मी ते पुस्तक वाचायला घेतलं. रंगून गेलो. मग म्हटलं, लगेच फोन करावा. आता लक्षात राहत नाही, ते माझ्या 'यंत्रलेखक' नावाच्या संग्रहातल्या विज्ञानकथा वाचत होते. नातवाकडून आजोबाकडे असा हा उलटा प्रवास त्यांनी दूरध्वनी संपर्क साधल्यामुळं मला कळला.

मी १९७०च्या सुमारास मासिक व नंतर साप्ताहिक मनोहरमधून

नियमित लेखन सुरू केले. त्या काळी लेखकाचा पत्ता नियतकालिकांमधून छापला जात नसे. सर्व पत्रे संपादकांकडे जात असत. मग संपादक ती निवडून छापत किंवा लेखकाला पाठवीत असत. अशा पत्रांत आपलं नाव असलं की साहजिकच अभिमान वाटत असे. एकदा महाबळांना (श्री. भा. महाबळ- मनोहरचे कार्यकारी संपादक) मी म्हटलं, 'महाबळ, च्यायला पत्र छापता पण माझं नाव गाळता.' तेव्हा महाबळ म्हणाले, 'अरे, आधीच लेका तू एवढा आगाऊपणा करतोस, तुझा मजकूर चांगला आहे, असं छापलं तर माझ्या डोक्यावरच बसशील'. १९७५ साली मी 'मुहंमद अली: द ग्रेटेस्ट' असा लेख मनोहरच्या दिवाळी अंकात लिहीत होतो. तो त्याच्या 'अली: आय ॲम द ग्रेटेस्ट' ह्या पुस्तकावरूनच लिहिलेला होता. त्याला खूप पत्रे आली होती. नंतरही बराच काळ तो लेख लोकांच्या स्मरणात होता. ती छापील पत्रे किंवा नंतर आलेली पत्रे कापून ठेवावी, किंवा जपून ठेवावी असं मात्र वाटलं नाही.

ह्यानंतर आणखी एका संपादकांचा अनुभव नमूद करणं भाग आहे. बरेच संपादक/उपसंपादक लेखात काटछाट करतात. शीर्षके बदलतात. वाचक नाराज झाले तर लेखकाच्या स्पष्टीकरणातील संपादक उपसंपादकाची चूक दाखविणारा भाग वगळतात किंवा परस्पर माफी मागून मोकळे होतात. ह्याबाबत किर्लोस्कर आणि लोकप्रभाचे संपादक ह. मो. मराठे यांच्याबाबतचे अनुभव मात्र खूप चांगले आहेत. एकदा कुठल्यातरी उपग्रहाबद्दल मराठे यांना ताबडतोब मजकूर हवा होता. त्यांचा मला पुणे विद्यापीठात निरोप आला. दूरध्वनीवर ते म्हणाले, 'आज ती बातमी आहे. मला संध्याकाळी किंवा उद्या सकाळी मजकूर दे. अंक छापून तयार आहे. तेवढंच बाकी आहे.' मी घरी गेल्यावर संदर्भ बघितले. दुसऱ्या दिवशी सकाळी ९.३० ला शंकर कदम दारात हजर झाला. मी त्याला मजकूर दिला. दिवसभर आपलं काहीतरी चुकलंय किंवा विसरलंय, असं वाटत होतं. पुढच्या भेटीत ती चूक (आता आठवत नाही, बहुधा अवकाशवीराचं नाव चुकीचं होतं. १९७४-७५ मधली गोष्ट आहे ही.) मी मराठे यांना सांगितली. तोपर्यंत अंक छापून झाला होता. अंक छापून आल्यावर एका वाचकाने नेमकी तीच चूक निदर्शनास आणली. त्या पत्राखाली 'ही चूक अनवधानाने झाली, त्याबद्दल संपादक दिलगीर आहेत,' अशी ओळ होती. हाच अनुभव पुढे मला लोकप्रभात 'पाकिस्तानी अणुबॉंब' ह्या विषयावरील लेखाच्या वेळी आला, 'ही चूक संपादकीय अनवधानाने झाली, त्याबद्दल आम्ही दिलगीर आहोत', असे अनुभव फार विरळा. त्यामुळे हे मुद्दाम सांगितले. ह. मो. मराठ्यांनी इतर संपादकांप्रमाणे ती

चूक लेखकावर ढकलली नव्हती. त्याचबरोबर वाचकांची ती चूक दाखवणरी पत्रे छापताना ती पत्रे संपदित स्वरूपातच छापून त्याखाली हे स्पष्टीकरण दिले होते.

प्रत्यक्षात ती चूक ही 'तत्काळ लेख हवा' या मागणीतून झाली होती. त्या वेळीही मी मराठे यांच्याशी संपर्क साधून त्यांना ती कळवली तेव्हा अंकाची बांधणी सुरू होती. त्यामुळे ती चूक वाचकांपर्यंत पोचली होती. ''एवढ्या वाचकांनी 'लेख चांगला आहे, पण ही चूक झाली', हे कळवलं त्याचा अर्थ वाचक आमचा अंक आणि तुझा लेख वाचतात, ह्याची ती पावतीच आहे,'' असं त्यांनी मुद्दाम फोनवरून संपर्क साधून कळवलं होतं व नंतर पत्रही पाठवलं होतं.

ह्याउलट एक अनुभव आहे. एकदा एका वृत्तपत्रातील उपसंपादकाने फोन केला. विजेसंबंधी तुमच्याकडे काही आहे का? तेव्हा कुठेतरी वीज पडून ५-६ व्यक्ती मेल्या होत्या. मी तेव्हा दिवाळीसाठी लेखन करीत असल्यानं मला खरं तर वेळ नव्हता. पण योगायोगानं 'आकाशातील वीज आणि तिच्या करामती' असा एक लेख लिहून तयार होता. मात्र त्यात वीज का पडते किंवा तिच्यापासून वाचण्याचे उपाय, ह्यावर शब्दही नव्हता. हा लेख छापताना विजेपासून वाचण्याचे उपाय ह्या शीर्षकाने छापण्यात आला. मला दोन वाचकांची पत्रे आली. त्यांना मी परिस्थिती सांगितली. ते शीर्षक मी दिलेले नाही, हे स्पष्ट केलेच; पण त्या लेखातील मधलाच एक परिच्छेद जागेअभावी मागंपुढे काय आहे ह्याचा विचार न करता काढला आहे, हेही स्पष्ट केले. माझ्याकडच्या झेरॉक्स प्रतीमधील मजकूरही दाखवायची तयारी असल्याचे कळवले. त्यांचे समाधान झाल्याचे दिसले. त्या वृत्तपत्राने मात्र तिसऱ्याच एका व्यक्तीने पाठविलेले एक अर्वाच्य पत्र जसेच्या तसे प्रसिद्ध केले. ते पत्र त्यांनी मला दाखवले असते, तर मी त्याला लगेच उत्तर दिले असते. माझ्या लेखानंतर तीन आठवड्यांनी ते पत्र छापले गेले होते. मी तिकडे दुर्लक्ष केले. त्या उपसंपादकाला मी 'इतरवेळी फोन करता; या वेळी का केला नाही,' असे विचारले तेव्हा, 'ते पत्र परस्पर छापले गेले. वाचकांचा पत्रव्यवहार मी बघत नाही', असे उत्तर मिळाले. पुढे हे गृहस्थ म्हणाले, 'तुम्ही उत्तर द्या! अशी पत्रापत्री बरी असते. तेवढीच जागा भरते.' 'मी काही त्याला उत्तर देणार नाही. इतर वेळेस तुम्ही बारीक सारीक शब्दांना आक्षेप घेता. मात्र ह्यातील अनेक शब्द आणि शैली आक्षेपार्ह आहे, ती कशी चालते', ह्या प्रश्नाला त्यांच्याकडे उत्तर नव्हते. यानंतर माझ्या सुदैवाने त्या विषयातील काही तज्ज्ञ व्यक्तींनी माझी बाजू उचलून धरली. दरम्यान त्या मूळ पत्रलेखकाला मी भेटीस बोलावले. त्याच्या लेखांची शीर्षकेही बदलली गेल्याचे त्याने मान्य

केले. त्याचे लेख संपादकांनी वेळोवेळी कापल्यामुळं त्यानं वृत्तपत्रात लिहिणं बंद केल्याचं तो म्हणाला. 'मी नेहमी असंच लिहितो, वृत्तपत्रवाले वाटेल ते छापतात', असं त्यानं सांगितलं. पुढं त्या वादात त्याचा पराभव झाला. वृत्तपत्राने मला, 'आतातरी तुमचं स्पष्टीकरण द्या!' असं सांगितलं. त्या वेळीही त्या स्पष्टीकरणात 'माझ्या मूळ लेखाचे शीर्षक बदलले आणि मजकूर वेडावाकडा कापला,' ही बाब छापली गेली नव्हती.

पत्रलेखकांच्या बाबतीतला आणखी एक अनुभव असाच मजेशीर आहे. ही पत्रं खरंतर जपून ठेवायला हवी होती. हा अनुभव माझ्यासह अनेक विज्ञानलेखकांनी घेतला आहे. हे पत्रलेखक एका मोठ्या महाविद्यालयात प्राध्यापक होते. त्यांना अनेक मान सन्मान मिळालेले होते. महाराष्ट्रात सर्वत्र त्यांचे लेख छापून येत होते. पण हे गृहस्थ सर्व वृत्तपत्रांना खोट्या नावांनी पत्र लिहीत असत. ह्या पत्रांत दुसऱ्याची निंदानालस्ती आणि ह्यांचे स्वतःचे लेख कसे चांगले, असा मजकूर असे. माझ्या लेखाबद्दलची अशीच त्यांची पत्रे एका संपादकांनी मला दाखवली. मी त्यावर काय बोलणार? तेव्हा ते संपादक म्हणाले, 'तुम्ही चांगलं लिहिता याचं हे प्रमाणपत्र आहे. हे गृहस्थ उगीचच पत्रे लिहिणार नाहीत, ते वारले आणि मग ही पत्रे आपोआप बंद झाली.

एकदा एका मुलीचं पत्र मला आलं. ह्या मुलीचं पत्र जपून ठेवायला हवं होतं, असं आता मला वाटतं. पत्र फार बोलकं होतं. ती बी. एस्‌सी.च्या दुसऱ्या वर्षात शिकत होती. तिला जैवतंत्रज्ञानाचा अभ्यास करायचा होता. मात्र तिचे शिक्षक काय सांगतात, ते तिला कळत नसे. तिच्या मते ते कुणालाच कळत नव्हतं. त्यांचं इंग्रजी अतिशय कच्चं होतंच, पण जीवशास्त्राची मूलभूत माहिती सुद्धा त्यांना नसावी, असं त्यांच्या शिकवण्यावरून वाटायचं. बरं, त्यांना योग्य ती माहिती सांगायला गेलं तर ते विद्यार्थ्याला त्रास द्यायचे. 'तुमच्या क्लासच्या मास्तरला बघून घेईन' हे त्याचं परवलीचं वाक्य होतं. त्या मुलीला गुणसूत्र आणि जनुकं (जीन) यांचं स्पष्टीकरण हवं होतं. तिचं म्हणणं असं- 'सर, तुम्ही याबद्दलची माहिती कळवा किंवा त्यावर एक लेख लिहा. तुमचे बरेच लेख आमच्या सूचनाफलकावर लावले जातात; म्हणजे ते वाचून तरी आमच्या ह्या शिक्षकांना ही प्राथमिक माहीती कळेल.' मी तिला हवी ती माहिती आकृत्यांसह कळवली. पुढं ती मुलगी पदवीधर झाली. तिची मला आभाराची पत्रंही आली होती. ती उच्च शिक्षणासाठी बहुधा परदेशी गेली असावी. मुहंमद अलीप्रमाणेच किर्लोस्करमध्ये मी 'आयझॅक ॲसिमोव्ह' वरती जो लेख लिहिला, तो गाजला

होता. त्यालाही खूप पत्रे आली होती. ती सगळीच स्तुतिपर होती. त्यामुळं ती लक्षात राहिली, तरी त्यातलं एखादं पत्र वेगळं असं लक्षात राहीलं नाही तर त्या लेखाला चांगला म्हणणारी बरीच पत्रं आली एवढंच लक्षात आहे. तसाच एक बऱ्याच जणांना आवडलेला लेख म्हणजे 'सुपर कॉम्प्युटरचा बाप मानवी मेंदू'. किंबहुना ह्या लेखानंतर मानवी मेंदूवर मी आणखी लेख लिहावे, असं बऱ्याच संपादकांनी सुचवलं. ह्या लेखाचं पुस्तक म्हणजे 'आत्मवेध.'

१९७४ ते ७७ ह्या काळात मी 'मनोहर'मधे एक विनोदी सदर चालवत होतो आणि 'वटवट' ह्या विनोदी मासिकात बराच मजकूर लिहीत असे. त्या वेळी माझ्या असं लक्षात आलं की, विनोद न कळणारी मंडळी भयंकर चिडकी पत्रं लिहितात; आणि वैयक्तिक निंदानालस्ती करतात. त्या काळात 'मटका' नावाचा जुगार प्रचंड जोरात चालत होता. ते आकडे लावण्यासाठी योग्य आकडा कळावा म्हणून लोक कशाचाही आधार घेत. व्यंगचित्रातील टकल्या माणसाच्या डोक्यावरच्या केसांचाही आकडा लावण्यासाठी उपयोग केला जात असे. अशा माणसांची टिंगल करणारी एक कथा मी लिहिली होती. त्यातला कथानायक देवळातून बाहेर पडतो, त्याला समोर एक ट्रक जाताना दिसतो. त्या ट्रकच्या मागे 'सत्याचा वाली परमेश्वर' असं लिहिलेलं असतं म्हणून तो 'सात' ह्या आकड्यावर पैसे लावतो आणि त्याला बरेच पैसे मिळतात. त्यामुळे तो रोज त्याच देवाला जाऊ लागतो आणि बाहेर आल्यावर रिक्षा, ट्रक वगैरेंच्या मागे जे काही असेल त्याचा अर्थ लावून पैसे लावायला सुरुवात करतो.

ही गोष्ट प्रसिद्ध झाल्यानंतर एका आजोबांचं पत्र आलं. आजकालच्या तरुण पिढीनं लाज सोडली आहे. हिंदूंच्या देवांची टिंगल करता. हिम्मत असेल तर इतरधर्मीयांना दुखवा. तुमचं वाटोळं होईल, यापुढं तुमची एकही ओळ छापून येणार नाही, असा शापही ह्या पत्रात होता. मध्यंतरी आदिवासींच्या चाली रीतींवर लेख लिहीत असताना एक पत्र आलं. त्यात अतिशय अश्लील मजकूर होता. मला भेकड म्हटलं होतं. पत्राखाली सही नव्हती. मी सहज पोस्टाच्या एका अधिकाऱ्यास ते पत्र आणि पाकीट दाखवलं. त्यानं ते पत्र लष्करी पोस्टातून आलं असून जर मराठा लाइटइन्फंट्रीच्या अधिकाऱ्यांना विनंती केली, तर ह्या माणसाचा पत्ता लागू शकेल; पण त्यासाठी अधिकृत तक्रार करावी लागेल असं सांगितलं. पुढे ह्या व्यक्तीला पोस्टाचा गैरवापर केला ह्या कायद्याखाली शिक्षा होईल आणि कदाचित नोकरीसही मुकावं लागेल, असं सांगितलं, तेव्हा मी तक्रार करायचा विचार रद्द केला.

बरीच पत्रं वारंवार येतात, ती म्हणजे संदेश आणि सही पाठवा. जर घरी कार्ड असेल तर मी लगेच उत्तर पाठवतो. मात्र फोटो, बायोडाटा पाठवा, ह्या पत्रांना उत्तर देत नाही. मध्यंतरी मानसशास्त्रीय लेखमालेनंतर बऱ्याच जणांची पत्रे आली. त्यांना मी मानसोपचारतज्ज्ञाचा सल्ला घ्यावा. मी डॉक्टर नाही, असे कळवले. अशा बऱ्याच प्रकारच्या पत्र-आठवणी आहेत.

पंकज काळुवाला हा एक तरुण माझ्या लेखनाचा चाहता आहे. तो त्याच्या दातिवरे नावाच्या गावात विज्ञानप्रसाराचं काम करतो. माझं एखादं पुस्तक वाचलं की, त्याचं व्यवस्थित परीक्षण करून पाठवतो. दातिवरे ह्या गावी येऊन ताजी मासळी खावी. असं आमत्रंण देतो. त्याच्या प्रदीर्घ पत्राला काय उत्तर द्यावं, हा प्रश्न मला नेहमीच पडतो. मी त्याला 'तुझ्याकडे मी नक्की येणार!' असं आश्वासन देतो पण अजून तरी ते जमलेलं नाही. अलीकडे मात्र तोही पत्रं पाठवायची सोडून फोन करू लागलाय. असे हे, पुलंच्या भाषेत बोलायचं तर माझे 'पौष्टिक' अनुभव. बरेच आहेत; पण ह्या वेळी एवढे पुरेत असं वाटतं.

(मेहता ग्रंथ जगत-दिवाळी २००२)

◆◆◆

१८. माझं आवडतं पुस्तक

'तू इतकी पुस्तकं लिहिलीस, तुझं आवडतं पुस्तक कोणतं?' हा प्रश्न माझे मित्र मला विचारतात, त्या वेळी मी थोडासा चिडतो. चिडतो याचं कारण एखाद्या सोप्या वाटणाऱ्या प्रश्नाचं उत्तर जेव्हा आपल्याला देता येत नाही, तेव्हा कुणीही माणूस चिडतोच. माझी १३० पुस्तकं आज बाजारात आहेत. गेल्या दोन वर्षांत निघालेली पुस्तकं सोडली तर बहुतेकांच्या दोन तीन आवृत्या निघालेल्या आहेत. काहींच्या तर चार-चार, पाच-पाच आवृत्या बाजारात आहेत. यातल्या बऱ्याच पुस्तकांना काही चाहते 'ग्रंथ' वगैरे म्हणतात. त्यांच्यावर मी चार पाच वर्षे मेहनत घेतली होती. अनेक संदर्भ ग्रंथ चाळून ते लिहिले होते. त्यांना वेगवेगळे पुरस्कारही मिळालेले होते. अशा परिस्थितीत एकाच पुस्तकाचं नाव निवडणं हे तसं अवघडच. बरं, जेव्हा मी लिहितो त्यातल्या अगदी अत्यल्प- ही द्विरुक्ती मुद्दाम केली आहे– अपवाद वगळता प्रत्येक लेखन ही माझ्या दृष्टीने एक आनंददायी प्रक्रिया असते. एखाद्या क्रिकेटपटूला जेव्हा विचारले जाते, 'तू का खेळतोस?' तेव्हा तो म्हणतो ना, 'मला आनंद वाटतोय, म्हणून मी खेळतो आणि आनंद वाटेल तोपर्यंत मी खेळत राहणार?' लिहिण्याचा-वाचण्याच्या बाबतीत माझं तसंच आहे. गात्रं साथ देतात तोपर्यंत मी लिहीत वाचीतच राहणार.

त्यामुळं जेव्हा हा लेख लिहिण्याबाबत मला प्रथम निरोप मिळाला, तेव्हा मी त्याकडं थोडं दुर्लक्ष केलं; पण मग माझं आवडतं पुस्तक कोणतं? ह्या प्रश्नाचं उत्तर आज ना उद्या आपण शोधायला हवं, असं माझ्या मनानं घेतलं. दुसरी गोष्ट म्हणजे लिहायचं आमंत्रण

मी सहसा नाकारत नाही. दारुड्याला जेव्हा कुणी ती प्रसिद्ध खूण करून विचारतं, 'काय आज वेळ आहे का?' तेव्हा विचार न करता तो जशी होकारार्थी मान हलवतो, तद्वत मीही हा निरोप मिळताच हो म्हणून बसलेलो होतो. तेव्हा आपलं आवडतं, अगदी सर्वांत आवडतं पुस्तक ठरवायचं तर काय निकष लावावेत, याचा मी विचार करू लागलो. हे निकष ठरवायला थोडा वेळ लागला पण ते ठरवता ठरवता माझ्या आवडत्या पुस्तकांची चढती लगोरी तयार व्हायला लागली.

जे पुस्तक लिहिताना आपल्याला खूप आनंद झाला, हा पहिला निकष. अगदी थोडे अपवाद वगळता बहुतेक सर्वच पुस्तकं ह्या निकषावर उतरली. जी उतरली नाहीत त्या पुस्तकांना मी नावडतं म्हणणार नाही; पण कमी आवडती म्हणेन. कारण ती पैसे मिळवणे या एकमेव उद्देशाने, आर्थिक अडचणीत असताना, मी प्रकाशकांच्या हाती सोपवली होती. तसे मी सर्वच लेखन आजकाल पैशासाठीच करतो पण तरीही कुठल्या तरी गरजेच्या वेळी मी ही पुस्तकं तयार केली होती. ही काही पुस्तकं यादीतून कमी झाल्यानंतर मग जी पुस्तकं कमी आवडती म्हणून नजरेसमोर आली, त्यांतली काही पुस्तकंही प्रकाशकांनी त्यांच्यावर विशेष श्रम घेतले नसल्यामुळे, म्हणजे सज्जन भाषेत ज्याला निर्मितिमूल्यं म्हणतात, तीच ह्या पुस्तकांच्या निर्मितीत नसल्यानं अशी काही पुस्तकं मागं पडली. ह्यानंतर काही पुस्तकांचा विचार रद्द करायचं कारण म्हणजे ती लिहिली तेव्हा अद्ययावत होती पण आता कालबाह्य ठरल्यामुळं त्यांचं पुनर्मुद्रण करू नये असं मीच प्रकाशकांना सांगितलं होतं. त्यांतलं विज्ञान आता जुनं झालं होतं. ते तंत्रज्ञान कुणी वापरत नव्हतं. अशा परिस्थितीत मी त्या पुस्तकाला आवडतं म्हणून तरुण पिढीनं मग माझा पोपट करणं मला परवडणारं नव्हतं, म्हणून ती पुस्तकं वगळली.

यानंतर वगळण्याचा क्रमांक आला तो लहान मुलांसाठी मी काही पुस्तकं लिहिली आहेत त्यांचा. खरं तर बालवाङ्मय ह्या एका निकषावर ती वगळणं योग्य होणार नाही पण आजकालच्या पोरांना कावळा चिमणीच्या गोष्टी चालतात की नाही हे मला ठाऊक नाही. त्याचबरोबर ज्या माझ्या मुलांना मी ह्या गोष्टी सांगत होतो आणि मग त्या लिहून काढत होतो, तीही आता बरीच मोठी झाली आहेत.

माझा आवडता विषय म्हणजे रहस्यकथा. तशा काही लघु कादंबऱ्या मी लिहिल्या. त्यांच्याही आवृत्त्या निघाल्या. आश्चर्याची गोष्ट म्हणजे पूर्वी माझ्या

पुस्तकांची परीक्षणं फारशी येत नसत, पण या माझ्या लघुकादंबऱ्या एकत्रित प्रसिद्ध झाल्या. त्यांचं वृत्तपत्रीय परीक्षणात कौतुकही झालं पण त्या ज्या भारत पाकिस्तान यांच्या तणावपूर्ण संबंधाच्या काळात आणि भारत चीन वैराच्या काळात लिहिल्या गेल्या ती परिस्थितीच आता पालटली. त्यामुळे माझ्या कादंबरीच्या जेम्सबाँड नायकाच्या बॉसला पंतप्रधान कचेरीतून निरोप आला, 'आता पुरे!' त्यामुळे त्याही मी आवडत्या शीर्षकांतून वगळून कमी आवडत्या कप्प्यात वर्ग केल्या.

मग माझी 'ग्रंथ' या भारदस्त सदरात येणारी पुस्तकं उरली. त्यांच्या तयारीसाठी मी खूप कष्ट घेतले होते. आधी आराखडे तयार केले होते. माझ्या गुरूंशी, प्रकाशकांशी चर्चा केली होती. संदर्भ बघितले होते. वाचन करून नोंदी काढल्या होत्या. ही बाब माझ्या दृष्टीनं फार त्रासदायक ठरते. ना धड वाचनाचा आनंद, ना धड लेखनाचा. सरळ वाचत जावं किंवा सरळ लिहीत जावं. डेक्कन क्वीनसारखं हे मुंबई-लोणावळा-पुणे असं व्हायला हवं. हे लोणावळा स्थानक आजकाल दूरध्वनीमुळं आवश्यक ठरतं. पण पॅसेंजर किंवा सर्व स्थानकांवर थांबणाऱ्या लोकलसारखं लेखन वाचन माझ्या रक्तात नाही. त्याचबरोबर जेव्हा एखादं ग्रंथ नामाभिधान धारण करायचं तर ते अपरिहार्य ठरतं. याचं कारण त्यात चुकूनही चूक राहून चालत नाही.

हा विचार चालू असताना मला एक पुस्तक आठवलं. मग लक्षात आलं की, ह्या पुस्तकानं आपल्याला बरंच काही दिलंय. किंबहुना डोकं ढगात जाऊ न देता जमिनीवर पाय टेकवून चालायला शिकवलंय. तेव्हा मग मी त्या पुस्तकाला ह्या लेखाचा विषय बनवलं.

हे पुस्तक कोणतं हे सांगण्याआधी ते आवडतं म्हणून का निवडलं, ते स्पष्ट करतो. मी स्वत:ला घरच्या परिस्थितीमुळे थोडा वेगळा समजत होतो. यात न्यूनगंडाचाच भाग अधिक असे. दुसऱ्यांच्या आश्रयानं राहणं यात मिरवून सांगण्यासारखं होतंच काय? पुढं महाविद्यालयात गेलो. क्रिकेटसाठी असलेली एक पांढरी पँट सोडली तर दोन पायजमे, दोन शर्ट आणि रबरी टायरचा तळ असलेल्या चपला यांवर चार वर्षे काढली. क्रिकेटची पँटही एका ओळखीच्या गृहस्थांच्या मुलाची होती. महाविद्यालयात असताना वृत्तपत्रात लिहू लागलो आणि बिडी काडीचा पैसा मिळवू लागलो. मग भूशास्त्र शिकायला सुरुवात केली. पुढं त्याच क्षेत्रात काही काळ घालवला.

कोकणात मित्राच्या खाणीवर, विद्यार्थिदशेत कर्नाटकात, पुढं स्वत:च्या डॉक्टरेटसाठी, विद्यार्थ्यांसाठी आणि सहकाऱ्यांना मदत म्हणून गुजरात, राजस्थान,

मध्य प्रदेशात वाळवंट आणि जंगलं तुडवली. अफलातून अनुभव घेतले. दरोडेखोर, अस्वलं, साप, वेगवेगळी हरणं, मोहाची पहिल्या धारेची दारू अशा गोष्टी जेव्हा मी माझ्या शहरी मित्रांना ऐकवीत असे, तेव्हा त्यांच्या चेहऱ्यावर विस्मयजनक आनंदाचे भाव येत. इतकी वर्षे लोकांचं ऐकत आलो होतो, आता लोक माझं ऐकत होते. त्यामुळं जमिनीवरचे पाय सुटायला वेळ लागला नसता. त्या वेळी हातात लायल वॉटसनचं 'द लायटनिंग बर्ड' नावाचं पुस्तक आलं.

'द लायटनिंग बर्ड' ही एक सत्यकथा आहे. ॲड्रियन बोशियर नावाचा एक सतरा वर्षांचा मुलगा. बाप फ्रेंच आणि आई इंग्रज. त्यांचा घटस्फोट झाल्यावर पॅरिसमध्ये राहायचा कंटाळा आला म्हणून आफ्रिकेत जायचं ठरवतो. टारझनची पुस्तकं वाचून त्यानं आफ्रिकेच्या जंगलाबाबतच्या कल्पना केलेल्या असतात. तिथं तो सरळ जंगलात शिरतो. उपाशी मरायची वेळ येते, जीवावरची संकटं येतात तरी जिद्दीने आदिवासी बनतो. आदिवासी जीवनातून आदिमानवाच्या जीवनाचा शोध घेतो. डॉ. रेमंड डार्ट या मानवशास्त्रज्ञाला त्याची हकीकत कळते. तो या मुलाला दिशा दाखवतो. दोघं मिळून एक पथदर्शक संशोधन करतात. आदिमानवाच्या भित्तीचित्रांचा अर्थ लावतात.

बोशियरला फिट्स येत असतात. आदिवासी याला देवाचं वरदान मानतात. त्याचाही बोशियरला फायदा होतो. आदिवासी त्याला त्यांच्यात सामावून घेतात. अनेक जुन्यापुराण्या गोष्टी सांगतात.

मुख्य म्हणजे जंगलात सिंहांनी केलेला पाठलाग, ससाण्याच्या तोंडचं भक्ष्य पळवणे अशा गोष्टी बोशियरच्या बाबतीत घडतात. हे जेव्हा वाचलं त्या वेळी आपण स्वत:ला समजतो तेवढे ग्रेट नाही आणि आपण बोशियरच्या पासंगालाही पुरणार नाही, याची जाणीव झाली. मग मी हे पुस्तक दोन-तीनदा वाचून काढलं. जसं जमेल तसं त्याचं मराठीत भाषांतर केलं. एक परिच्छेद वाचायचा आणि त्याचा अर्थ मराठीत लिहायचा असं करीत तो अनुवाद मेहतांकडं दिला. लायल वॉटसनची परवानगी अर्थातच त्यांनी मिळवली. मग हा अनुवाद प्रसिद्ध झाला. बऱ्याच जणांना तो अनुवादच वाटला नाही. सागरात पोहायला गेलेला बोशियार खोल पाण्यात असताना त्याला फीट येऊन बुडून मरतो. 'मी त्याला कारण नसताना का मारलं', असा प्रश्न आजही मला विचारला जातो. ती सत्यकथा आहे आणि तो अनुवाद आहे, हे सांगूनही लोक हा प्रश्न विचारत राहतात. या पुस्तकामुळं लायल वॉटसनशी पत्रमैत्री जुळली. असंख्य वाचकांची पत्रंही

आली. एक चांगलं पुस्तक आपल्या हातून घडलं, याचा आनंद झाला. त्याचं मुखपृष्ठ चारुहास पंडितनं अफलातून केलं. मुख्य म्हणजे या पुस्तकामुळे माझे पाय जमिनीवर आले म्हणून हे पुस्तक माझं आवडतं पुस्तकं आहे, असं मी निःसंकोच म्हणू शकतो.

(गोमंतक- दिवाळी २००६)

◆◆◆

१९. प्लँचेट आणि मी

मी प्लँचेटबद्दल लिहावं ह्याचं बऱ्याच जणांना आश्चर्य वाटेल; पण एखाद्या विषयावर लिहायचंच नाही, असं बंधन का? शिवाय लहानपणापासून मला गूढ विषयात खूप रस आहे. किंबहुना मी विज्ञानाकडं आकर्षित व्हायचं एक कारण विज्ञानाच्या अभ्यासातून ह्या प्रकारच्या अनुभवांचं काही स्पष्टीकरण मिळेल, अशी मला आशा वाटत असे. प्लँचेटकडं वळायचं आणखी एक वेगळंच कारण होतं, ते म्हणजे अतींद्रिय मानसशास्त्राची गोडी.

मी लिहायला वाचायला शिकलो, त्यानंतर मी 'वाचतोय' इतकंच लक्ष माझ्यावर ठेवलं गेलं. मी 'काय वाचतोय' ह्यावर कुणाचं लक्ष नसे. १९५३ पासूनच किताबमिनार वाचनालयाची वर्गणी भरण्याविषयी आमच्या घरात एकमत होतं. किताबमिनार वाचनालयाचे बोडस ह्यांना माझ्या वाचनप्रेमाचं फार कौतुक होतं. सानेगुरुजी, भा. रा. भागवत वाचता वाचता मी बाबूराव अर्नाळकरही वाचू लागलो. चौथीतला हा मुलगा बाबुराव अर्नाळकरांची पुस्तकं बहुधा घरातल्या कुणासाठी तरी नेत असावा, असं सुरुवातीस त्यांना वाटलं होतं. त्या कथांमध्ये भुतखेतं नव्हती, तर जी भुतंखेतं असत, तो कुणाचा तरी संपत्ती मिळवायचा डाव असे. त्यामुळं परलोकावरचा माझा विश्वास कमी होऊ लागला होता. अशात मला थिऑसॉफिकल सोसायटीच्या पुस्तकांचा शोध लागला.

किताबमिनार वाचनालयात पुस्तकांच्या विषयवार सूची होत्या. एका रजिस्टरमध्ये एक विषय, अशा त्या सूची होत्या. त्यात परलोकविद्या आणि थिऑसॉफिकल सोसायटी, अशी एक सूची एक दिवस माझ्या

हाती लागली. त्यांतल्या काही पुस्तकांना जादा म्हणजे वेगळी वर्गणी द्यावी लागत होती. तरीही 'माणूस पुन्हा पुन्हा जन्माला येतो काय?' 'मृत्यूनंतरचे जीवन,' 'पिशाच्यांच्या सहवासात', अशी नेहमीच्या वर्गणीत मिळणारी पुस्तके मी वाचू लागलो. ज. ना. ढगे नावाच्या गृहस्थांनी या विषयावर बरीच पुस्तके लिहिली होती. त्यांच्या आणि इतरही पुस्तकांमधून माझा आणि प्लँचेटचा प्रथम परिचय झाला.

प्लँचेट कसं करावं, त्या वेळचे अनुभव, विविध मृत्मात्म्यांशी संभाषण वगैरे अनेक गोष्टी ह्या पुस्तकांमधून लिहिलेल्या असत. त्या मी लक्षात ठेवत होतो. ह्या पुस्तकांमधून काही वेळा विवेकानंद, महात्मा गांधी ह्यांच्यासारख्या व्यक्तींना त्रास देऊ नये, उच्छृंखल प्रश्न विचारू नयेत, अशा सूचना असत. विविध देशांमधून झालेल्या प्लँचेटच्या प्रयोगांची माहिती असे. त्यामुळं आपणही प्लँचेट करावं, असं मला वाटू लागलं.

आमच्या वेळी आठवीपासून इंग्रजी शिकवायला सुरुवात होत असे. माझे काका- माझ्या वडिलांचे मोठे भाऊ, आमचा सांभाळ करीत होते. ते एका औषधी कंपनीच्या डेपोचे व्यवस्थापक होते. पत्रिका बघत, ज्योतिषाचा अभ्यास करीत. त्यांची पूजाच तास दीड तास चाले. अथर्वशीर्ष, श्रीसूक्त, पवमान, रामरक्षा, गीतेचे दोन अध्याय असं सगळं म्हणत म्हणत ते ही पूजा करीत असत. माझ्या आईचा 'देवाला शिव्या देणे' ह्यासाठी देवावर विश्वास होता. पुढं पुढं अगदी म्हातारपणी ती थोडीफार स्तोत्रं म्हणू लागली. ह्या वातावरणात अतिमानवी असं काहीतरी असायला हवं, ही मानसिक धारणा मनात होती.

आमचे काका शीघ्रकोपी होते. भयंकर रागीट होते. कशावरून चिडतील ह्याचा नेम नसे. आम्ही बंधू उनाडक्या करण्यात पटाईत होतोच पण त्यातही वाचनाच्या नादात माझ्या कानावर काकांनी सांगितलेल्या बऱ्याच गोष्टी आणि हुकूम पडत नसत. अशा परिस्थितीत प्लँचेटचा विषय काढणं अवघड होतं. प्लँचेट करण्यात दुसरी एक अडचण अशी, की प्लँचेट बोर्ड देवनागरीत केला तर मृतात्मे आपल्याशी बोलतील का ही शंका!

माझे काका पूजा करीत असताना त्यांना बराच वेळ लागयचा हे आपण बघितलंच. त्यामुळं आम्ही दोघं भाऊ काकांकडून किल्ल्या घेऊन डेपोजवळ जायचो. तिथला नोकर मग डेपो उघडून ऑफिस साफ करायचा, पाणी भरायचा आणि काकांनी सांगितलेली कामं करायला जायचा. थोड्या वेळात काका यायचे, तोपर्यंत आम्ही तर्खडकर भाषांतर पाठमालेतले शब्द पाठ करीत बसायचो. मग काका आम्हाला इंग्रजी शिकवायचे. त्यामुळे पुढं माझं इंग्रजी चांगलं झालं हे

खरं. पण त्या पाठमालांमध्ये प्लँचेट, मृतात्मा, औजा बोर्ड असे शब्द नव्हते. ते शब्द मी त्याच भाषांतर पाठमालात शोधले असं नाही तर, काकांकडे वीरकर शब्दकोष आणि लष्करात काका नोकरी करीत असताना त्यांनी घेतलेली, तळहातात मावेल अशी एक इंग्रजी डिक्शनरी, ह्यांतही कुठे मला हे शब्द सापडले नव्हते.

मला प्लँचेट कशासाठी करायचं होतं? त्यामागंही एक अगदी वैयक्तिक कारण होतं. मी तीन वर्षांचा असताना माझे वडील वारले. त्यांचा खून झाला होता. मला वडील आठवतच नव्हते. त्यांचा माझ्या मोठ्या भावावर जीव होताच, पण लहान असताना मी आजारी पडलो होतो. हॉस्पिटलमध्ये नर्सने एकाच जागी खूप इंजेक्शने दिल्यानं एक गाठ झाली. त्यावर शस्त्रक्रीया करावी लागली होती. माझा पाय जाता जाता वाचला होता. त्या काळात रुग्णालयात आई माझ्याजवळ आणि दादा वडिलांजवळ असे. पुढे हाच रिवाज सुरू झाला. त्यामुळं माझ्या वडिलांशी माझा फारसा संपर्क नव्हताच पण ते गेले तेव्हा मला फारसं कळत नव्हतं. (बऱ्याच जणांच्या मते अजूनही परिस्थिती तशीच आहे.) तर आपण आपल्या वडिलांशी बोलावं, असं मला मनापासून वाटत होतं आणि ह्या संपर्काचं एक साधन म्हणून मी प्लँचेटकडे बघत होतो. वडिलांना कोणकोणते प्रश्न विचारायचे त्याची यादीही माझ्याकडं तयार होती. शाळेत असेपर्यंत तरी प्लँचेटची संधी काही मिळाली नव्हती. कधीतरी कुणीतरी सांगत असे, ‘काल दादानं प्लँचेट केलं, खूप मजा आली. शनिवारी बाबांच्या ऑफिसातले मित्र आले होते, प्लँचेट केलं. तो ग्लास कसा भरभर हालतो’ हे ऐकल्यावर मी त्या मित्रांना ‘पुन्हा प्लँचेट केलं तर मला बोलवा बरं का,’ असं विनवून सांगत असे पण वडिलांशी संपर्क साधायची संधी काही मला मिळत नव्हती. मी आपला मनानंच वडिलांच्या फोटोशी बोलत असे.

कॉलेजात गेलो. पहिल्याच वर्षी जे नवे मित्र झाले, ते कुणी प्लँचेटच्या नादाला लागणारे नव्हते. उलट, माझ्या देवाला नमस्कार करण्याचीही टिंगल करणारे होते. त्यामुळं त्यांच्यासमोर प्लँचेटचा विषय काढणं अवघड होतं. त्याच सुमारास माझ्याच वयाची, पण खूप हुशार असलेली माझी एक मामे बहीण वारली. तिची आणि माझी तार जुळत असे. आम्ही जेव्हा सुट्टीत भेटत होतो, तेव्हा तास न् तास गप्पा मारत होतो. त्यात प्लँचेटचा विषय असे.

आमच्या दोघांच्या बोलण्यात प्लँचेटचा विषय यायचा एक कारण होतं. तिचे वडील आणि माझे वडील मित्र होते. माझ्या वडिलांच्या नंतर सहा महिन्यांनीच तिचेही वडील वारले होते. त्यांना क्षय झालेला होता. त्यामुळं तिलाही तिच्या

वडिलांशी संपर्क साधायची इच्छा होती. त्याचं एक साधन म्हणून आम्ही प्लँचेटकडे बघत होतो. तिचंही वाचन माझ्याप्रमाणेच सर्वस्पर्शी होतं. त्यामुळं तिनंही परलोकविद्या वगैरे विषयांवर वाचन केलेलं होतं. एकदा चुकून माझ्या तोंडून हा विषय निघाला, तेव्हा मग तिनं ते कबूल केलं होतं. तोपर्यंत ह्या विषयावर ती कुणाशी बोललेली नव्हती. आमच्या गाठीभेटी सुट्टीत मी मुंबईला जात असे, तेव्हा होत. मामीनं दुसरं लग्न केलेलं होतं. त्यामुळं तिथं गेल्यावर आई आणि मामी बोलत बसत तेव्हां आम्हाला ह्या काळात मोकळेपणानं बोलता येत असे. ती माझी बहीण गेली आणि प्लँचेटवर बोलवायच्या यादीत आणखी एक भर पडली.

एनसीसीत असतांना कँपवर प्लँचेट करायचा बेत होता. पण त्या प्लँचेटवर मेरिलीन मन्रोसारख्या सुंदरीचा समावेश होता. त्या यादीत शिवाजीमहाराज होते. हिटलर पण होता. कुणीच ते प्लँचेट गांभीर्यानं घेतलेलं नव्हतं. त्यामुळं आणि त्याच सुमारास मला सर्विस सिलेक्शन बोर्डच्या मुलाखतीला जावं लागल्यानं त्या वेळीही मी प्लँचेटला मुकलो होतो.

ह्याच सुमारास माझं इंग्रजी वाचन बरंच वाढलं होतं. कॉलेजच्या पहिल्या वर्षात असतानाच मी ब्रिटिश ग्रंथालयाचं सदस्यत्व घेतलेलं होतं. त्या वाचनालयातला ऑकल्ट विभाग बराचसा वाचला होताच, पण त्यातही प्लँचेटसंबंधी मिळेल ते वाचत गेलो होतो. प्लँचेटचे विविध प्रकार, माध्यमांच्या मार्फत बोलणारे मृतात्मे ह्या प्रकारच्या वाचनावर माझा ऑकल्ट वाचनामध्येही भर होता. माझ्या वाचनात विषयाला बंधन नव्हतं. युद्ध, विज्ञान, पॅरानॉर्मल सगळं सारख्या चवीनं वाचत होतो. त्यातच हेमिंग्वे, स्टाइनबेक, पी. जी. वुडहाउसही सामील होत असत. पण तरीही मनाचं समाधान होईल असं प्लँचेटबद्दलचं खात्रीपूर्वक ज्ञान हाती येत नव्हतं. तसंच गांभीर्यानं प्लँचेटसंबंधी बोलणारी व्यक्तीही भेटत नव्हती.

अशा परिस्थितीमध्ये अतींद्रिय विद्येबद्दलचा माझा पायाच हादरवणाऱ्या दोन तीन ग्रंथांनी मला वेगळीच माहिती द्यायला सुरुवात केली. ह्यातली पहिली माहिती म्हणजे डार्विन आणि वॅलेसमधल्या वादाची. चार्लस् डार्विन आणि अल्फ्रेड रसेल वॅलेस ह्या दोघांनी मिळून उत्क्रांतीचा सिद्धान्त मांडला. डार्विन निरीश्वरवादी होते. जे काही घडतं ते निसर्गक्रमानं घडतं, असं त्यांचं म्हणणं होतं. अल्फ्रेड रसेल वॅलेस ह्यांचा अतींद्रिय शक्तींवर विश्वास होता. त्यामुळं पुढं मृतात्म्यांशी संवाद साधण्याचा दावा करणाऱ्या एका व्यक्तीचा पक्ष वॅलेसनी घेतला होता. प्रत्यक्षात हा खटला डार्विननी करायला लावलाय, ह्याची वॅलेसना

कल्पनाच नव्हती. मृतात्म्यांशी संवाद साधणारी ती व्यक्ती खोटी ठरली. ही हकीकत वाचून प्रथम माझ्या मनात अतींद्रिय शक्तींबद्दल संशयाचं बीज पेरलं गेलं, पण सगळीच माणसं काही सारखी नसतात. काहीजण आणि काही शक्ती तरी खऱ्या असतील, अशी मी मनाची समजूत घालत असे.

दरम्यानच्या काळात मी मराठीतली काही मासिकं आणि फेट, अनएक्स प्लेन्ड सारखी इंग्रजी मासिकं वाचत होतो. इन्स्टिटय़ूट ऑफ पॅरासायकॉलॉजी सारख्या संस्थांशी पत्रव्यवहार करीत होतो. 'सिक्रेट लाइफ ऑफ प्लँट्स' हे पुस्तक वाचून प्रभावित झालो होतो. पण त्याच सुमारास मादाम ब्लाव्हाट्सकी ह्या बाईंच्या बनावटपणाबद्दल एक अहवाल वाचनात आला. 'सिक्रेट लाइफ ऑफ प्लँट्स, लिहिणाऱ्या बॅक्स्टरचा खोटेपणा उघडकीस आला. सिक्रेट पॉवर ऑफ पिरॅमिड्स वाचून खूप धडपड करून नाना तऱ्हेचे पिरॅमिड बनवले, तेव्हा ही शक्ती बकवास आहे, हे कळून चुकलं. तरीही प्लँचेटचं मूळ मनात घट्ट होतं.

फूटपाथवरून पुस्तकं घेणे आणि विविध विषयांची गाजलेली दुर्मीळ पुस्तके गोळा करणे, हा माझा एकमेव छंद होता आणि आहे. ह्या शोधात असतानाच नवी पुस्तकंही मी घेतोच. त्यात 'लाइफ आफ्टर लाईफ' 'डाइंग टू लीव्ह' अशी पुस्तकं वाचून मृत्यूनंतरचं जीवन ह्या विषयावरचा विश्वास वाढत होता. तेवढ्यात न्यू सायंटिस्टनं 'व्हॉट हॅपन्स ॲट द मोमेंट ऑफ डेथ' नावाचा एक लेख प्रसिद्ध केला. त्यात वैद्यकीयदृष्ट्या मरण पावून परत आलेल्या व्यक्तींचे अनुभव शास्त्रीय कारणं देऊन स्पष्ट करण्यात आले होते. स्पष्टीकरण पटण्याजोगं होतं.

ह्याच सुमारास सायन्स डायजेस्टमध्ये 'मिस्टिक एक्सपीरिअन्सेस ॲंड युवर ब्रेन' किंवा अशाच शीर्षकाचा एक लेख होता. साक्षात्काराचं स्पष्टीकरणही त्यात देण्यात आलेलं होतं. मृत्यू पावून परतलेल्या व्यक्ती, साक्षात्कारी व्यक्ती आणि फिट्स आलेल्या व्यक्तींच्या इलेक्ट्रोएनसेफॅलोग्रामचा अभ्यास करून मेंदूतील विद्युत् प्रवाहांचा बदल आणि ऑक्सिजनची तात्पुरती कमतरता, ह्यामुळं असे भास होतात. खूप उंचीवर गेलेल्या गिर्यारोहकांनी जर ऑक्सिजन न वापरता गिर्यारोहण केलं, तर असे अनुभव त्यांनाही येतात. हे सर्व अनुभव एकसारखे असतात, असं हे दोन लेख वाचून माझ्या लक्षात आलं.

ह्यावर मी मराठीत लेखनही केलं. दरम्यान माझ्या वाचनात 'द एव्हिडन्स फॉर द सुपर नॅचरल, अ क्रिटिकल स्टडी मेड वुइथ अनकॉमन सेन्स' ह्या नावाचं आयव्हर एल टकेट ह्या डॉक्टरनं १९११ साली लिहिलेलं पुस्तक आलं. ह्या

टकेटसाहेबानं, मादाम ब्लाव्हाट्स्कीसह एकोणिसाव्या शतकातल्या अनेक चमत्कारी पुरुष आणि स्त्रियांच्या अतींद्रिय शक्तीच्या आणि मृतात्म्यांशी संवाद साधण्याच्या प्रकारांमागची फसवणूक एकत्र करून अशा सर्व कृत्यांचा पंचनामा त्या काळात केला होता. ह्या पुस्तकाच्या जोडीला कार्ल सागन ह्यांचं 'धिस डेमॉन हॉंटेड वर्ल्ड सायन्स ॲज अ कॅंडल इन द डार्क' हे पुस्तक वाचलं आणि मग मी प्लँचेटचा विचार मनातून काढून टाकला. माझे नेहमीचे, म्हणजे माझे विज्ञानलेखन वाचणारे, वाचक विचारतील की मी प्लँचेटचा विचार काढायला एवढा वेळ का लावला? खरं तर मी विज्ञानाची पदवी घेताच, प्लँचेटला झूट म्हणायला हवं होतं. तसं ते म्हणणं सोपं होतं. त्यानं माझं काहीच नुकसान होणार नव्हतं. झाला असता तर उलट फायदाच झाला असता. पण वस्तुनिष्ठ निरीक्षणंही चुकीची ठरतात, तर व्यक्तिनिष्ठ म्हणजे सब्जेक्टिव्ह निरीक्षणं पटवून द्यायला अवघड असतात. बऱ्याच गोष्टींचं स्पष्टीकरण आपण बऱ्याचदा देऊ शकत नाही. ते स्पष्टीकरण मिळेपर्यंत अशा घटनांना चमत्कार म्हणणं भाग पडतं आणि ते अपरिहार्य असतं. अशा परिस्थितीत माझ्या मनात 'मृतात्म्यांशी संपर्क साधता आला तर?' ही इच्छा लहानपणी तीव्र होती. मला माझ्या वडिलांशी संपर्क साधता आला असता, तर तो हवाच होता. त्यांना बऱ्याच ऐहिक आणि पारलौकिक गोष्टींबद्दल प्रश्न विचारता आले असते, कुतूहलशमन झालं असतं. आपल्या वडिलांवर विश्वास ठेवायचा नाही, तर कुणावर ठेवायचा? पण...

पण मला माझ्या वडिलांची गाठ खात्रीलायक रीत्या घालून देणारा कोणताही मार्ग उपलब्ध नाही. ज्यांनी ज्यांनी पूर्वी असे मार्ग चोखाळले ते सर्व फसवणुकीचे प्रकार होते, हे ठामपणे माझ्या लक्षात आलं. त्या वेळी माझ्या मनातून आपोआपच ती इच्छा निघून गेली. असं असलं तरी ह्या विषयावर कुणी बोलणार असेल, तर त्याला मी अडवत नाही. ह्याचं कारण गेल्या काही वर्षांत मी मेंदू ह्या विषयावर खूप वाचन केलं. ह्याशिवाय ऑलिव्हर सॅक्स ह्यांची पुस्तकंही वाचली. मेंदूची शक्ती किती अफाट आहे, हे माझ्या लक्षात आलं. त्यामुळं कुठल्याही व्यक्तीचा स्वानुभव हा खोडून काढणं शक्य नाही. मनाची समजूत एकदा एका वळणानं झाली तर ती परत फिरवणं अवघड असतं, हे मला ठाऊक आहे. ह्यामुळंच ज्या कुणाला प्लँचेट करायचंय त्यांना माझी एवढीच विनंती आहे की, दुसऱ्याला फसवू नका आणि स्वतः फसू नका कारण त्यात त्या त्या व्यक्तीच्या भावना गुंतलेल्या असण्याची शक्यता असते.

♦ ♦ ♦

२०. माझं मनोगत

मला माझ्या साहित्याविषयी काय वाटले, ते एक हजार शब्दात मी लिहावे. चोखंदळ साहित्यिक-संपादक-पत्रकार-वाङ्मयीन संस्था-कार्यकर्ते यांच्या ते नजरेस येईल. (वास्तविक हे सांगायची गरज नाही पण तरी सांगितलेलं आहे.) त्या दृष्टीने १००० शब्दांत लिहावे हे शंकर सारडा, कार्याध्यक्ष व स्मरणिका संपादक यांचे पत्र माझ्या हाती पडले, तेव्हा या मजकुराने दडपण वाढले. मी आजारी होतो तो आजारही वाढला. एखाद्याला स्वत:बद्दल लिहायला सांगायचे आणि त्याला शब्दमर्यादा घालायची, याला काय अर्थ आहे? पण बहुधा कागद टंचाई, स्मरणिकेच्या आकाराचे बंधन अशा गोष्टींचा विचार करून ही शब्द मर्यादा सूचित करण्यात आली असावी.

सध्या मी जे लिहितो ते साहित्य आहे का, असा एक मूलभूत प्रश्न, काही का, बरीच मंडळी उपस्थित करतील. हा प्रश्न यापूर्वीही उपस्थित झाला होता, हे नमूद करायला हवे. पण त्या प्रश्नाचा जेव्हा ऊहापोह करण्यात आला, तेव्हा मी लिहितो, त्यातले काही टक्का लेखन हे साहित्य मानायची तयारी समीक्षकांनी दाखवली होती, हेही नमूद करायला हवं, असं मला वाटतं.

१९८५ साली महात्मा फुले वस्तुसंग्रहालयात जो विज्ञानलेखक मेळावा आयोजित करण्यात आला होता, त्यात सर्व विज्ञानलेखन हे साहित्य नव्हे तर विज्ञानकथा, कादंबऱ्या साहित्यात मोडतात, असं आम्हाला सांगण्यात आलं. कारण त्यात सृजनशीलत्व असतं म्हणे! मी म्हटलं, ठीक आहे. आपण काही टक्के तरी साहित्यिक आहो, हे काही वाईट नाही. यापूर्वी मात्र आपण साहित्यिक आहो की नाही, हा

प्रश्न माझ्या मनात कधीच आला नव्हता आणि समोर कागद आणि हातात पेन असते, तेव्हाही हा प्रश्न माझ्या मनाला स्पर्श करीत नाही. 'जे जे आपणासी ठावे, ते सकळांसी सांगावे', ही वृत्ती अगदी लहानपणापासून माझ्यात होती. त्यात शिकवणे हा भाग नसे. म्हणूनच रामदासांच्या उक्तीत मी थोडा बदल करायचं स्वातंत्र्य घेतलंय. पण एखादी गोष्ट आपण पाहिली, ती आपल्याला माहीत झाली तर ती इतरांना सांगायलाच हवी, अशी एक आंतरिक ऊर्मी माझ्यात होती. मी बसलोय, आजूबाजूला मित्रांचा घोळका आहे आणि सगळे हसताहेत, हा माझ्या दृष्टीने एक फार मोठा आनंद असे आणि असतोही. त्यामुळे खरं तर मी विनोदी लेखक व्हायला हरकत नव्हती, आणि त्या दृष्टीने मी काही पावले उचलली होतीही, पण माझ्या आयुष्याचं एक सूत्र आहे. सटवीनं पाचवीच्या वेळी काय गंमत केलीय कुणास ठाऊक? बहुधा तिची पूजा नीट झाली नसेल, पण माझ्या आयुष्यातही अगदी सहज सरळ होण्यासारखी गोष्टही नीट घडून येत नाही. एखादी गोष्ट करायची असं ठरवलं, तर ती नक्कीच घडून येत नाही; म्हणजे मी जर लेखक व्हायचं ठरवलं असतं तर नक्की वैमानिक झालो असतो. हे अर्थात लक्षात आलं तेव्हा फार उशीर झाला होता. त्यामुळेच वैमानिक व्हायचं, असं घोकत मी लेखक झालो.

शाळेत मराठीत मार्क बरेच बरे पडायचे, इतर विषयांतही वाईट असत असं नाही, पण इंग्रजीत मात्र भरपूर मार्क पडायचे. आमच्या वेळी आठवीपासून इंग्रजी सुरू व्हायचं, तेव्हा दोन तीन वेळा शाळेकडून इंग्रजीत सर्व तुकड्यात प्रथम म्हणून साने गुरुजींची पुस्तकं बक्षीस म्हणून मिळवली होती. शिवाय शाळेकडून मी क्रिकेटही खेळत असे.

मॅट्रिक झाल्यावर काय करायचं, हा प्रश्नच होता. वडील फर्ग्युसनला होते म्हणून मी फर्ग्युसनला गेलो आणि दुपारीच जायचं तर सायन्सला का नको म्हणून सायन्सला प्रवेश घेतला. याला आणखी एक कारण होतं. आमच्या शाळेत गिजरे नावाचे शिक्षक होते. त्यांनी आमचा एकदा खडकांमध्ये जीवावशेष सापडतात वगैरे एक सुंदर तास घेतला. पाचवी ते अकरावी या काळात गिजरे सर एकदाच ऑफ तासाला आले आणि सुंदर शिकवून गेले; त्यामुळे कुठंतरी मनात आपणही भूशास्त्र शिकावं, ही ओढ निर्माण झाली होती; म्हणूनही मी विज्ञान शाखेकडे गेलो असेन. पण त्यामुळे भूशास्त्र घेऊन मी बी. एस्सी. व्हायची तयारी करत होतो.

दरम्यान क्रिकेट आणि इतर क्रीडाविषयक वाचन चालू होतंच. यातूनच

प्रथम लेखणी उचलली गेली आणि मी क्रीडाविषयक लेखन करू लागलो. टेनिस, टेबल टेनिस आणि क्रिकेटवर मी या काळात सातत्यानं लिहिलं. महाराष्ट्र मंडळात शालेय जीवनात जात असे. त्यामुळे आणि आमच्या शाळेत देशी खेळांना प्राधान्य होतं, त्यामुळे देशी खेळांशी परिचय होता, तर भाऊ आणि बरेच मित्र हे व्हॉलीबॉल व बास्केटबॉल खेळणारे असल्यामुळे त्या खेळांचीही माहिती होती. एवढ्या भांडवलावर आणि इंग्रजी वाचनामुळे क्रीडाविषयक लेखन अवघड गेलं नव्हतं.

कोयनेचा भूकंप आणि माझं आयुष्य यांचा तसा संबंध असायचं काही कारण नाही. पण मी एम. एस्सी. करत असताना कोयनेचा भूकंप झाला आणि ज्या वृत्तपत्रात मी क्रीडाविषयक लेख लिहीत असे, त्या वृत्तपत्राच्या संपादकांना मी भूशास्त्रात पदव्युत्तर शिक्षण घेतोय याची जाणीव झाली आणि माझा पहिला वैज्ञानिक लेख छापून आला. तरीही माझ्यावर 'विज्ञानलेखक' हा शिक्का बसायचं कारण नव्हतं. यानंतरचा माझ्या आयुष्यातला टप्पा म्हणजे कथालेखनाचा. एम. एस्सी. झाल्यावर मी पुणे विद्यापीठाच्या भूशास्त्रविभागात मास्तरकी करू लागलो. जाता जाता संशोधनही. या काळात आमचा एक क्रिकेट क्लब होता. आम्ही सगळे रोज संध्याकाळी एकत्र गप्पा मारत बसायचो. पूना कॉफी हाउस हा आमचा अड्डा. इथे अनेक कल्पनांची देवाणघेवाण, चर्चा वगैरे व्हायची. मी जर चांगला बोलतो तर लिहायला काय हरकत आहे, असा प्रश्न उपस्थित व्हायचा. तरीही आपण सातत्यानं लिहावं, असं वाटत नव्हतं आणि लेखन जवळजवळ बंदच होतं. बरं, आपण आपला लेख घ्यायचा नि कुणासमोर तरी उभं रहायचं, हेही मला पटत नाही.

दरम्यान विजय पेंडसे या मित्रानं कानपिचक्या दिल्यामुळे 'एक दिशाहीन संध्याकाळ' लिहून झाली. ती मनोहर मासिकात छापली गेली आणि गाजली. चक्क गाजली. पुढे या संवादकथेचे छबिलदासमध्ये अविष्कारने प्रयोग केले. ती आंतरबँक स्पर्धेतही गेली, वगैरे.

अशा तऱ्हेनं मी तारुण्यातल्या खदखदत्या संतापाच्या किंवा त्या संतापावर पाणी ओतलं गेल्यावर काय होतं, ह्याच्या कथा लिहू लागलो. तेव्हा नवयुगच्या कथास्पर्धात व इतरही माझ्या या अ-वैज्ञानिक कथांना बक्षिसं मिळतच होती आणि याच काळात भूशास्त्रीय शिक्षण, संशोधन यांसाठी भारतभर भ्रमंतीही घडत होती.

केवळ बक्षिसं मिळवण्यासाठी मी विज्ञानकथास्पर्धेत भाग घेतला आणि

तीन वेळा बक्षिसं मिळवली ती याच काळात आणि याच काळात मनोहरचं साप्ताहिक झालं आणि टण्णूनं 'वटवट' नावाचं मासिक काढलं. आता माझ्या लेखणीस विनोदाचे धुमारे आले. वटवटचे ७० ते ८० अंक, मनोहरमध्ये मेरी गो राउंडसह ४ पानं तरी मजकूर, आणि रहस्यकथांच्या मासिकांमध्ये अधनं-मधनं विज्ञानकथा पेरीत खून मारामाऱ्या अशी लेखणी चालत होती. आपण काहीतरी लिहितो (की काहीतरीच) याची ती धुंदी फार मस्त असायची. मनोहरचा एक ग्रुप, इकडे टण्णूचा जथ्था, तिकडे क्रिकेट क्लब, विद्यापीठातले मित्र अशा टवाळक्याही चालू असत. याच काळात विद्यापीठातल्या राजकारणाची गटारं खुली होऊ लागली आणि मी हळूहळू संशोधन करून काय मिळणार या विचाराप्रत येऊन पोहोचलो, आणि दरम्यान आकाशवाणीत चक्क प्रोग्रॅम एक्झिक्युटिव झालो. पण त्याआधी या देशात आणीबाणी होती. या आणीबाणीनं देशातल्या अनेक राजकारण्याचं भवितव्य ठरवलं पण आणीबाणी पुकारणाऱ्या इंदिराजींना कल्पनाही नसेल की, त्यांनी मराठीत एक विज्ञानलेखकही निर्माण केला.

आणीबाणीत 'सेन्सॉरशिप' नावाचा एक विनोद झाला. संपादक मंडळी मजकुराची प्रुफं घेऊन विश्रामबागवाड्यात दिसू लागली आणि कुणाच्या तरी लक्षात आलं, की विज्ञान या शब्दाला हे पोलीस अधिकारी बिचकतात. "विज्ञानाचा लेख आहे. छापा!" असं म्हणून धडाक्यानं सह्या मिळतात. यामुळं माझ्याकडे विज्ञानलेखांची मागणी वाढली. तेवढीच दोन तीन पानं बिना काटकसरीची पास व्हायची. यामुळे खरंतर मी विज्ञानलेखक बनलो आणि पूर्वी विनोद, रहस्य, सामाजिक, क्रीडा आणि विज्ञान लिहिणारा मी प्रामुख्यानं विज्ञानलेखक बनलो. मराठे एकदा मला म्हणाले, "आणीबाणीमुळे तुझ्या लेखनाचं ध्रुवीकरण झालं." हे असे मोठे मोठे शब्द चांगले असतात, हे आता मला पटतं. त्यामुळं आपण विद्वान वाटतो. तेव्हा मी मराठ्यांची, आणि त्यांनी माझी, बऱ्यापैकी टिंगल केली असणार.

मी लेखक आणि विज्ञानलेखक होण्यात इंदिरा गांधी यांच्याबरोबरच श्री. भा. महाबळ आणि ह. मो. मराठे यांचा फार मोठा वाटा आहे. कारण 'मनोहर', 'किर्लोस्कर' चा लेखक हा आपोआपच विद्वान आणि भारदस्त, तसंच मोठा मानला जातो आणि गम्मत काय झाली की, विज्ञान आणि माझ्या कथालेखनालाच फक्त निरंजन घाटे हे नाव होतं. विनोद, रहस्य, सिनेमा यांना एका अंकात एकाच लेखकाची दोन नावे नकोत म्हणून माझी काही टोपणनावं वापरण्यात येऊ लागली होती. तीही बरीच लोकप्रिय झाली होती, ते वेगळं.

अशा तऱ्हेनं मी विज्ञानलेखक बनलो. दरम्यान देशही एकविसाव्या शतकाकडं निघाला. अधूनमधून दलितांप्रमाणेच विज्ञानाबद्दलही प्रेम व्यक्त करणं राजकारणी मंडळी, शासन इत्यादींना आवश्यक वाटू लागलं आणि एकंदर सर्वच विज्ञानविषयक लिहिणाऱ्यांना बरे दिवस आले. माझीही ५०-६० पुस्तकं बाजारात आली. ती वाचकांना आवडली असावीत. कारण २५-३० पुस्तकांच्या दुसऱ्या आवृत्त्या बाजारात आल्या किंवा येताहेत. काही पुस्तकांच्या तिसऱ्या आवृत्त्या येतील.

विज्ञानाची झपाट्यानं वाटचाल चालू आहे. यामुळे बरंच विज्ञान तंत्रज्ञान हा हा म्हणता कालबाह्य होतं. अशा परिस्थितीतही या पुस्तकांच्या दुसऱ्या-तिसऱ्या आवृत्त्या निघाव्यात आणि त्या कालबाह्य ठरू नयेत, हे मला फार विशेष वाटतं. मला अनेक वाचकांची वेळोवेळी पत्रं येतात. बहुतेक सगळी आदर आणि प्रेम व्यक्त करणारी असतात. 'आदर' हा शब्द मी मुद्दाम वापरलाय. पत्र लिहिणारी व्यक्ती बऱ्याचदा मानानं आणि वयानं फार मोठी असते; पण ती व्यक्ती कुणीही असो, या व्यक्तीची, वाचकाची समजूत अशी होते की, निरंजन घाटे म्हणजे कुणीतरी काठी टेकत टेकत चालणारा, जाड भिंगांचा चष्मा वापरणारा साठीच्या पुढचा माणूस अशी विज्ञानलेखकांबद्दल वाचकांनी स्वत:ची का कोण जाणे एक कायमस्वरूपी समजूत करून घेतलेली दिसते. गेल्या काही वर्षांत माझे केस पांढरे व्हायला लागले आणि मला चष्माही लागलाय. त्यामुळे आता माझ्या स्वरूपाबद्दल वाचकांचा अपेक्षाभंग होणार नाही, असं वाटतंय.

आणखी एक प्रकारचे वाचक मला भेटतात. कधीतरी निरंजन घाटे यांनी चावटपणा म्हणून किंवा मनाला विरंगुळा म्हणून स्वत:च्या नावानं लिहिलेलं एखादं चित्रपटविषयक किंवा त्यांच्या दृष्टीने वाह्यात विषयावरचं लेखन त्यांनी वाचलेलं असतं, हेच लेखन मी टोपणनावानं केलं असतं तर ते मीच लिहिलंय असं त्यांच्या लक्षातही आलं नसतं आणि त्यांनी या लेखनाबद्दल आक्षेपही घेतला नसता, याची मला खात्री आहे. किंबहुना यांतले काही लोक मी टोपणनावाने लिहिलेले लेखन चवीनं वाचतात, हे माझ्या अनुभवास आलंय. पण एखाद्या संपादकानं नाव टाकताना चूक केली, की या वाचकांचं पित्त खवळतं. 'हे तुमच्याकडून अपेक्षित नव्हतं. हे असं लिहिणारे खूप जण आहेत. हे वाचायचं असतं, तेव्हा आम्ही देवेन कौशिकचं वाचतोच की', असं जेव्हा मला ते वाचक लिहितात किंवा प्रत्यक्ष भेटीत सांगतात, तेव्हा मला राहवत नाही. 'देवेन कौशिक' म्हणजे मीच हे सांगूनही त्यांचा विश्वास बसत नाही. पुस्तकांची परीक्षणं आणि

समीक्षा याबद्दल काही लिहू नये असं मला वाटतं. कारण माझ्या मते एकदा आपलं पुस्तक बाजारात गेलं की, वाचकांना त्यावर मतप्रदर्शन करायचा अधिकार पोहचतो आणि वृत्तपत्रांतून जे समीक्षण म्हणा किंवा परीक्षण म्हणून म्हणा येतं, ते बऱ्याचदा माझ्या मते 'विनोद' या सदरात मोडतं. बऱ्याचदा परीक्षण करणाऱ्यानं हे पुस्तक नीट वाचलंय की नाही, याचीच शंका येते. विज्ञानाच्या म्हणजे पॉप्युलर सायन्स किंवा लोकार्थी विज्ञानविषयक पुस्तकांच्या बाबतीत तर परीक्षणासाठी ज्या व्यक्तीकडे पुस्तक जातं, ती व्यक्ती त्या विषयाची प्राध्यापक असली की फार मजा येते. आपण वर्गात एखादा विषय खूप अवघड करून शिकवण्यासाठी एवढे कष्ट घेतो. एवढा पगार घेतो; तो विषय सहज, सोप्या, लोकांना कळेल अशा भाषेत, हा माणूस मांडतोय म्हणजे काय? याचा या प्राध्यापकांना राग आलाय, हे या परीक्षणांमधून स्पष्ट होते. याचं एक उदाहरण देतो. माझ्या इलेक्ट्रॉनिक्सच्या प्रगतीची माहिती देणाऱ्या पुस्तकात 'सुईच्या अग्रावर राहील एवढीसुद्धा जमीन देणार नाही, असं दुर्योधन म्हणाला होता. त्या सुईच्या अग्राएवढ्या जागेत आज इलेक्ट्रॉनिक्स युगात कितीतरी गोष्टींची माहिती साठवता येते', असं एक वाक्य होतं. परीक्षण करणाऱ्यानं 'यावरून घाटे यांना सुईचं अग्र आणि इलेक्ट्रॉनिक्स यांची काहीच माहिती नाही.' असा निष्कर्ष काढला होता, ही माहिती मी पॉप्युलर सायन्समध्ये आलेल्या एका लेखातून घेतली होती. मूळ लेख अजूनही माझ्याकडे जपून ठेवलाय. यात दुर्योधन आला, तो आपल्या सर्वांना परिचित आणि त्यामुळं सुईचं अग्र हे आपल्याकडे परंपरेनं आलेलं अतिसूक्ष्मतेचं प्रमाण बनलंय म्हणून.

ज्या मूळ लेखातील माहितीचा मी उपयोग केला होता, त्या लेखाचं शीर्षक होतं, 'पिनहेड सायन्स' आणि त्यात असं म्हटलंय की, या पिनहेडवर एनसायक्लोपिडिया ब्रिटानिकाच्या २९ खंडांमधली सर्व अक्षरं आता कोरता येतील. सामान्य वाचकाला एनसायक्लोपिडिया ब्रिटानिकाचे २९ खंड सांगण्याऐवजी कितीतरी माहिती असं सांगितलं. त्या परीक्षणकर्त्याला ती अतिशयोक्ती वाटली. यातून माझ्याऐवजी त्याचंच ज्ञान प्रकट झालं, हे एक बरं झालं.

या अशा परीक्षणकर्त्यांशी वाद घालण्यातही काही अर्थ नसतो. कारण ते चक्क खोटं बोलतात, असं मला आढळून आलंय. आजकाल आपलं सिलॅबस सोडून त्या विषयातले अवांतर वाचन करणारे प्राध्यापक अगदीच क्वचित भेटतात. आणि त्यांच्या विषयातली नवीन माहिती आपण सांगायला गेलो की, ते फार वैतागतात, हा माझा अनुभव आहे.

वाचक मात्र फार भावुक असतात. लिहिलेलं ते सर्व खरंच असं मानण्याची त्यांची प्रवृत्ती असते. यामुळे विज्ञानलेखकावर एक फार मोठी जबाबदारी येऊन पडते. ती म्हणजे अचूकता. रंजकता आणतानासुद्धा दिलेली माहिती बिनचूक देणं, हे फार महत्त्वाचं ठरतं. वाचक जसे भावुक असतात तसेच ते जागरूकही असतात, हेही विसरून चालत नाही. आपल्या चुका लक्षात आणून देणाऱ्या वाचकांचा राग करूनही चालणार नाही, तर त्यांचे ऋण मान्य करणे फार महत्त्वाचे ठरते. वाचकांचा आणखी एक वर्ग आहे. तो फार मोठा आहे. मात्र त्यांच्या बाबतीत माझी फार पंचाईत होते. माझे मेंदूसंबंधी संशोधनाचे जे लेख प्रसिद्ध होतात, ते वाचून हे वाचक पत्रं लिहितात. त्यांच्या पत्रांमधला मजकूर सांगणे योग्य नाही कारण ते अतिशय विश्वासाने पत्रं लिहीत असतात पण त्यावरून मानसशास्त्रीय प्रश्नांची शिकार बनलेले अनेक नागरिक केवळ योग्य ती मदत न मिळाल्यामुळे कसे कष्टप्रद जीवन जगतात, हे मला जाणवतं आणि वाईट वाटतं. मी काही डॉक्टर नाही आणि या लोकांना मी औषधंही सांगू शकत नाही. मी फक्त मेंदूबाबत होणारं संशोधन मराठी माणसांसमोर आणायचं काम करतो. ते वाचून खूप आशेनं या व्यक्ती माझ्याकडे मदतीची याचना करतात. एखाद्या चांगल्या मानसोपचारतज्ज्ञास जाऊन भेटावे, एवढाच सल्ला मी त्यांना देतो. यापेक्षा जास्त मी काय करणार? बरेच वाचक आपल्या पाल्याला माझ्याकडे घेऊन येतात आणि मार्गदर्शन करा, अशी विनंती करतात. तेव्हाही माझी फार पंचाईत होते. मी काय मार्गदर्शन करणार, हा प्रश्न असतोच, पण कशाच्या जोरावर मार्गदर्शन करायचं, हाही प्रश्न असतो. या सगळ्यांत एक मात्र समाधान म्हणजे आपण जे लिहितो ते कुणीतरी वाचतंय, याची पावती मिळते. इतरांच्या मानानं विज्ञानलेखकाला ती कमी मिळत असेल, पण ती मिळते हे महत्त्वाचं, आता इतकं लिहिल्यावरही अशा पावतीची गरज भासते का, असं मला काही वेळा विचारलं जातं. या प्रश्नाचं उत्तर 'होय' असंच द्यावं लागेल. कारण आपण लिहिलेलं कुणी वाचणारच नसेल, तर मग 'काय वाट्टेल ते लिहा. कोण वाचणार आहे', अशी वृत्ती येण्याची एक शक्यता मला जाणवते. वाचकांचा अंकुश नसेल तर चांगलं लेखन होणं अवघडच.

भारत सासणे, नारायण धारप, वि. आ. बुवा, बाबुराव अर्नाळकर, गुरुनाथ नाईक, दिवाकर नेमाडे असे वेगवेगळ्या प्रकारचे लेखक आणि त्यांचं लिखाण यांच्याशी मी परिचित आहे. माझं वाचन मुख्यत: इंग्रजी आणि तेसुद्धा विज्ञानाचं असलं तरीही मी मराठी वाचतो, आवर्जून वाचतो. भारत सासणे,

जगदीश गोडबोले, सुबोध जावडेकर हे आजचे लेखक माझे परिचित आहेत. मित्र आहेत. त्यांचं लेखन मी आवर्जून वाचतो. डॉ. अरुण मांडे यांचं नाव यांच्यापेक्षा वेगळं घेतलं याचं कारण तो एक अगदी वेगळ्या प्रकारचा लेखक आहे. याशिवायही मी बरंच वाचतो. विशेषत: पु. ल. देशपांडे यांचं साहित्य मी वारंवार वाचून काढलंय. कधीही काय करावं? असा प्रश्न समोर उभा राहिला की मी, 'व्यक्ती आणि वल्ली' किंवा 'असा मी, असामी' वाचतो. तसंच 'आहे मनोहर तरी' हे वाचनीयता, सुरेख मराठी आणि प्रामाणिकपणा याचं सुरेख मिश्रण असलेलं पुस्तकही मी कधी नव्हे ते दोनतीनदा वाचलंय. जयवंत दळवींचं 'सारे प्रवासी घडीचे', श्री. ना. पेंडसे यांच्या कादंबऱ्या मी वाचल्याच पण माझ्या मुलालाही वाचायला लावल्या. मुख्य म्हणजे त्यालाही त्या आवडल्या.

माझं वाचन सर्व प्रकारचं असतं आणि त्यातून चांगलं, वाईट असं वेगळं वेचणं मला आवडत नाही. सुरेश भट, श्रीधर शनवारे, विठ्ठल वाघ, पाडगावकर, बोरकर, गोविंदाग्रज, बी, बालक,वी तांबे यांच्यापासून 'आर्या मयूरपंतांची' इथपर्यंत मी वाचतो. दासबोध उघडला की, दरवेळी काही नवं हाताशी येतं. वाचनावर बंधनं असू नयेत, असं मला वाटतं.

हे सगळं वाचता वाचता मी अधूनमधून लिहीतही राहतो. यामागे फक्त लेखन करणे, एवढी एकच भूमिका असते. वाचन आणि गप्पा यांच्याबरोबरच लेखन हेही व्यसन मला जडलंय. मूलत: मी लेखन करायला लागलो ते पुस्तकं विकत घ्यायला पैसे मिळावेत म्हणून. त्यातून माझ्या हातून एवढं लेखन होईल असं कधी वाटलं नव्हतं. एवढं लेखन माझ्या हातून झालं याचं एकमेव कारण म्हणजे ते छापलं गेलं. स्वांत:सुखाय असं मी लिहिलं नसतं; कारण तसा मी भयंकर आळशी आहे. सध्या नुकतंच माझं 'उत्क्रांती'वरील पुस्तक लिहून झालंय. याला माझे प्रकाशक ग्रंथ म्हणतात. ते संपल्यावर आता दोन तीन संकल्प सोडले आहेत. अवकाश या विषयावर एक ग्रंथ लिहायचाय. आयन डग्लस हॅमिल्टन या हत्तीसंशोधकाच्या आत्मचरित्राचा अनुवाद करायचाय. ऑड्री हेपबर्न यांच्या चरित्राचा अनुवाद जमलं तर करायचाय. दुसऱ्या महायुद्धापासून वियेतनाम युद्धापर्यंतच्या महत्त्वाच्या लढायांवर लिहायचंय. लिहिण्यासारखे बरेच विषय आहेत. किती लिहून होतंय कुणास ठाऊक? एक विज्ञान कादंबरीही डोक्यात घोळते आहे. ती कधीतरी पूर्ण करावी लागणार आहे. या सर्व लेखनासाठी लागणारे संदर्भ, कागद आणि पेनं माझ्याकडेच आहेत. मी माझ्या लेखनासाठी कुणाची मदत वगैरे अपेक्षित नाही. तसा मी सर्वच बाबतींत एकांडा शिलेदार

आहे.

दरम्यानच्या काळात सुबोध जावडेकरने मला कथेत कोंबले. त्याला एकदा माझ्यावर स्वतंत्र लेख लिहायला सांगायला हवं,असं वाटतं कारण त्याला माझे दोष माहीत आहेत. काही माणसं माझे मृत्युलेख आधीच लिहू पाहताहेत. त्यावरून मी लेखन थांबवावं, असं तर त्यांना वाटत नाही, अशी एक शंका मला नेहमी येत असते. पण मी गेलो तर या अशा चित्रविचित्र आणि बरेचदा सामान्य माणसांना अवघड वाटणाऱ्या विषयांवर लिहिणारा दुसरा कोण, हा प्रश्न मला नेहमीच सतावतो. तसं बघायला गेलं तर विज्ञानकथेच्या क्षेत्रात सुबोध जावडेकर आणि अरुण मांडे माझ्यापेक्षा खूपच चांगलं लिहितात. लोकार्थी विज्ञानाबाबत तर लिहिणारे हळूहळू वाढत आहेत आणि त्यांची वाण पडणार नाही. युद्धविषयक लिहिणारेही हळूहळू पुढे येत आहेत. अशा परिस्थितीत 'मी का लिहावं?' हा प्रश्न माझ्यापुढेही पडतो. पण लोकांचा, वाचकांचा माझ्या लेखनावर एक प्रकारचा विश्वास बसलाय. घाटे लिहितात ते वाचलं, तर आपल्याला ते समजू शकेल, असं वाटणारे वाचक वाढताहेत. अशा परिस्थितीत मी लिहिणं थांबवणं योग्य ठरणार नाही, असं मला वाटतं.

विज्ञानकथा म्हणजे काय, ती कशा प्रकारची असते, हेही मराठी वाचकांना समजावून सांगणं आवश्यक आहे, असं मला जाणवतं. त्यासाठी मागं मी साहित्यसूचीत एक लेखमाला लिहिली. त्या प्रकारचं आणखी लेखन व्हायला हवं. यामुळंही सध्यातरी लेखन थांबवायचा माझा विचार नाही. खरं तर, 'मनोगत' म्हटल्यावर आणखी बरंच लिहिता येण्यासारखं आहे; पण स्मरणिका संपादकांनी दिलेली शब्दमर्यादा ओलांडून बराच वेळ आणि बरेच शब्द झालेत, तेव्हा थांबतो.

(६६ वे अखिल भारतीय सम्मेलन, सातारा. स्मरणिका, १९९३)

◆ ◆ ◆

२१. मी वयात येत होतो, तेव्हाची गोष्ट

हे काही एखाद्या नवकवितेचं शीर्षक नाही. सरळ सरळ माझे अनुभव सांगायचा एक अल्प प्रयत्न आहे. काय झालं, मी एक इंग्रजी पेपर वाचून संपवला होता आणि माझ्याकडं एक मित्र आला. वाचन आणि लेखन एवढाच उद्योग मी मनापासून करतो ना! त्यामुळं वेळ घालवायचा असला की, माझे बरेच मित्र असे माझ्याकडं टपकतात. गप्पा होतात. त्यात वाचनाबद्दलचा विषयच बाजी मारतो. त्या दिवशी मित्रानं त्या वृत्तपत्रामधील एक स्तंभ माझ्या समोर धरला. हे बघ, वाचलंस का हे? तो लैंगिक अडचणींवर सल्ले देणारा आणि तत्सम समस्या सोडविण्यास मदत करणारा स्तंभ पाहून ह्यानं का खवळावं, ते मला कळेना.

त्या स्तंभातले बरेच प्रश्न १५-१६ वर्षापासूनच्या मुलामुलींचे होते. असेच आणखी दोन तीन स्तंभही आमच्या पाहण्यात होते. पूर्वी एक डॉक्टर महिला जगातल्या सर्व अन्यायांना पुरुष जबाबदार आहेत, अशा प्रकारे सल्ले देत. तेव्हाही माझे काही मित्र त्या गोष्टीचा प्रतिवाद करावा, असं मला सुचवीत असतं. ह्या वेळी माझा मित्र म्हणाला ते मात्र मला त्यापेक्षा वेगळं वाटलं. 'आपल्या वेळी असं नव्हतं. कुणी जाहीर रीत्या असे सल्ले देत नव्हतं. पण तरी आपण इतके अज्ञानी आणि भोळसट नव्हतो रे!'

त्याचं म्हणणं खरं होतं. आम्हाला लैंगिक बाबींत मार्गदर्शन करणारं कुणीच नव्हतं. त्याचबरोबर आम्ही बरेच निसर्गसान्निध्यात होतो, त्यामुळं असेल, पण आम्हाला असं ज्ञान प्राप्त होत असावं. त्या काळची परिस्थिती आधी सांगतो. पश्चिम पुण्यातील काही

महाविद्यालयांमध्ये मुलगा आणि मुलगी एकमेकांशी बोलताना आढळले तर शिपाई शिट्टी वाजवत यायचा आणि पुन्हा असं करू नका, अशी ताकीद द्यायचा. एकाच जोडीनं असा अपराध तीन चार वेळा केला तर त्या जोडीला प्राचार्यांपुढं उभं करण्यात येत असे. तिथं 'महाविद्यालयातून काढून टाकलं जाईल, पुन्हा असं करू नका', ही ताकीद मिळे. पुण्यात कुमठेकर रस्त्यावर भर दिवसा क्रिकेट खेळले जायचे. पतंगही उडवायचो. हॉटेलात जाऊन खाणं परवडत नसे. बहुतेकजण, अगदी महाविद्यालयात देखील, डबे आणत असत. महाविद्यालयातले एक दोन अपवाद वगळता बहुतेक शिक्षक सायकलवरून येत. स्कूटरसाठी सहा-सहा वर्षे नंबर लावावा लागत होता. पेट्रोल ९७ पैसे शेर म्हणजे ४ ते ४.५ रुपये गॅलन (सुमारे ४.५ लिटर) होतं.

हॉटेल मद्रास हेल्थ होम म्हणजे आताच्या वैशालीत बटाटेवडा प्लेट ४ आणे, डोसा ४० पैसे आणि कोका कोलाची बाटली ३५ पैशाला मिळे. आम्हाला ती परवडत नसे. त्यामुळं दहा पैसे खर्च करून चहा पिणे, ही आमची चैन होती. चारमिनार ५ पैशाला तीन मिळत असत. अशा काळात शंभर मुलांच्या वर्गात ८० मुलं आणि १५ ते २० मुली जेमतेम असत. कला शाखेकडे मात्र भरपूर मुली असत. अभियांत्रिकी महाविद्यालयात एखादी मुलगी असे. वैद्यकीय महाविद्यालयात ही संख्या दोन आकड्यांत पोहचायची.

ह्या पार्श्वभूमीवर आमच्या काळात लैंगिक बाबींची चर्चा होणं तसं अवघड होतं. तरीसुद्धा आमच्या पिढीला ह्या बाबींची बरीच माहिती होती असं वाटतं. हा निष्कर्ष फार मोठं संशोधन करून काढलाय असं मात्र नाही, तर दोन इंग्रजी वृत्तपत्रे आणि तीन नियतकालिकांमधून वेळोवेळी प्रसिद्ध झालेली सर्वेक्षणे वाचून, तसंच आमच्या काळात समवयस्क मित्रांशी ज्या गप्पा होत त्यावरून हा निष्कर्ष काढलाय.

आमच्या काळात आजच्या मानानं आयुष्य संथ आणि सपक होतं. टी व्ही असतो, हे ऐकून माहीत होतं. १९७०च्या सुमारास 'पुण्यात संगणक' असा आठस्तंभी मथळा छापला गेला होता. एस. एस. सी. बोर्डामध्ये संगणक बसविण्यात आला, त्याची ही बातमी होती. त्यानंतर जागोजाग संगणक क्षेत्रात शिरणाऱ्यांसाठी कार्ड पंचिंगचे क्लास सुरू झाले होते. हे सांगायचं कारण, आज वेगवेगळ्या दूरचित्रवाहिन्यांवर ज्या जाहिराती दाखविल्या जातात, तशा स्त्री-पुरुष वशीकरणाच्या किंवा सौंदर्य वाढविण्याच्या आणि सॅनिटरी पॅडच्या जाहिराती नव्हत्या. त्यामुळं स्त्री-पुरुष संबंधांभोवती एक गूढवलय होतं. लैंगिक संबंधांसंबंधी

माहिती देणारी पुस्तके पिवळ्या आवरणात असत आणि त्यातून गैरसमज पसरण्याची शक्यता अधिक असे. भारतीय संस्कृतीच्या काही उपासकांपैकी कुणीतरी 'ब्रह्मचर्य हेच जीवन आणि वीर्यनाश हा मृत्यू' असं एक पुस्तक बाजारात आणलं होतं. ते वाचून हस्तमैथुन हे महापाप ही भावना प्रबळ व्हायची. तरीही आज सर्व स्तंभांमधून हस्तमैथुनाबद्दल तरुण पिढीच्या मनात जे गैरसमज आहेत, ते कळतं. आमच्या काळातलेच गैरसमज अजून आहेत, ह्याचं खूप आश्चर्य वाटतं.

त्या वेळी मुंबई सोडल्यास बहुतेक शहरांत शहरांच्या मध्यभागी गोठे होते. असंख्य चिमण्या होत्या, शेळ्या होत्या. त्यांच्या गर्भदानाचा कार्यक्रम सार्वत्रिक रीत्या रस्त्यात होत असे. ह्या सार्वजनिक कार्यक्रमातून नर-मादी संबंध सहज स्पष्ट होत असत. आमचे शिक्षक, एनसीसीतील मार्गदर्शक लष्करी जवान, हे स्त्री-पुरुष संबंधांबद्दल खुले आम बोलत असत, हा निदान माझा तरी अनुभव आहे. वाचनामुळं ह्यातील बऱ्याच बाबी मला माहीत होत्या. त्यामुळे माझ्या असंख्य मित्रांना मी ह्याबाबत मार्गदर्शन केलंय. त्याशिवाय अश्लील- आजच्या भाषेत नॉनव्हेज- विनोद हाही लैंगिक शिक्षणाचा पाया होता. त्याचबरोबर मुतारीतील चित्रेही बरंच काही शिकवून जात.

त्या वेळी इंटरनेट नव्हतं. ग्रंथालय हेच आमचे गुरू होते. फर्ग्युसन महाविद्यालय आणि त्या वेळी ब्रिटिश कौन्सिल लायब्ररीतील ह्या विषयांवरची पुस्तकं मी वाचू लागलो. त्यातून पुढं इतर अनेक पुस्तकांकडे वळलो. त्यातून मला काय उमगलं, ते सांगतो.

पहिली गोष्ट म्हणजे आपण एक प्राणी आहोत आणि इतर प्राण्यांच्या वर्तणुकीचा अभ्यास करून आपल्या वर्तणुकीबद्दल काही आराखडे आपण बांधू शकतो. असं असलं तरी इतर सस्तन प्राण्यांत आणि आपल्यामध्ये एखाद् दुसरा अपवाद वगळता एक फार मोठा फरक आहे. इतर प्राणी विशिष्ट ऋतूतच माजावर येतात, म्हणजे त्यांच्या लैंगिक प्रेरणा जागृत होतात. त्यावेळी नरांना मादी मिळविण्यासाठी इतर नरांशी स्पर्धा करावी लागते. जो नर इतर नरांपेक्षा श्रेष्ठ ठरतो म्हणजे ह्या स्पर्धेत विजयी होतो, त्यालाच पुनरुत्पादन करण्याचा हक्क प्राप्त होतो. माणूस २४×७ आणि वर्षाचे ३६५ दिवस समागम करू शकतो. त्याला स्त्रीशी संबंध ठेवण्यावर कसलंही बंधन नसतं. सामाजिक दडपणामुळं तो एकाच स्त्रीबरोबर संसार करतो असं असलं, तरी संधी मिळताच तो दुसऱ्या स्त्रीकडे वळतो. ह्याला फार थोडे पुरुष अपवाद असतात.

उत्क्रांतीच्या तत्त्वानुसार प्रत्येक प्राणिवंश सातत्यासाठी झटत असतो. आपले जीन म्हणजे गुणधर्मवाहक पुढच्या पिढीत जावेत ह्याची धडपड. म्हणजे वंशसातत्यासाठी जशी नराला मादीची गरज असते तशीच मादीला नराची. नर आणि मादी एकत्र आल्याशिवाय पुनरुत्पादन होत नाही, हा सर्वसामान्य नियम आहे. नर आणि मादी ह्यांनी एकत्र यावं, ह्यासाठी निसर्गानं त्यांच्यात काही प्रेरणा निर्माण केल्या आहेत. गंध, स्पर्श ह्यांमुळे त्या प्रेरणा जागृत होतात. आपण ह्या प्रेरणांना कामप्रेरणा म्हणतो. प्रत्येक व्यक्तीत ह्या काम प्रेरणा असतातच. त्यांचं प्रमाण कमी-जास्त होतं, पण त्यामुळं वयात आलेल्या प्रत्येक व्यक्तीला एक किंवा अनेक विभिन्नलिंगी व्यक्तींबद्दल आकर्षण वाटतं.

आता आपण आदिमानव काळात डोकावू. त्या काळात माणूस वस्त्रं घालत नव्हता. घातलीच तर ती अत्यल्प असत. त्या काळात कपींप्रमाणेच मानवाचे कळप असत. त्यात टोळीप्रमुखांचं सर्व स्त्रियांवर राज्य असे. वयात आलेल्या तरुणांना टोळी सोडून बाहेर पडावं लागे. असे तरुण संरक्षणासाठी एकमेकांवर अवलंबून असत. त्यामुळं त्यांच्यात विशेष स्नेहसंबंध निर्माण होत असत. आधुनिक काळात, पब किंवा संध्याकाळचे कट्टे, अड्डे ह्या स्वरूपात हे स्नेहसंबंध दृग्गोचर होतात. ह्याला इंग्रजीमध्ये मेलबाँडिंग असं म्हणतात. इथं सहसा स्त्रियांना प्रवेश नसतो. पुढं विवाहानंतर हा गट विखुरतो.

स्त्रियांमध्येही स्नेहबंध असू शकतात; पण ते जरा वेगळ्या प्रकारचे असतात. ह्याचं कारणही आदिमानवी टोळ्यांमध्ये सापडतं. कपींच्या टोळ्यांत सर्व माद्या जेत्या नराच्या आधिपत्याखाली वावरतात तसंच आदिमानवी टोळ्यांतही घडत असावं, असं गृहीत धरलं जातं. ह्या माद्यांत एक ज्येष्ठताक्रम असतो. तो प्रामाणिकपणे पाळला जातोय, ह्यावर ज्येष्ठ मादीचे लक्ष असते. कनिष्ठ दर्जाच्या माद्या ह्यामुळं एकत्रित होतात, तरी सुप्तपणे त्यांच्यात स्पर्धा असते. ती दोन प्रकारची असते. एक म्हणजे ज्येष्ठताक्रमात वर सरकणे आणि जमलं तर टोळ्याधिपतीला वश करणे किंवा ह्या टोळीतून पळ काढून नव्यानं निर्माण होणाऱ्या टोळीत सामील होणे. त्यामुळे हे स्नेहबंध पुरुषी स्नेहबंधांइतके पक्के नसतात.

ह्यानंतर आपण एका सर्वसाधारणपणे ज्याबद्दल उघडपणे बोललं जात नाही, पण बहुतेक सर्व पुरुष आणि बऱ्याच स्त्रिया वयात येताना करतात, त्या कृतीची उत्पत्ती पाहू या. ही कृती म्हणजे हस्तमैथुन. अलीकडच्या काळातसुद्धा इंग्रजी वृत्तपत्रातील स्तंभांमधून जे प्रश्न विचारले जातात, त्यांत ७० टक्के प्रश्न

हस्तमैथुनाबद्दल असतात आणि त्यातून ह्या मानवी जीवनातील एका सहजप्रवृत्ती-बद्दल किती गैरसमज तरुण व्यक्तींमध्ये दृढ आहेत, हे स्पष्ट होते.

हस्तमैथुन ही एक मानवी सहजप्रवृत्ती आहे. ही कृती कशी अस्तित्वात आली, ह्यावर वर्तणूकशास्त्रज्ञांनी बराच विचार केलेला आहे. प्राण्यांची लैंगिक वृत्ती विशिष्ट काळात जागृत होते आणि मग सुप्तावस्थेत जाते. ज्या वेळी ही वृत्ती जागते, त्या वेळी एक वेगळीच ऊर्जा त्यांच्या शरीराचा ताबा घेते. त्यांच्या मेंदूतून काही विशिष्ट स्राव पाझरू लागतात. अर्जुनाला ज्याप्रमाणे पोपटाचा फक्त डोळाच दिसत होता, त्याप्रमाणे त्यांना फक्त वयात आलेल्या संभोगनीय मादीचा ध्यास असतो. ती मिळविण्यासाठी त्यांना त्यांचे गुणश्रेष्ठत्व सिद्ध करावे लागते. प्रत्येक प्राण्यांत हे श्रेष्ठत्व सिद्ध करण्याचे मार्ग वेगळे आहेत. मोराचा पिसारा, सिंहाची आयाळ, काही प्राण्यात शारीरिक बल ह्यांच्या प्रदर्शनानं मादी वश होते. आदिमानवाला विविध कौशल्यांचा वापर करावा लागत असावा.

आपल्या गुणांचं प्रदर्शन करायला प्राण्यांप्रमाणेच माणसालाही लैंगिक ऊर्जा भाग पाडते. ही सुप्त ऊर्जा वेगवेगळ्या प्रकारे प्रकट होत असते. कवनं करणे, शौर्य, चित्रकला इ. गोष्टी ह्यासुद्धा ऊर्जेचे प्रकट आविष्कार असतात. मात्र इतर वेळी ही ऊर्जा नियंत्रित करण्यासाठी इतर काही मार्ग असतात. आदिमानव हा शारीरिक स्वच्छतेच्या बाबतीत अज्ञ होता. आदिमानवी स्त्री-पुरुषांना शारीरिक स्वच्छता करायला वेळही नसे, ह्याचं कारण त्यांच्याजवळ स्वसंरक्षणाची शस्त्रं नसत. नैसर्गिक साधनंही नव्हती. जेव्हा जननेंद्रिय स्वच्छ राखली जात नाहीत तेव्हा तिथे खाज सुटते. ती खाजवताना ही इंद्रियं उत्तेजित होतात. ह्या गोष्टीत हस्तमैथुनाचं मूळ असावं, असं वर्तणूकशास्त्रज्ञ मानतात. ह्याचा अर्थ सुमारे दीड ते दोन लाख वर्षे ही सवय मानवाला असावी. तेव्हा त्याबद्दल लाज बाळगण्याचं कारण नाही. फक्त आपण ज्या समाजात वावरतो, त्या समाजाच्या नीतिमत्तेच्या चौकटीत राहूनच आपल्याला आपली ऊर्जा प्रकट करावी लागते. त्याचबरोबर कुठल्याही गोष्टीचं व्यसन वाईटच, हेही लक्षात ठेवावं. अती तेथे माती, ह्या म्हणीचा प्रत्यय घ्यायचं काही कारण नाही.

ह्या अस्वच्छतेचा एक दुसराही उपयोग माणसाला होत होता. जोडीदार आकृष्ट करता यावा म्हणून निसर्गानं एक सोय केली आहे. आपल्या घामातून काही स्राव त्वचेवर येतात. प्राण्यांत ह्यासाठी वेगवेगळे अवयव असतात किंवा जननेंद्रियांजवळ वेगळ्या ग्रंथी असतात. त्यातून हे स्राव हवेत फैलावतात. हे श्वसनाचे वेळी नाकात जातात. नाकात व्हीएमओ नावाचा एक भाग असतो.

त्याचं काम ह्या स्रावांचा अर्थ लावणे. ह्या स्रावांना इंग्रजीत फेरोमोन्स तर मराठीत लिंगगंध असं म्हणतात. व्हीएमओ ह्या भागाला ह्या गंधामुळं समोरच्या व्यक्तीची बरीच माहिती मिळते. व्यक्ती, तिची लैंगिक क्षमता, तिला असलेल्या व्याधी, तिची रोगप्रतिकारक शक्ती आणि इतर बऱ्याच गोष्टींचं ज्ञान ह्या गंधाद्वारे समोरच्या व्यक्तीला होतंच; पण ही समागमयोग्य काळात आहे का, ह्याचाही मेंदूला पत्ता लागतो आणि त्या दोन व्यक्ती एकमेकींकडं आकृष्ट होतात. ह्यामुळंच अलीकडं बऱ्याच फवाऱ्यांमध्ये मानवी घामाच्या अर्काचा वापर केला जातो. ह्याचा परिणाम असा झालाय, की व्हीएमओचा गोंधळ होतो. प्रत्येक व्यक्तीला प्रत्येक भिन्नलिंगी फवारा वापरणाऱ्या व्यक्तीचं आकर्षण वाटू लागतं. ह्यामुळं जमलेल्या जोड्या टिकून राहत नाहीत. अंघोळ आणि पावडर किंवा स्नोच्या जमान्यापर्यंत जे प्रेमविवाह जमत, त्या जोड्या फुटण्याचं प्रमाण बरंच कमी होतं. ह्याला काही प्रमाणात सामाजिक बंधनं जबाबदार असली, तरी लिंगगंधांनी त्यांची जबाबदारी व्यवस्थित पार पाडल्यामुळं ह्या टिकाऊ जोड्या जमत, असं तज्ज्ञांना वाटतं. आता मानसिक दमछाक, शारीरिक दमछाक ह्याबरोबर लिंगगंधाची बाह्य गंधांमुळं होणारी गफलतसुद्धा जोड्या न टिकण्यास कारणीभूत असावी, असं म्हटलं जातं.

ही सगळी माहिती केवळ कुतूहलापोटी मी मिळवली. आपण विभिन्न लिंगी व्यक्ती दिसली की असे का वागतो, ह्या प्रश्नाचं उत्तर शोधत ह्या विषयावर ४ पुस्तकं लिहिली. अलीकडे इंटरनेटवर माहिती मिळते; पण त्यात बरीच भेसळ असते. तरुण मनाला पडणाऱ्या सर्व प्रश्नांना इथं स्पर्श केलेला नसला, तरी ही माहिती काही प्रमाणात त्यांना उपयुक्त ठरेल, ही अपेक्षा.

(अनुभव- मे २००५)

♦ ♦ ♦

२२. नियती, मी आणि विज्ञान

भातुकलीच्या खेळामधली राजा आणिक राणी
अर्ध्यावरती डाव मोडला अधुरी एक कहाणी

या ओळी आकाशवाणीवरून बऱ्याचदा कानावर पडतात. जेव्हा जेव्हा त्या कानावर पडतात तेव्हा तेव्हा मी गंभीर होतो. विज्ञानशाखेच्या विद्यार्थ्यानं योगायोग, नशीब अशा गोष्टींवर विश्वास ठेवू नये, असं म्हणणारे खूप आहेत; पण शेवटी माणूस काही अनुभव गाठीशी बांधून त्याचे विचार पक्के करत असतो. नियतीच्या मागं काय असावं,' तिच्या बाबतंचं एखादं सूत्र निश्चित करता येतील का, याचा मी बऱ्याचदा विचार करतो. फ्रॉइडनं त्याच्या मनाविषयीच्या सिद्धान्तांची सुरुवात ही त्याचं स्वत:चं मन त्रयस्थपणे तपासून केली आणि त्यातून जगाची झोप उडवणारे सिद्धान्त मांडले. मी काही फ्रॉइड नक्कीच नाही. पण नियती हा शब्द उच्चारला, की मला माझ्या जीवनातल्या अनेक गोष्टी आठवत जातात. वरच्या गाण्याच्या ओळी माझं मन उदास करतात.

माझ्या जीवनातले दोन महत्त्वाचे घटक म्हणजे अर्थातच माझे आई-वडील. ह्या दोघांची गाठ पडणं तसं खरं तर अवघडच. ती पडली. ती अवघड कशी, ते मी आधी स्पष्ट करतो. माझ्या वडिलांचा जन्म सौंदत्तीजवळ गुर्लहोसूर या गावी झाला. या गावात चिदंबरस्वामींचा मोठा मठ होता. बापू गोखल्यांचा वाडा होता. पण हे खेडं प्रसिद्ध आहे ते किर्लोस्करांचं मूळ गाव म्हणून. गावात आमच्या घराण्याची पाच-दहा एकर शेती होती. आजोबा शाळामास्तर होते. शेतीचं सगळं आजी बघत असे. तिला चौदा अपत्यं झाली. त्यातली सहा

जगली. त्यांतले माझे वडील तिसरे. भावांत दुसरे. वयाच्या दहाव्या वर्षी माझे वडील घर सोडून पुण्यात शिक्षणासाठी आले. खरे नावाच्या कुटुंबात राहू लागले. वारावर जेवू लागले आणि नानावाड्यात शाळेत जायला लागले. घाटे घराण्यातले ते पहिले पदवीधर. सर्वसाधारणपणे ही सर्वच भावंडे त्यांच्या विक्षिप्तपणामुळे आणि कुठल्याही परिस्थितीत विनोद करण्याच्या स्वभावामुळं प्रसिद्ध होती. माझे वडील त्यांचे मुकुटमणी होते. त्यांना माणसं जमवण्याची हौस होती.

माझी आई कोकणातली. माझे आईकडूनचे आजोबा सरकारी शाळेत मास्तर होते. 'वेलणकरमास्तरांचा नातू' म्हटल्यावर अगदी कालपरवापर्यंत कोकणात कुठंही गेलं तरी प्रेमानं वागवलं जायचं. रत्नागिरी जिल्ह्यातल्या बाराहून अधिक गावांचं-जेव्हा उपलब्ध होईल तेव्हा- ते पाणी प्यायले होते. आमची आजी वारल्यावर त्यांनी पुन्हा लग्न केलेलं नव्हतं. पण त्यांच्या भाषेत सांगायचं तर 'सोय साधली होती'. त्यांनाही बरीच मुलं. त्यातली पाच मोठी होईपर्यंत जगली. दोन मामा आणि तीन मावश्या. माझी आई शेवटून दुसरी. लहानपणापासूनच भित्री आणि अशक्त. माझे दोन्ही मामा खूप हुशार होते. त्यातले एक म्हणजे श्रीराम भिकाजी वेलणकर. पोस्टातलं सर्वोच्च पद त्यांनी भूषवलं. पंतप्रधानांचे सल्लागार म्हणून काम बघितलं. साहित्य अकादमीच्या संस्कृत विभागाचे सदस्य होते. संस्कृतमध्ये त्यांनी अनेक नाटकं लिहिली. कॉलेजात असताना सर्व परीक्षांत ते पहिले येत असत. केवळ सावरकरांच्या एका भाषणास ते उपस्थित होते म्हणून ते आयएएस होऊ शकले नव्हते, तर पोस्टाच्या कारभारात ढकलले गेले. अतिशय गंभीर. आपलं काम चोख करावं हा बाणा. त्यांचे विनोद आपल्या डोक्यावरून जाणारे आणि काहीसे माणूसघाणे.

घाटे कर्नाटकातले कऱ्हाडे, वेलणकर कोकणातले ठार कोकणस्थ. या दोन घराण्यांत शरीरसंबंध जुळून येणं याला नियती म्हणायचं नाही, तर काय म्हणायचं? माझ्या वडिलांची देशसेवा हीसुद्धा तशी भक्कम होती. ते तुरुंगात गेले होते, तर माझे दोन्ही मामा सरकारी नोकरी इमानेइतबारे करीत होते. माझ्या वडिलांनी शिक्षण संपण्याआधीच मुंबईला प्रयाण केलं. तिथं त्यांना मोरारजी गोकुळदास मिल्समध्ये नोकरी लागली. ती नोकरी करीत त्यांनी बी.ए.ची पदवी घेतली आणि ते लेबर ऑफिसर बनले. या काळात कुठेतरी त्यांची नि माझ्या धाकट्या मामाची ओळख झाली असावी. त्यामुळे माझ्या आई-वडिलांचा विवाह झाला. 'दोन ओंडक्यांची होते सागरात भेट,' किंवा संस्कृत सुभाषित सांगायचं

तर...

यथा काष्ठंच काष्ठंच समेयातां महादधौ
समेत्यच व्यपेयातां, तद्वत भूत समागम:

अशी ही भेट होती. ती का? तर १९४२ मध्ये माझ्या आई-वडिलांचं लग्न झालं. १९४८ च्या अखेरीस माझ्या वडिलांना कलकत्त्याच्या एका गिरणीत मॅनेजरची नोकरी चालून आली. त्याविषयींची बोलणी चालू होती. १९४९मध्ये मार्च महिन्यात वडील मुंबई सोडायचा विचार करीत असतानाच आमच्या घरापासून गिरणीचं दार या ३०० फुटांच्या अंतरात माझ्या वडिलांचा खून झाला. साक्षीदार गायब झाल्यामुळं प्रमुख आरोपी कृष्णा देसाई हा निर्दोष सुटला. त्यानंतर आमचं सगळं आयुष्यंच बदलून गेलं, असं मी म्हणतो पण तेव्हा मी जेमतेम तीन वर्षांचा असल्यामुळे काय झालं होतं, तेच मला कळलं नव्हतं. माझ्या आईचं जीवन उद्ध्वस्त झालं. पुढं काकांच्या मदतीवर आणि वडिलांच्या काही मित्रांनी हात पुढे केला म्हणून कसेबसे तरलो, एवढंच. आश्रित म्हणून जगण्याच्या वेदना सांगून कळत नाहीत. पण त्या आयुष्यात निराशा पचवायचं शिक्षण मात्र अंगवळणी पडतं, हेही तितकंचं खरं.

या सर्व बाबींमुळे असेल, आईच्या सततच्या आजारपणामुळं असेल; पण अगदी लहानपणापासूनच या सर्व योगायोगाचा कर्ताकरविता कोण, याचा मी विचार करीत आलो. माझे वडील नवी नोकरी झटकन स्वीकारून कलकत्त्याला गेले असते तर? मी बंगालीत लेखन केलं असतं का? त्या काळात माझ्या वडिलांना शोफरसह गाडी होती. मी त्या परिस्थितीत कसा वाढलो आणि वागलो असतो? की श्रीमंत बापाचा उनाड मुलगा बनलो असतो? या सगळ्या कल्पनेतल्या गोष्टी. नियतीनं वेगळाच डाव मांडला होता.

पुढं शिकत असताना आमच्या मित्रांच्या अनेक गप्पा चालत. संख्याशास्त्र शिकणारे आमचे काही मित्र आकडा लावणाऱ्या मुलांचे सल्लागार म्हणून काम करीत. लॉटरी सुरू झाली तेव्हा गंमत म्हणून मी दोन-चार वेळा लॉटरीची तिकिटं घेतली. ते सोडलं तर मी कधी जुगार खेळलेलो नाही. मी कधीही, कसलीही पैजही लावत नाही. का, याला काही कारण नाही. त्यामुळं ते आकडा खेळणारे आणि त्यांचे सल्लागार माझ्यासमोर मोकळेपणानं बोलत. त्यात संख्याशास्त्रीय शक्यता किंवा प्रॉबेबिलिटीबद्दलही ते बोलत असत. मी शाळेत असल्यापासून वर्गात ज्यांना वडील नाहीत अशा मुलांशी बऱ्याचदा गप्पा मारत

असे. त्यांचं घर कसं चालतं, कोण मदत करतं, त्याची माहिती विचारत असे. इतरही गप्पा होत. ज्यांना वडील नसत अशी मुलं बऱ्याचदा कसून अभ्यास करणारी व शिस्तबद्ध जीवन जगणारी आणि खूप आज्ञाधारक असत. आश्चर्याची गोष्ट म्हणजे मी असा कधीही नव्हतो. पण पाचवी ते अकरावी या सात वर्षांत शाळेत मला मी सोडून अशी फक्त पाच मुलं भेटली. आणखीही असू शकतील. म्हणजे संख्याशास्त्रीय शक्यता बघितली तर अशी मुलं अत्यल्प होती. त्या मुलांपैकी सर्व जणांचे वडील हृदयविकार, प्लूरसी, खूप ताप येऊन असे, म्हणजे आजारी पडून गेलेले होते. एकाचा हृदयविकार सोडला तर उरलेल्यांना आपले वडील जाणार याची पूर्वकल्पना होती. एकाचेही वडील अपघातात गेलेले नव्हते. खून तर दूरच.

सर्व मुलांचे वडील ते शाळेत असताना गेले होते. हृदयविकारानं ज्याचे वडील गेले, ते कलकत्त्याला नोकरी करीत होते. अचानक गेले. म्हणजे ४० जणांच्या आठ तुकड्या धरल्या तर ३२० मुलांत ६ मुलांना वडील नाहीत, हे प्रमाण अगदी कमी होतं. त्यात खून झालेले वडील असलेला मी एकटाच होतो. ३२० मुलांत एक हे प्रमाण हजारात एक आणि सगळी शाळा बघितली तर सुमारे २२०० मुलात एक म्हणजे हजारात अर्धा किंवा पाच शतांशहून कमी होतं. नेमकं माझ्याच वाट्याला मग हे का यावं, याला नियतीशिवाय उत्तर नव्हतं. सांख्यिकी शक्यता इतकी अल्प असताना ही घटना माझ्या बाबतीत घडली किंवा तसं बघायला गेलं तर आमच्या कुटुंबीयांच्या बाबतीत घडली. त्याबद्दल आमच्या आईचं स्पष्टीकरण एवढंच 'ते घडणार होतं', ती कपाळावर बोट फिरवून सांगायची.

पुढं मर्फीज लॉ वाचला, तेव्हा पटलं. 'इफ समथिंग इज लाइकली टू गो रॉंग इट विल.' आयुष्याशी झगडत वाढताना अनेक वेळा नियतीचा प्रत्यय आला. माझं कपाळ तसं चांगलंच रुंद आणि उंच आहे. टक्कल न पडताही त्याला आपण भव्य कपाळ म्हणू शकतो. त्यामुळं सटवीला लेखणी चालवायला भरपूर वाव मिळाला असावा. डोक्यानं बरा (त्यावर काही लोक शंका व्यक्त करतील, पण मीच त्यांच्याशी सहमत होणं योग्य नाही.) असूनही अभ्यासात फारसा रस नसल्यानं मी कुठलेही पराक्रम न करता पास होत गेलो. शिक्षण पूर्ण झालं. महाविद्यालयात शिकताना आमच्या काळात पॉकेटमनी हा शब्द अस्तित्वात नव्हता. आठवड्यात एकदा पाच पैसे सायकलमध्ये हवा भरायला मिळत. पंक्चर झाली तर दारातल्या सायकलवाल्याकडं द्यायची. काका त्याला परस्पर पैसे देत

असत.

मला मित्र खूप होते. त्यातल्या एकाच्या वडिलांची मोटरची शोरूम होती. तिथं फुकट हवा भरून घ्यायचो. पाच पैसे खिशात घालता येत. पण ते काही खरं नव्हतं. म्हणून मी क्रिकेटवर लिहायला सुरुवात केली. त्याचे पाच-दहा रुपये मिळू लागले. याच काळात पाच पैशांना चहा आणि आणखी पाच पैसे असले तर दोन चार मिनार मिळत. ४० पैशांना मद्रास हेल्थ होममध्ये मसाला डोसा मिळे. त्या काळात दहा अख्खे रुपये ही चैन होती. मी त्याची पुस्तकं विकत घ्यायचो. फूटपाथवर चार किंवा सहा आण्यांना - २५ ते ४० पैशांना - चांगली इंग्रजी कादंबरी मिळत असे. हे का करू लागलो, तर वाचनाची आवड. ती का लागली? कारण नाही.

पुढं कथा लिहिल्या, बक्षिसं मिळाली. शिक्षण संपण्याआधीच नोकरी मिळाली. पुढं राजपत्रित अधिकारी होतो ती नोकरी सोडली. तसं कपाळावर कोरलेलं होतं. सुंदर प्रेमकथा लिहिणारा मी, विज्ञानलेखक म्हणून ओळखला जाऊ लागलो. त्याचं कारण नियतीशिवाय काय असू शकतं? तरीही या सर्वामागं काहीतरी कुणाचा तरी डाव आहे, ही भावना मनातून जात नव्हती. 'गॉड डझन्ट प्ले डाइस वुइथ द युनिव्हर्स' असे आइन्सटाइन्सचे उद्‌गार प्रसिद्ध आहेत. त्यानं 'पुंज भौतिकी सिद्धान्त' न पटल्यानं ते काढलेले आहेत. जर देव जुगार खेळत नसेल तर त्याच्या प्रत्येक कृतीत काहीतरी अर्थ असणारच. तो कसा लावायचा या भूमिकेतून माझ्या आयुष्यातील अनेक घटनांचा अर्थ लावायचा, मी वेळोवेळी प्रयत्न केला आहे; पण तरीही प्रत्येक वेळी 'नियती' हे एकच उत्तर आलं. मागं एकदा अनुवंशशास्त्राची माहिती करून घेत होतो. जिनियस म्हणजे अमोघ प्रज्ञावंत कसे जन्माला येतात, त्याचा अनुवंशशास्त्रातून काही शोध लागतो का, हे बघायचा तो प्रयत्न होता.

आइनस्टाइन, न्यूटनपासून अनेक महान शास्त्रज्ञ, संशोधक, कवी, साहित्यिक यांची चरित्रंही वाचली. त्यांच्या आई-वडिलांच्या पोटी असं अचाट नि अफाट बुद्धिमत्तेचं किंवा ज्याला दैवी देणगी म्हणावी अशा बुद्धिमत्तेचं मूल जन्माला येईल, अशी कुठलीही चिन्हं त्यांच्या पूर्वीच्या सात पिढ्यांत नव्हती. एक चार्ल्स डार्विनचे आजोबा इरॅस्मस डार्विन सोडले तर बाकी कुठल्याही शास्त्रज्ञाच्या घराण्यांत दोन्ही बाजूंनी कुणी फार मोठा शास्त्रज्ञ नव्हता. कविमंडळी, चित्रकार यांच्याही घराण्यांत अशी कुठलीही चिन्हं नव्हती. किंबहुना त्यांचे पूर्वज इतके चाकोरीबद्ध जीवन जगायचे की, त्यांना या प्रज्ञावंतांची प्रज्ञाच कधी लक्षात येत

नव्हती. ही पोरं वेडी आहेत, अव्यवहारी आहेत, यांचं पुढं कसं होणार, याच चिंतेत त्यांचे पालक होते. मध्यंतरी एक पुस्तक वाचत होतो. शीर्षक आहे 'थॉट्स अँड सिक्रेट रिच्युअल्स'. त्याचं उपशीर्षक आहे, 'द हिडन् एपिडेमिक ऑफ ऑब्सेसिव्ह-कंपल्सिव्ह डिसॉर्डर'. आयन ओसबोर्न, एम. डी. या मानसोपचारतज्ज्ञानं ते पुस्तक लिहिलंय. आपण ज्यांची अतिशय आदराने नावं घेतो, त्या असंख्य व्यक्तींची नावं त्यात आहेत. त्यांना असलेल्या मानसिक प्रश्नांचीही चर्चा आहे. त्याचा अर्थ ही मोठी माणसं कुठल्या तरी मानसिक व्याधीनं ग्रासलेली होती. फार हुशार माणसं वेडी असतात का, असा प्रश्न उपस्थित व्हावा, अशी माहिती या पुस्तकात आहे. असंच आणखी एक पुस्तक म्हणजे, 'टच्ड वुइथ फायर मॅनिक- डिप्रेसिव्ह इलनेस अँड आर्टिस्टिक टेंपरामेंट.' लॉर्ड बायरन, टेनिसन, एडगर ॲलन पो, जॉन कीट्स, टी.एस.इलियट, हर्मन, व्हिन्सेंट व्हॅन गॉग, व्हर्जिनिया वुल्फ आणि इतर अनेक स्त्री-पुरुष कलाकारांच्या वेडेपणाची आणि अलौकिक कलेची माहिती त्यात दिली आहे. हे असं का? शुद्ध शहाणा माणूस अलौकिक प्रज्ञावंत असूच शकत नाही का? माझ्यापुढं माझ्या ओळखीच्या काही अलौकिक प्रतिभावंतांची नावं येतात. ती इथं देत नाही. कारण आपल्या देशातील वस्तुनिष्ठता आपण गमावत आहोत आणि नको त्या गोष्टींबाबत वाद घालतो आहोत. तरीही भूतकाळात डोकावलं तर राम गणेश गडकऱ्यांचं मद्यपान डोळ्यासमोर येतंच. हे असं का? ह्या प्रश्नाचं उत्तर अनुवंशशास्त्रात शोधायला प्रयत्न केला तर काय दिसतं? 'नियती'!

'आमच्या गेल्या ५६ पिढ्यात असं कधी घडलं नाही', असं पूर्वी लोक अभिमानानं सांगायचे. ते एक प्रकारे खरंच आहे. अगदी क्वचितच एका अलौकिक प्रज्ञावंताच्या पोटी दुसरा अलौकिक प्रज्ञावंत जन्माला येतो. नोबेल पारितोषिकांच्या इतिहासात मेरीक्युरी आणि तिची मुलगी, ब्रॅग पिता -पुत्र अशा अगदी थोड्या जोड्या सापडतात, ज्या पतिपत्नींना नोबेल पारितोषिकं मिळाली, त्यांच्या मुलांनी पुढं फार मोठं संशोधन केलं, असंही दिसत नाही. एक क्यूरींचा अपवाद वगळता असं दुसरं उदाहरण आढळत नाही. सर्वसाधारणपणे आनुवंशिकता कशी पुढच्या पिढ्यात जाते? माणसाच्या पेशीत ४६ गुणसूत्रं असतात. त्यांतली २३ आईकडून आणि २३ वडिलांकडून आलेली असतात. यांतलं २३ वं गुणसूत्रं अपत्य मुलगा होणार की मुलगी, हे ठरवत असतं. त्यामुळं त्यांना एक्स आणि वाय असं म्हणतात. ही दोन्ही आकारानं एकसारखी नसतात. त्यांचा संबंध अपत्याच्या लिंगनिश्चितीशी असतो. उरलेल्या २२, २२ गुणसूत्रांच्या जोड्या होतात आणि

त्यावरून पुढच्या पिढीत कोणते गुणधर्म जाणार, हे निश्चित होतं. या प्रत्येक गुणसूत्रावर डीएनए रेणुंचे काही गट असतात. या सर्वांची, म्हणजे त्या गटांची, संख्या काही लाख असते. या गटांना जीन किंवा जनुक असं म्हटलं जातं. या प्रत्येक जीनकडे काही गुणांचा वारसा पुढं पोहचवायचं काम असतं. डोळ्याचा रंग, केसांचा रंग, नाकाची ठेवण अशा अनेक दृश्य गुणांबरोबर स्वभाव, रोग, अंतर्गत शरीररचना असे अनेक गुण एका पिढीतून पुढच्या पिढीत जातात. मात्र ते कसे, हे सांगणे पूर्वीइतकं नसलं, तरी अजूनही बरंच अवघड आहे. यातले काही जीन प्रभावी असतात तर काही लाजाळू असतात. यांना इंग्रजीत अनुक्रमे डॉमिनंट आणि रिसेसिव्ह जीन असं म्हणतात. जर दोन्ही पालकांत काळ्या रंगाचा जीन प्रभावी असेल तर अपत्य काळं होणार, जर काळ्या रंगाचा जीन दोन्ही पालकांत लाजाळू किंवा कमी प्रभावी असेल; पण गोऱ्या रंगाचा जीन प्रभावी असेल तर मूल गोरं होतं. काही वेळाच दोन अप्रभावी जीन एकत्र येतात. साधारणपणे दोन्ही पालकांतले प्रभावी जीन त्या त्या बाबतीत डोकं वर काढताना दिसतात.

आता कुठला पुरुष आणि कुठली स्त्री याचं लग्न होईल, हे काही जीन बघून ठरवलं जात नाही. आपल्याकडं बघून लग्नं केली जातात, त्यातही जीनचा अभ्यास होत नाहीच. पाश्चात्त्य देशात तर नाहीच नाही. आपण पैसा बघतो, शिक्षण बघतो, त्याचा जीनशी अर्थाअर्थी काही संबंध नसतो. अशामुळे मूल कसं होणार, हा नियतीचाच भाग असतो. ते अलौकिक बुद्धिवान होणार की बद्दड होणार, हे सांगणं अजून तरी शक्य नाही. स्मरणशक्ती, एकाग्रता, एकलव्य-वृत्ती त्याचबरोबर कुतूहल आणि कुशाग्र बुद्धी हे सर्वसाधारणपणे महान शास्त्रज्ञांचे गुण आहेत. गणिती तज्ज्ञांना अमूर्त विचारांवर स्वार होता येतं. काही कुशाग्र बुद्धीच्या व्यक्तींना कसल्याही नोंदी न पाहता अवघड कूटप्रश्न सोडवता येतात. हे सर्व गुणवाहक जीन असंख्य पिढ्यांमधून पाझरत पाझरत प्रभावीपणे एकत्र येणं हा जुगारच असतो. त्यामुळं प्रत्येक शतकात एखाद् दुसराच आइनस्टाइन आणि एखाद् दुसराच हिटलर जन्माला येतो. तेही अशा तऱ्हेनं शेवटी नियतीच्या हातचे बाहुलेच ठरतात.

एडवर्ड लोरेंझ नावाचा एक शास्त्रज्ञ आहे. तो वातावरणाचा अभ्यास करतो. त्याच्या मते, कुठल्याही प्रणालीत सर्व परिमाणं सारखी असली, तरी एकच परिणाम साध्य करणं निदान वातावरणाच्या बाबतीत तरी अवघड असतं. याचं कारण अगदी छोट्या घटनांचे परिणाम एकत्रित होऊन वाढत वाढत पुढं

प्रचंड बदल घडवून आणण्यास समर्थ ठरतात. एक इंग्रजी पारंपरिक काव्य आहे. 'फॉर वॉंट ऑफ नेल, द शू वॉज लॉस्ट!' अशी त्याची सुरुवात आहे. खिळा नसल्यामुळं घोड्याचा नाल निसटून पडला, त्यामुळं घोडा लंगडू लागला. घोड्याचा उपयोग नाही म्हणून तो घोडेस्वार निकामी ठरला. एक घोडेस्वार कमी पडल्यानं लढाईत हार आणि लढाईत हरल्यामुळं युद्धात पराजय पत्करावा लागला. परिणामत: राज्य गमवावं लागलं. लोरेंझ आणि हवामानाचे अभ्यासक विनोदानं याला 'बटरफ्लाय इफेक्ट' म्हणतात. भारतात एखाद्या फुलपाखरानं पंख हलवल्यामुळं जे हवेचे प्रवाह निर्माण होतील, त्यामुळं न्यूयॉर्कमध्ये वादळी वारे वाहू शकतात, असं म्हटलं जातं. त्यालाही नियतीच म्हणावं लागतं. शास्त्रीय भाषेत ह्याला केऑस असं म्हणतात. या केऑस सिद्धांतातून पुढं अनेक सिद्धांत निघाले. त्याचा विचार करण्याची आपल्याला इथं गरज नाही; पण एखाद्या छोट्या गोष्टीचे फार मोठे, पण अनपेक्षित परिणाम घडू शकतात, हा मथितार्थ लक्षात घ्यायला काही हरकत नाही. असंख्य अपघातानंतरच्या मुलाखती वाचा. कुणीतरी त्या गाडीचं (किंवा त्या विमानाचं) तिकीट काढलेलं असतं, ऐनवेळेस टॅक्सी पंक्चर झाल्यामुळं ती गाडी चुकलेली असते. माणूस आपलं महत्त्वाचं काम मातीत गेलं म्हणून टॅक्सी चालकाला शिव्या देत घरी परततो. तोपर्यंत त्याच्या घरी दुखवट्याचे संदेश यायला लागलेले असतात. त्याच वेळी यानं आनंद व्यक्त करायला सुरुवात केलेली असते, तर तिकडं नेमकी याची वेळ चुकल्यामुळं ज्याला गाडी किंवा विमान मिळालेलं असतं, त्याच्या घरी शोककळा पसरलेली असते. ते चाक का पंक्चर झालं? तर टॅक्सीवाल्याला तो टायर बदलायला वेळ मिळाला नाही किंवा ऐनवेळी टायरसाठी घेतलेले पैसे त्याला मुलाच्या शाळेत वेगळ्याच कारणासाठी भरावे लागले होते. त्यानं जर तो टायर बदलला असता आणि त्याची टॅक्सी पंक्चर झाली नसती, तर? हे एक ठोकळ उदाहरण झालं. यालाच आपण नियती म्हणतो. आपला जन्म, आपलं जीवन हे अशा बारीकसारीक घटनांची वीण असतं. ते बारकावे आपल्याला कळत नसतात हे खरं. मग आपण त्याला नियती म्हणतो. 'होणारे न टळे जरि ये ब्रह्मा तया आडवा या ओळीत ते स्पष्ट होतं. एक संस्कृत सुभाषित आहे, मजेशीर आहे.

खल्वाटो दिवसेश्वरस्य किरणै: संतापितो मस्तके। वाञ्छनदेशमनातपं विधिवशात्तालस्य मूलं गत:। तत्राप्यस्य महाफलेन पतिता भग्नं सशब्दं शिर:। प्रायो गच्छति यत्र भाग्यरहितस्तत्रैव यान्त्या पद:।।

टक्कल पडलेल्या एका माणसाचं डोकं उन्हानं खूप तापलं म्हणून तो सावलीच्या शोधात एका ताडवृक्षाखाली गेला. त्याच वेळी नेमक ताडवृक्षाचं फळ वरून त्याच्या डोक्यात पडलं. ज्याचं भाग्य फिरतं तिथं तिथं संकटं त्याच्या मागं येतात. याला नियती म्हणतात. म्हणूनच 'नियतीपुढं शहाणपण चालत नाही,' असं म्हणतात. त्यामुळंच 'आलिया भोगासी असावे सादर, चित्ती असू द्यावे समाधान, असं जगणारी माणसं सुखानं जगतात. तीही नियतीच!

(लोकमत दीपोत्सव:२००४)

♦♦♦

२३. माझे संशोधन आणि विज्ञान प्रसारकार्य

कुठल्याही व्यक्तीला स्वत:बद्दल बोलायला आवडते, त्यामुळं कुणालाही स्वत:बद्दल लिहायला बोलायला सांगू नये, ह्या मताचा मी आहे. जगात 'मी' हा एक विषय असा आहे की, ज्याबद्दल कुणीही व्यक्ती अनिर्बंध बोलू शकते. सुदैवानं मी माझ्यावर लिहावं, असं मी फार काही केलं नाही. माझं पदव्युत्तर शिक्षण पार पडल्यावर पुणे विद्यापीठात मी काही काळ संशोधन करायचा प्रयत्न केला; तेव्हाचे अनुभव फारसे चांगले नाहीत. म्हटलं तर दोष माझ्या फटकळपणाचा आणि स्वतंत्र विचारसरणीचा होता, म्हटलं तर चाकोरीबद्ध संशोधन करणाऱ्यांचा होता. त्या काळात 'डेक्कन ट्रॅप' म्हणजे दख्खनच्या काळ्या पाषाणांवर मी थोडं फार संशोधन केलं. काही शोधनिबंध राष्ट्रीय स्तरावर प्रसिद्ध केले. बऱ्यापैकी आणि वेगळ्या वाटेनं जाणारा संशोधक म्हणून मला मर्यादित स्वरूपात प्रसिद्धीही मिळाली. त्याच काळात मी मनोहर, किर्लोस्करचा लेखक म्हणूनही ओळखला जाऊ लागलो. विद्यापीठातलं राजकारण ही एक और चीजही मी त्या वेळी अनुभवली. ह्यामुळं मला संधी मिळताच मी आकाशवाणीत रुजू झालो.

संशोधनक्षेत्रातला माझा एक अनुभव इथं नमूद करतो. मी सुट्टीत रानोमाळ भटकत असे. वेगवेगळ्या गावांना भेटी देत असे. पिंपळवंडी हे तेव्हा एक छोटं खेडं होतं. तिथं माझ्या काकांच्या परिचयाचे डॉ. लिमये राहत. ते मला नेहमी त्यांच्याकडे बोलावत असत. त्यांच्याकडे मुक्काम ठोकून त्या परिसरात भटकताना मला काही वेगळे खडक सापडले. प्रयोगशाळेत त्यांचे परीक्षण केल्यावर हे ज्वालामुखीय राखेचे नमुने आहेत, हे माझ्या लक्षात आलं. ते

शोधनिबंधाद्वारे आपण जाहीर करावं, असं मी ठरवलं. माझे मार्गदर्शकही ह्याला तयार झाले. आम्ही तो शोधनिबंध एका शास्त्रीय नियतकालिकास पाठवला. दरम्यान माझ्या मार्गदर्शकांचे गॉड फादर ह्यांना ती बातमी समजली. ते संतापले. ती ज्वालामुखीय राख असणं शक्यच नाही, आम्ही ४० वर्षे ह्या विषयात संशोधन करतोय वगैरे अद्वातद्वा बोलून 'तो शोधनिबंध परत घ्यावा', असं त्यांनी सुचवलं. मी ठाम होतो. वडारी आणि त्यांची गाढवं हजारो वर्षे महाराष्ट्रात हिंडतात, असं मी ह्या गॉडफादरच्या एका सुप्त चमचाजवळ बोललो. तेव्हा ते आणखी चिडले. माझ्या मार्गदर्शकांनी बोलावून मी दुसऱ्या कुणाकडं तरी संशोधन करावं, असं मला सांगितलं. नंतर काही काळानं मी ती नोकरीही सोडली.

ह्यानंतर सुमारे दहा वर्षांनी डेक्कन कॉलेजच्या संशोधकांनी त्याच परिसरात संशोधन सुरू केलं असताना त्यांना त्या भागात ज्वालामुखीय राखेचा थर सापडला. ह्या संशोधनचमूत माझी पत्नीही सहभागी होती. ह्या संशोधनास आंतरराष्ट्रीय मान्यता मिळाली. ज्यांनी माझ्या संशोधनाबद्दल आदळआपट केली होती, ती संशोधकमंडळी आता ज्वालामुखीची राख शोधत हिंडतात आणि दिसेल तो नमुना ज्वालामुखीच्या राखेचा आहे का, हे विचारायला येतात. असं हे संशोधन. गंमत म्हणून एक नमुना सादर केला.

आकाशवाणीत अधिकारी म्हणून गेलो. तोपर्यंत माझ्या नावावर वैज्ञानिक विषयांवरची १० पुस्तकं होती. मला वाटलं, आपल्याला विज्ञानविषयाची भाषणं वगैरे कार्यक्रमांचं संयोजन करता येईल पण तिथल्या दाक्षिणात्य वरिष्ठांनी मला संगीत विभागाचा प्रमुख केलं. सुदैवानं मी औरंगजेब असलो, तरी संगीत विभागातले माझे सहकारी चांगले होते. त्यांनी मला सांभाळून घेतलंच पण शालेय कार्यक्रम, शेती व इतर विभागांच्या अधिकाऱ्यांनीही मला मदत केलीच पण त्यांच्या विभागाला लागणारी विज्ञानविषयक मदतही ते माझ्याकडून घेऊ लागले. दिल्ली आणि अहमदाबाद इथल्या प्रशिक्षण वर्गांत मी सहभागी झालो. त्याचाही मला फायदा झाला. त्यामुळे आकाशवाणीच्या माध्यमातून मी अनेक चांगले कार्यक्रम घडवून आणू शकलो. आकाशवाणीतील अधिकाऱ्याला लोकांकडून कार्यक्रम करवून घ्यायचे असतात. जुन्या जाणत्यांबरोबर नवोदितांनाही संधी द्यायची असते, हे जाणून मी वागत होतो. आकाशवाणीतले कार्यक्रम सांघिक भावना असेल तर चांगले होतात. त्याचबरोबर ऐनवेळी एखादा वक्ता किंवा कार्यक्रमाची संहिता आली नाही तर काय, ह्याचीही तयारी ठेवावी लागते.

आकाशवाणीमुळं मला आणखी एक फायदा झाला. महाराष्ट्राशी माझा

परिचय घडून आला. शिवाय सोप्या भाषेत लेखन कसं करावं, हेही मला आकाशवाणीवर कळून आलं. विद्यापीठात नोकरी करीत असताना मी लिहीत होतो, त्या वेळी माझं लेखन थोडंसं क्लिष्ट होत असे, हे आता जाणवतं. आकाशवाणीत गेल्यावर छोटी वाक्यं, सहज समजतील अशी वाक्य लिहिणं मला जमू लागलं. मुख्य म्हणजे विद्यापीठात असतांना मी बरंच ललित लेखन करीत होतो, आता मी विज्ञानलेखनावर लक्ष केंद्रित करू लागलो.

माझ्या विज्ञानलेखनास मनोहर आणि सृष्टिज्ञान ह्या नियतकालिकांचा फार मोठा हातभार लागलेला आहे. प्रा. प्रभाकर सोवनी ह्यांच्यामुळे मी सृष्टिज्ञान परिवारात दाखल झालो तर महाबळांमुळं (श्री. भा. महाबळ मनोहरचे तत्कालीन कार्यकारी संपादक) मी मनोहरमय झालो. तेव्हा महाबळांचे आणि सोवनींचे जे मार्गदर्शन झाले ते विसरणे अवघड आहे. माझं 'वसुंधरा' पुस्तकाचं लेखन केवळ सोवनी सरांमुळेच झालं, हे मी ऋणासहित मान्य करतो. महाबळांनी माझ्याकडून विविध विषयांवर लिहून घेतलं. झटपट लेख लिहिणं, हे त्यांच्यामुळं माझ्या सवयीचं झालं. सृष्टिज्ञान, मनोहर आणि आकाशवाणी ह्यामुळं मला विज्ञानलेखक म्हणून नाव गोमंतकापर्यंत आणि मुंबईपासून मराठवाड्यापर्यंत सर्वत्र माझं लेखन वृत्तपत्रांनी पोहोचवलं. मी अजूनही आकाशवाणीसाठी लेखन करतो, वृत्तपत्रांत लिहितो, भाषणं देतो पण तरीही माझ्या लेखनाचा प्रवास व्हायला मला अनेक प्रकाशकांची मदत झाली आहे. मेहता पब्लिशिंग हाऊस हे माझं माहेर आहे असं मी मानतो. त्याशिवाय रविराज, चंद्रकला, प्राजक्त आणि इतर अनेक नव्याजुन्या प्रकाशकांनी माझी पुस्तकं प्रकाशित केली म्हणून मी वाचकांपर्यंत पोहोचलो. पुस्तकं कायम स्वरूपी असतात तर वृत्तपत्रीय लेखन हे अळवावरच्या पाण्यासारखं असतं. माझ्या बाबतीत दोन्हीही परस्परपूरक ठरली आहेत. मुख्य म्हणजे वाचकांनी माझा स्वीकार केला. तसं जर घडलं नसतं, तर लेखक म्हणून मी केव्हाच संपलो असतो. हे सर्व मी आधी लिहिलं ह्याचं कारण मला घडविण्यात ह्या सर्वांचा वाटा आहे, हे सांगणं मला आवश्यक वाटतं. ह्या सर्वांमुळं माझ्या हातून थोडंफार काम झालं. त्याला विज्ञानप्रसार का म्हणायचं, हे मात्र मला कळत नाही.

मी जे लिहिलं त्यामागं एक प्रेरणा होती. माझे मामा पंडित श्रीराम भिकाजी वेलणकर हे फार वरिष्ठ दर्जाचे प्रशासकीय अधिकारी होते. पोस्ट आणि तार खात्याचे अतिरिक्त सचिव, पंतप्रधानांचे सल्लागार, साहित्य अकादमीचे सदस्य अशा पदांवर त्यांनी काम केलं. कुठलाही प्रशासकीय अधिकारी निवृत्त

झाला की जनतेला त्याचा बहुधा विसर पडतो. माझे मामा त्याला अपवाद होते. प्रवाहाविरुद्ध पोहत त्यांनी आयुष्यभर संस्कृतप्रसाराचं महान कार्य केलं. निवृत्तीनंतर तर त्यांच्या कार्यास अधिक जोर चढला. देववाणी मंदिरम् ह्या संस्थेचे ते संस्थापक होते. गीर्वाण सुधा ह्या मासिकाचे संस्थापक संपादक होते. हे त्यांचं कार्य माझ्या दृष्टीनं आदर्शवत होतं. जग विज्ञान तंत्रज्ञान युगात वावरत असताना श्रीमंत मुलं इंग्रजीतून शिकूनही भारतात खऱ्या अर्थानं संशोधन होत नाही; कारण आपण इंग्रजीतून शिकून पाश्चात्त्यांची भ्रष्ट नक्कल करण्यात धन्यता मानतो, हे मी पाहत होतो. तळागाळातल्या माणसांचा उद्धार करायच्या बाता मारणारे राजकारणी काय करतात, तेही दिसत होतंच. जर तळागाळात विज्ञान तंत्रज्ञान पोहोचवायचे असेल, तर ते त्या मुलांना त्यांच्या भाषेतच पोहचवायला हवे. पुढं ते कधीही इंग्रजी शिकू शकतील, हे मला जाणवत होतं. जर्मनी, जपान, फ्रान्स वगैरे देशात, एवढंच कशाला ज्याला निद्राधीन राक्षस म्हणतात त्या चीनमध्ये त्या त्या देशातील भाषांतून विज्ञान तंत्रज्ञानाचं शिक्षण दिलं जात होतं. रशियन माणसं रशियन भाषेत शिकून नोबेल पारितोषिकं मिळवत होती. त्यांचं इंग्रजी 'फाडफाड इंग्रजी' इतकंच बेतासबात होतं. त्यांचे शोधनिबंध त्यांच्या भाषातून, त्यांच्या लिपीत असतात. कुणीतरी दुभाषा त्यांच्या शोधनिबंधांचं सार इंग्रजी किंवा फ्रेंचमध्ये लिहितो. असं असताना आपण इंग्रजीची कास का धरायची? जसे बरेच विद्यार्थी फ्रेंच, जर्मन, जपानी शिकून घेतात तसं वाटलंच तर इंग्रजी शिकून घेतील, हे माझे विचार ऐकल्यावर कुणीतरी म्हणे मराठीत वैज्ञानिक पुस्तकं लिहिणं अवघड आहे, मराठीत अशी पुस्तकंच उपलब्ध नाहीत, वगैरे. ह्याच व्यक्ती नेपोलियन 'नथिंग इज इंपॉसिबल' म्हणाल्याचं मोठ्या आवेशानं सांगतात. हे सगळं मी पाहात होतो. माझ्यापुढं माझ्या मामांचं उदाहरण होतंच, म्हणून मग मी विज्ञानलेखन मराठीतूनच करायचं असं ठरवलं. माझं लेखन इंग्रजीतही प्रसिद्ध झालेलं आहे; पण मी ते सोडून दिलं आणि मराठीची कास धरली, व्याख्यानंही दिली. माझी पुस्तकं वाचकांनी स्वीकारली, व्याख्यानं ऐकली. खेड्यापाड्यांतून विद्यार्थी विद्यार्थिनींची पत्रं मला येतात. सर्वसामान्य माणसाला विज्ञानाची गोडी लागली तर त्यातून त्यांची मुलंबाळंही विज्ञानाकडं आकर्षित होतील. त्यातलाच एखादा मोठा शास्त्रज्ञ होईल, ह्या आशेवर मी जगतो. माझी मुलं मराठी माध्यमातच शिकली, हे मी अभिमानानं सांगू शकतो. शहरात वाढले त्यांच्याकडून फक्त इंग्रजीची थोरवी ऐकण्यापेक्षा खेड्यापाड्यांतून येणारी मुलांची पत्रं मला अधिक महत्त्वाची वाटतात.

बऱ्याचदा मला अनेक जण प्रश्न विचारतात, 'तुझं लेखन का वाचलं जातं?' ह्या प्रश्नाचं उत्तर खरं तर वाचकांनाच विचारायला हवं. मी लहानपणापासून रहस्यकथा वाचत आलो. रहस्यकथा लेखक सतत वाचकाला गुंगवून ठेवत असतो. त्यासाठी ओघवती वाक्यरचना, सोपी भाषा, छोटी छोटी वाक्ये वापरली जातात. मी विज्ञान लिहिताना अशा भाषेचा वापर करायचा प्रयत्न करीत असतो. त्याचबरोबर माझ्या वाचकांशी सतत संपर्क ठेवायचा प्रयत्न करतो. ते ज्या उणीवा दाखवतात, त्या दूर करायचा प्रयत्न करतो. एवढं करूनही काही त्रुटी राहतात. त्या कुणी दाखविल्या तर असं का झालं, ह्याचा विचार करतो. ह्यामुळं असेल, पण माझं लेखन वाचलं जातं, असं मला वाटतं.

माझं लेखन वाचलं जातं ह्याला ह्याहीपेक्षा एक महत्त्वाचं कारण आहे. ते म्हणजे आजकाल वैज्ञानिक घडामोडी दूरचित्रवाणीमार्फत घराघरात पोहोचत असतात. त्यामुळे सर्व स्तरांवरील वाचकांचं विज्ञानासंबंधीचं कुतूहल जागृत होतं. ह्याचा फायदा कुतुहल शमवील असं लेखन करणाऱ्या सर्वच लेखकांना होतो, त्यापैकी मी एक असल्यानं तो मलाही होतो. जे जे आपणासी ठावे, ते इतरांना सांगण्याची धडपड माझ्याशिवाय इतरही अनेकजण करीत असतात. १९८३ साली मी आकाशवाणी सोडून पुण्यात आल्यानंतर महात्मा फुले वस्तुसंग्रहालयाचा संचालक बनलो, तेव्हा मी वैज्ञानिक व्याख्यानमाला, विज्ञानवर्ग ह्यांच्या बरोबरीने विज्ञानलेखक मेळावे आयोजित करायला सुरुवात केली. महाराष्ट्रातले सर्व विज्ञानलेखक ह्या निमित्तानं एकत्र आणावेत, ह्या हेतूनं आयोजित केलेल्या ह्या मेळाव्यांना चांगला प्रतिसाद मिळू लागला. ८४ ते ८९ हे मेळावे मी पुण्यात भरवले. पुढं हे पुण्याबाहेर भरवायचे ठरले. मुंबईच्या मराठी विज्ञान परिषदेनं ह्यानंतर ते कार्य पुढं चालवलं आहे. त्यातून अखिल भारतीय विज्ञानलेखकांची तसंच आंतरराष्ट्रीय विज्ञानलेखकांची परिषद भरविण्यात आली.

आता मी फक्त वाचन, लेखन करत असतो. डोक्यात बरेच विषय आहेत. संदर्भ वाचणे, विषयाची जुळवाजुळव करणे ह्यांतही बराच वेळ जातो. आजकालचे वाचक खूप जागृत असतात. लेखन अचूक ठेवण्यासाठी मी पूर्वीपासूनच धडपड करीत आलो. आता तर वाचकांमुळे चूक करून चालत नाही. ते क्षमा करतील, ह्याची खात्री असूनही आपण शक्यतो चुकता कामा नये, ह्याच जाणिवेनं मी लिहितो.

(साहित्य सम्मेलन, पुणे १९९०)

◆◆◆

२४. चमत्कार आणि मी

चमत्कार हे मानवी मनाला नेहमीच आकर्षित करून घेत आले आहेत. काही चमत्कारांना मानवानं देवत्व बहाल केलं, तर इतर काही चमत्कारांना त्यानं आसुरी शक्ती बहाल केल्या. नंतर कुणातरी कल्पक कथाकथकानं गोष्टीवेल्हाळ समाजापुढं ह्या चमत्कारांना मानवी स्वरूपात सादर केलं आणि त्या कथांचं रूपांतर पुढं त्या त्या समाजाच्या मिथ्यकथांमध्ये झालं; असं मानवशास्त्रज्ञ आपल्याला सांगतात. शब्दकोशांमध्ये चमत्कार– ज्याला इंग्रजीत मिरॅकल म्हणतात, त्याची साधीसोपी व्याख्या आहे. 'ज्या घटनेला जबाबदार असलेलं कारण मानवाच्या दृष्टीनं अनाकलनीय असतं, किंवा ज्या घटनेचं सहज स्पष्टीकरण देता येत नाही, किंवा मानवी तर्कावर पटेल असं स्पष्टीकरण म्हणजे तर्कशुद्ध स्पष्टीकरण मिळत नाही अशा गोष्टीला चमत्कार म्हणतात.

अशा तऱ्हेच्या अनेक चमत्कारांची यादी आपल्याला माहीत असते. येशू ख्रिस्तानं स्पर्शानं व्याधिनिवारण केलं, मृताला शवपेटीतून उठवलं, वठलेल्या वृक्षाला संजीवनी दिली आणि पाण्यानं भरलेल्या रांजणातील पाण्याचं सुरेत 'वाईनमध्ये' रूपांतर केलं. ख्रिस्ती धर्म जसजसा पाचही खंडांत पसरला तसतसे हे चमत्कार त्या त्या खंडातील स्थानिक सिद्धपुरुषांच्या नावावर स्थानिक परिस्थितीनुसार फेरफार करून खपवले जाऊ लागले.

अशा तऱ्हेच्या चमत्कारांचं प्रमाण विसाव्या शतकाच्या मध्यापर्यंत सर्वत्र होतं. पुढं जागोजाग अंधश्रद्धा निर्मूलन समिती, रॅशनॅलिस्ट सोसायटी वगैरेंची स्थापना होऊ लागल्यानंतर चमत्कारी बुवा, बाबांचं

शहरातील प्रस्थ कमी होऊ लागलं. आता हे बुवा बाबा बहुतेक खूप मोठ्या शहरात कुठंतरी आडबाजूला नाहीतर खेड्यांतून आढळू लागले आहेत, असं दिसून येतं. सौंदर्य जसं पाहणाऱ्याच्या डोळ्यांत असतं, त्याचप्रमाणे चमत्कार हा अनुभवणाऱ्याच्या मनात असतो, असं आपण म्हणू शकतो. श्रद्धा काय करू शकते ह्याची एक प्रवचनकारांची किंवा पुराणिकबुवांची कथा सर्वत्र ऐकायला मिळते. आता प्रवचनं कीर्तनं कमी झाल्यामुळं नव्या पिढीला ही कथा ठाऊक नसेल, म्हणून ती इथं पुन्हा उद्धृत करतो.

एका खेडेगावात एक पुराणिकबुवा प्रवचन करीत असत. त्यांचा अभ्यास, त्यांची रसाळ वाणी यामुळं त्यांनी श्रोत्यांची मनं जिंकून घेतली होती. त्यांच्या प्रवचनास एक आजीबाई नेहमी येत असत. त्यांच्या गावात आणि हे प्रवचन चाललेल्या ठिकाणामध्ये एक नदी होती. एक दिवस ह्या नदीला पूर आला. तेव्हा ह्या आजी आता काय करावे, ह्या विवंचनेत नदीकाठी उभ्या होत्या. त्यांना पुराणिक बुवांचे शब्द आठवले. श्रद्धेचं सामर्थ्य अफाट आहे. श्रद्धेच्या जोरावर माणूस भवसागर तरून जात असतो. भवसागराच्या मानाने ही तर एक किरकोळ नदी होती. त्या सरळ चालत निघाल्या. नदीवरून चालत पलीकडे पोहचल्या आणि प्रवचनाला हजर झाल्या.

पुराणिक बुवांना ह्या असल्या पावसापाण्यात नदीला पूर आलेला असतानाही प्रवचन न चुकविणाऱ्या त्या आजीचं कौतुक वाटलं. त्या आजी बरेच दिवस पुराणिकबुवांना घरी बोलवीत होत्या. त्या दिवशीही त्यांनी आमंत्रण देताच बुवांनी ते आमंत्रण स्वीकारलं. त्या आजींपाठोपाठ ते चालू लागले. वाटेत नदी आडवी आली. आजींनी ती पार केली. पलीकडच्या काठावरून मागं वळून बघितलं. बुवा थरथर कापत उभे. त्या पुरातून पलीकडे कसं जायचं, हे त्यांना कळेना. आजी तर सारख्या बोलवत होत्या. बुवा म्हणाले,"आजी, धन्य हो तुमची! पण मला पलीकडं येता येईल असं वाटत नाही."आजी म्हणाल्या. "बुवा, तुम्हीच तर श्रद्धेविषयी प्रवचनात जे म्हणालात, ते आठवून परमेश्वराचे नाव घेऊन मी नदी पार केली. तुम्हाला ते का जमू नये?"

"आजी, श्रद्धेशिवाय बोलणं वेगळं आणि प्रत्यक्ष श्रद्धा बाळगणं वेगळं. ह्या दोन वेगवेगळ्या गोष्टी आहेत," असं म्हणत बुवांनी पलीकडच्या काठावरील त्या श्रद्धावान स्त्रीला नमस्कार केला आणि ते आल्या पावली परत गेले. तर असा हा श्रद्धेचा महिमा. त्या स्त्रीनं ती नदी कशी काय पार केली? ती तीव्र इच्छेनं नदीच्या प्रवाहास न जुमानता पलीकडे गेली असणार. पुढं ती नदीवरून

चालत गेल्याची आख्यायिका तयार झाली असणार. एखादी हिरकणी मुलाच्या तीव्र ओढीनं संकटांची पर्वा न करता उभा कडा उतरतेच की नाही, नंतर तिला तो कडा उतरायचं सर्व साहित्य दिलं असतं, तरी ती तो कडा उतरू शकली असती ह्याची खात्री नाही. मानवी मन हे अत्यंत विचित्र असं एक अमूर्त इंद्रिय आहे. युद्धात सैनिकांना युद्धज्वर चढला की, त्यांच्या हातून अशीच अचाट पराक्रमाची कृत्यं होत असतात. त्यात काही वाचतात तर काहींना वीरगती प्राप्त होते. दुसऱ्या महायुद्धात व्हिक्टोरिया क्रॉस मिळविणाऱ्या काही सैनिकांच्या मुलाखती वाचनात आल्या. आपण जे केलं ते का आणि कसं केलं, हे तर त्यांना सांगता येत नव्हतंच; पण आपल्या हातून हे घडलं ह्याच्यावर त्यांचा स्वत:चाही विश्वास बसत नसे.

काही चमत्कार हे ह्यापेक्षा वेगळ्या प्रकारचे असतात. बऱ्याचदा काही लोकांना कर्करोगाची बाधा होते. ही माणसं सारवासारव करू लागतात आणि मग चर्चमध्ये जाऊन प्रार्थना करतात. चर्च म्हणायचं कारण की, ह्या घटनांच्या नोंदी भारतात किंवा इतर राष्ट्रांत अचूकपणे केल्या जातातच असं नाही. बऱ्याचदा भारतात कुठल्यातरी बुवाची किंवा बाबाची कृपा ह्या नावाखाली हा चमत्कार केला जातो. अमेरिकेत त्या व्यक्तीला कर्करोगाची बाधा नक्कीच झाली होती ह्याची नोंद मिळते. तशी आपल्याकडे मिळतेच असंही नाही. ती व्यक्ती देवाची प्रार्थना करो किंवा न करो, काही कर्करोग आपोआप कमी कमी होत नाहीसे होतात. ते असे का नाहीसे होतात, ह्याला अजून तरी कुठलंही स्पष्टीकरण मिळालेलं नाही. बरं होण्याची तीव्र भावना, ह्यासाठी कारणीभूत ठरते, असं म्हणतात; पण ते सिद्ध झालेलं नाही. तेव्हा सध्या तरी काही प्रकारचे कर्करोग अगदी थोड्या व्यक्तींच्या बाबतीत विनाऔषधोपचार आणि विनासायास बरे होतात. त्या व्यक्तींची प्रतिक्षमन प्रणाली (इम्यून सिस्टीम) काही रसायनं निर्माण करते आणि कर्करोगग्रस्त पेशींची वाढ थांबवते, असं ह्या क्षेत्रातील तज्ज्ञांना वाटतं. ती रसायनं कोणती, ती त्या शरीरात कशी तयार होतात, हे ज्ञान होईपर्यंत अशा घटनेस चमत्कार म्हणणं भाग आहे.

असं बरं होण्याची जबर इच्छाशक्ती त्या कर्करोगग्रस्त पेशींना आवर घालते, असंही म्हटलं जातं. मानवी मन आणि आजार ह्यांचा परस्पर संबंध ह्यावर आजकाल बरंच संशोधन चालू असून हा परस्परसंबंध उघड झाला तर बऱ्याच व्याधींवर उपचार करणं सोपं जाईल, असं ह्या शास्त्रज्ञांना वाटतं. ह्याच दृष्टिकोनातून योगाकडेही बघितलं जातं. मनाचा आणि आरोग्याचा संबंध लावला

जाणं ह्यामागंही शास्त्रीय कारणं आहेत. बऱ्याचदा जेव्हा नवीन औषधांची चाचणी घ्यायची असते, त्या वेळी उपलब्ध रुग्णांचे दोन गट करण्यात येतात. दोघांनाही सारख्याच आकाराच्या, सारख्याच रंगाच्या आणि चवीच्या गोळ्या दिल्या जातात. आपले दोन गट केलेत किंवा आपण कुठल्यातरी गटात आहोत, ह्याची औषध घेणाऱ्या रुग्णांना कल्पना नसते. ह्यांतल्या एका गटाला खरंखुरं औषध तर दुसऱ्या गटाला पीठ किंवा साखरेच्या गोळ्या दिल्या जातात. अशा चाचण्यांत पहिल्या गटातील म्हणजे खरं औषध दिले त्या गटातील रुग्ण बरे होतातच; पण दुसऱ्या गटातील ५ ते २० टक्के रुग्ण बरे होतात, असं आढळून आलं. ह्या उलट, जर ह्यातल्या ५० टक्के गोळ्या बिनऔषधी आहेत असं सांगितलं, तर औषधी गोळ्या घेणाऱ्यांतलेही काही रुग्ण बरे होत नाहीत, असं आढळून आलं आहे. ह्या प्रकारास मानवी मन जबाबदार असावं, असं गृहीत धरण्यात येतं. जोपर्यंत मानवी मन शरीराला कोणत्या प्रकारे बरं करतं हे कळत नाही, तोपर्यंत ह्यालाही चमत्कारच म्हणावं लागतं. बुवा किंवा ज्याच्यावर नितांत श्रद्धा आहे, अशा देवाच्या तीर्थ किंवा अंगाऱ्यानं ह्यामुळंच रुग्णांना बरं वाटतं. पण हे बरं वाटणं तात्कालिक आणि तात्पुरतं असतं, हेही इथं लक्षात ठेवायला हवं.

इथं आणखी एका वैद्यकीय चमत्काराची माहिती दिल्याशिवाय राहवत नाही. ह्याला वैद्यकीय क्षेत्रांत सायनेस्थेशिया असं म्हणतात. सायनेस्थेशिया झालेल्यांना वासाच्या ऐवजी रंगांची जाणीव होते. चवीच्या ऐवजी आकार जाणवतात. ह्या विषयीची माहिती देणाऱ्या पुस्तकांची शीर्षके पाहा. 'द मॅन हू टेस्टेड शेप्स', 'द मॅन हू मिस्टुक हिज वाइफ फॉर अ हॅट' ह्यावरून ह्या प्रकारच्या व्यक्तींची कल्पना येऊ शकते. ही जिलबी गुळगुळीत आहे, चिकन आज खडबडीत झालंय, हा वास जांभळा आहे, अशा तऱ्हेनं सायनेस्थेइस्ट त्यांच्या जाणिवा व्यक्त करीत असतात. सामान्य माणसाकडून अशा व्यक्तींची टिंगलही होते. ह्या विषयाचा अभ्यास अजूनही बाल्यावस्थेत आहे. अशा व्यक्ती डोळे बांधलेल्या अवस्थेत रंग सांगू शकतात कारण त्यांना स्पर्श केल्यावर त्या रंगाचा खडबडीतपण किंवा आकार जाणवत असतो. ह्याला आपण चमत्कार म्हणतो. मानवाच्या बाबतीत आणखी एक चमत्कार संभवतो. ह्याला 'सॅव्हॉन सिंड्रोम' असं म्हणतात. सॅव्हाँ किंवा सॅव्हाँत (अमेरिकन उच्चार) म्हणजे प्रगल्भ सर्जनशीलता असलेल्या व्यक्ती किंवा प्रज्ञावंत. पण जेव्हा 'सॅव्हॉन्त सिंड्रोम' असं म्हटलं जातं तेव्हा त्याचा अर्थ प्रगल्भ मतिमंद किंवा प्रज्ञावान मतिमंद असा होतो. वरकरणी मतिमंद दिसणाऱ्या किंवा असलेल्या व्यक्तींमध्ये रोजचे व्यवहार पार पाडण्यात ज्यांना

अडचणी येतात, अशा व्यक्ती आढळतात. त्यांना नीट चालताबोलता येत नाही, नैसर्गिक विधी कुठे नि कसे करावे, हे कळत नाही, अशा ह्या व्यक्ती एखादं वाद्य अप्रतिम वाजवतात. काहीजण कितीही अवघड असलेले तुकडे जुळवायचं कोडं काही (जिंग सॉ पझल) मिनिटात सोडवतात; तर काहींना कॅलेंडरवरच्या तारखा आणि वार ह्यांचा मेळ घालता येतो. कितीही जुनी किंवा भविष्यातली तारीख आणि वार ह्यांचा मेळ साधे पाढे नीट म्हणू शकता येत नसलेले मतिमंद घालू शकतात. हा एक चमत्कारच म्हणायला हवा.

निसर्गात असे जे चमत्कार घडतात, त्यांनाच आपण परमेश्वरी चमत्कार म्हणतो. हातातून भस्म निर्माण करणे, हवेतून घड्याळं काढणे हे चमत्कार करायला परमेश्वरी वरदानाची आवश्यकता नसते. रस्त्यावरचा जादूगारही ते खेळ करतो. कुठल्याही चमत्कारी बुवा बाबांपेक्षा अशा जादूगाराला मी श्रेष्ठ मानतो; कारण लोकांना फसवणं शक्य असून तो ते टाळतो. त्यानं बुवाबाजी केली तर लोक त्याच्या पाया पडतील, त्याला भरपूर पैसे देतील, हे त्याला माहीत असून हा मोह तो टाळतो आणि भगवी वस्त्रे टाकून फाटके कपडे घालतो आणि प्रामाणिकपणे पैसे कमावतो. रस्त्यावरच्या जादूगाराला समाज कसं वागवतो ते आपण जाणतोच. त्यामुळंच त्या माणसाचं मला जास्त कौतुक वाटतं. अनेक डॉक्टर आणि प्रथमोपचाराची माहिती असलेले लोक रस्त्यावर आकडी वळलेल्या किंवा हृद्रोगाचा झटका आलेल्या माणसाला वेळीच मदत देऊन जगवतात, तोही एक वैद्यकीय चमत्कारच. नाहीतर अशा माणसाकडं दुर्लक्ष करून पुढं जाणाऱ्या असंख्य नागरिकांप्रमाणे तेही वागू शकले असते; पण ते तसं करीत नाहीत.

माझ्या दृष्टीनं हे खरे चमत्कार आहेत. अशी अनेक इतर उदाहरणंही देणं शक्य आहे, पण सध्या तरी एवढंच पुरे, असं मला वाटतं.

('ज्ञ'दिवाळी १९८९)

◆◆◆

२५. सांगे वडिलांची कीर्ती...!

रामदास स्वामींनी जी मूर्खांची लक्षणे सांगितली आहेत, त्यात ' जो सांगे वडिलांची कीर्ती ' असंही म्हटलं आहे. हा मूर्खपणा माझ्या हातून सहजासहजी घडणं तसं अवघडच; कारण माझा नि माझ्या वडिलांचा संबंध फार काळ आला नव्हता, आणि जो काही थोडाफार आला, त्या काळात मी फारच लहान होतो आणि बऱ्याचदा आजारी असल्यामुळं आईजवळच असे. माझा मोठा भाऊ तसाही माझ्या वडिलांचा लाडका होता. पहिला मुलगा झाल्यावर दुसऱ्या वेळीही मुलगा झाला पण तो सहा महिन्यांचा असताना वारला. तिसऱ्या वेळेला त्यांना मुलगी हवी होती त्याऐवजी मी झालो. वडिलांबद्दल मी जे काही लिहितोय, ते ऐकीव माहितीवर आधारित आहे. माझी आई आणि माझे धाकटे काका जे सांगत त्यातल्या माहितीच्या तुकड्यांवर मी वडिलांबद्दल लिहितो आहेच पण माझ्या वडिलांचे बरेच मित्रही कायम त्यांच्या गंमतीजमती सांगत असत, त्या आठवणीही मदतीला आहेत. पण त्याहीपेक्षा महत्त्वाचं म्हणजे आपले वडील कुणीतरी होते, इतरांपेक्षा वेगळे होते आणि अभिमान बाळगावा असे होते; ते जिवंत असते तर आमचे आयुष्य वेगळ्याच वाटेने गेले असते, हे खरे. पण त्यांच्या जाण्यानंतरही आजपर्यंत त्यांच्या स्मृतींनी मला आधार दिला, जगण्याचा धीर दिला हे महत्त्वाचे.

माझ्या वडिलांचे ३९ वर्षांचे आयुष्य स्फूर्तिदायी ठरावे असे होते, असे मला वाटते. त्या काळात इतरही अशी माणसं होती. त्यांचे बरेच मित्रही त्यांच्या-सारखेच असायला हवेत पण तसे ते नव्हते, पण तरी ते माझ्या वडिलांच्या मैत्रीचा ठेवा मरेपर्यंत जपत

होते आणि त्यांनी वेळोवेळी आम्हाला खूप आधार दिला. माझे वडील वयाच्या दहाव्या वर्षी शिकायला मिळावं म्हणून गुर्लहोसूर हे गाव सोडून निघाले. ते पळाले असं म्हणणं योग्य होणार नाही. ते घरच्यांची परवानगी न घेता, घरी काही न सांगता, बेळगावला जाणाऱ्या एका कुटुंबाबरोबर बेळगावला पोहचले. तिथून ते पुण्याला कसे पोहचले, हे एक कोडंच आहे. कारण त्याबद्दल ते कधीच कुणाजवळ बोलले नसावेत. गुर्लहोसूर हे सौंदत्तीजवळचं एक खेडं. ते आता धरणाच्या पाण्याखाली गेलंय. गुर्लहोसूर हा बापू गोखले, लक्ष्मणराव किर्लोस्कर आदींचा गाव. तिथं घाटे घराणं हे विक्षिप्त म्हणून प्रसिद्ध होतं. माझे वडील त्याला अपवाद नव्हते, असं दिसतं.

पुण्याला आल्यावर त्यांना खरे नावाच्या कुटुंबाकडं आश्रय मिळाला. तिथं ते घरकाम करायचे. खऱ्यांनीच त्यांना वारावर जेवण मिळेल अशी सोय केली होती. जंगली महाराज रस्त्यावर ह्या खऱ्यांचा बंगला होता. पुढं आम्ही पुण्याला राहायला आल्यानंतर खरेकाकू हयात होत्या तोपर्यंत त्यांच्याकडे जात असू. त्या माझ्या वडिलांच्या आठवणी सांगत असत, तेव्हा त्यांच्या डोळ्यात पाणी असे. नातवंडांसारखे त्यांनी आमचे लाड केले.

माझे वडील नानावाड्यात शिकले. त्यांचा एक वार जिमखान्यावरील कान्हेरेकुटुंबाकडं होता. कान्हेऱ्यांचे चिरंजीव बाळासाहेब माझ्या वडिलांच्या वयाचे होते. त्या दोघांची घनदाट मैत्री होती. बाळकाकांचा आमच्या कुटुंबाला खूपच आधार होता.

वडिलांचे तिसरे मित्र नाना शंकरशेट देसाई. पुढं ते मुंबईचे सिटी इंजिनीअर झाले, शालिनीकाकू आणि नानांनीही आमचे खूप केले.

माझ्या वडिलांच्या मित्रांची यादी खूप मोठी आहे, म्हणून ह्या तिघांचेच नाव घेतले आहे. त्यांच्या ऋणातून मुक्त होणे अवघड आहे.

नानावाड्यातील वडिलांचे उद्योग अवर्णनीय होते. वडील तिरळे होते. त्यामुळं ते वाह्यातपणा करून सुटून जात. कायम हसतमुख असत. त्यांच्या वाह्यातपणाचा वारसा पुढं माझ्याकडं आला. आजही मला लहानपणापासून ओळखणारे मित्र, 'अरे, आयुष्य थोडं गांभीर्यानं घेतलं असतंस तर कुठे पोहचला असतास, पण तुला कशाची पर्वाच नाही' असं म्हणतात. आयुष्य गांभीर्यानं घेतलं असतं तर वेडा झालो असतो. कुठल्याही कठीण प्रसंगी, त्या परिस्थितीतही विनोद दिसला म्हणून तरलो. हे मी बोलत नाही, पण हा माझ्या वडिलांचा वारसा होता, हे कबूल करायला हवं.

वडील एस. एस. सी. म्हणजे त्या काळात मॅट्रिक झाले आणि कुठल्या तरी निदर्शनात भाग घेताना मार खाऊन तुरुंगात गेले. नोकरी न करताच दोन वेळ जेवणाची सोय झाली, असं ते म्हणत. राष्ट्रसेवादलाचे ना. सु. हर्डीकर, कॉंग्रेसचे नेते बाळासाहेब खेर यांनी त्यांना आपापला पाल्य मानले. पुढं मी जळगावला असताना डॉ. राम आपटे मला 'मी तुझा दत्तक बाप आहे' असं म्हणत, तेव्हा मला वडिलांच्या ह्या पालकांची आठवण होत असे. वडील गेल्यावर ह्या दोघांनीही आमच्या कुटुंबाला खूप मदत केली.

तुरुंगातून बाहेर आल्यावर वडील फर्ग्युसन महाविद्यालयातून बी. ए. झाले. त्या वेळीही ते छोट्या छोट्या नोकऱ्या करीतच शिकले. मग ते मोरारजी गोकुळदास मिलमध्ये लेबर ऑफिसर म्हणून रुजू झाले. त्यांनी कामगारांचे खूप प्रेम मिळवले. ह्याचा प्रत्यय पुढे आम्हाला आला. पण ह्याच प्रेमामुळं त्यांचा जीव गेला. माझे वडील जोपर्यंत मोरारजी गोकुळदास गिरणीत लेबर ऑफिसर होते, तोपर्यंत गिरणीत कामगार संघटना नव्हती. युनियन स्थापन करायला आलेल्यांना 'घाटेसाहेब' आमची पोरासारखी काळजी घेतात', हे वाक्य ऐकावं लागे. सर्व कामगारांच्या मुलांनी शाळेत जायला हवं, हे ते नुसतं सांगत नसत; तर त्या कामगाराला मूल झाल्यापासून ते त्या मुलाला डॉक्टरला दाखव, लस टोच आणि शाळेत घाल, असं सतत बजावत असत. कितीतरी कामगारांनी नंतर हे आम्हाला सांगितलंच; पण 'मोठे शिकून घाटेसाहेबांच नाव काढा', असंही ऐकवलं.

कृष्णा देसाईला हे खपत नव्हतं. एक दिवस जेवणाच्या सुट्टीत वडील घरी येत असताना त्याने पाच सहा गुंडांच्यासह वडिलांवर सुऱ्याचे वार केले. त्यांच्या छाती पोटावर चौदा जखमा होत्या. त्यामुळं आठ दिवसांनी त्यांनी प्राण सोडला. मुंबईच्या गिरण्यांच्या युनियनबाजीमधला हा पहिला खून. कृष्णा देसााई पुराव्याअभावी निर्दोष सुटला. दोन साक्षीदार गायब झाले. आई त्या धक्क्याने खूप आजारी पडली. ती मी महाविद्यालयात जाईपर्यंत अंथरुणास खिळलेली असे. मात्र 'शिका आणि वाचत रहा', हा तिचा घोषा सतत चालू असे. हा माझ्या वडिलांचा जीवनपट मुद्दाम सांगितला. वडील गेले तेव्हा मी तीन वर्षे नुकतीच पूर्ण केली होती. वडिलांचा खून करून कृष्णा देसाई न्यायालयातून सुटला, तरी त्यानेच माझ्या वडिलांचा खून केला, हे अनेकजण मला सांगत असत. पुढे त्याची खात्री पटेल, अशी एक घटना घडली. १९७२-७३ ची गोष्ट असेल. मी संध्याकाळी घरी आलो आणि हातपाय धुऊन खायला बसलो. तेवढ्यात दारात

एक फौजदार आणि एक पोलीस आले. त्यांनी त्या संबंध दिवसात मी कुठे होतो, ह्याची माहिती घेतली. माझ्या भावाचीही अशीच चौकशी केली. आम्ही पुण्यातच होतो, ह्याचे खात्रीशीर साक्षीदार आहेत का, हेही विचारले. तसे ते होते.

आमच्या वाड्यात तेव्हा श्रीराम सांगलीकर राहत असत. ते सीआयडी इन्स्पेक्टर होते. बऱ्याच राजकीय पुढाऱ्यांचे अंगरक्षक म्हणून त्यांनी काम केले होते. पुण्यात असले की, ते आमच्याकडे संध्याकाळी येत. माझ्याबरोबरच बातम्या ऐकत, वृत्तपत्रे वाचत, गप्पा मारत. हा साधारण पाऊण-एक तासांचा कार्यक्रम असे. त्यांनी तोंडासमोर इतका वेळ धरून ठेवलेले वृत्तपत्र बाजूला केले. त्याबरोबर चौकशीला आलेल्या दोघांनी कडक सॅल्यूट मारले. 'साहेब, मुंबईहून क्वेरी आली', त्यांनी सांगितले. हातातल्या कागदावर सही घेतली आणि गेले. मग सांगलीकर म्हणाले, ''त्यानं ज्यांना ज्यांना मारलंय, त्या सगळ्यांकडंच अशी चौकशी होईल. ते रूटीनच आहे. काळजी करू नका.'' ते ऐकून जीव भांड्यात पडला. कृष्णा देसाईने माझ्या वडिलांचा खून केला, हे मी ऐकून होतो. पण 'खून का बदला खूनसे' असले विचार माझ्या मनात कधीच आले नव्हते. आधीही आणि नंतरही मला कृष्णा देसाईचा खून झाला म्हणून कधी आनंद झालेला नाही. किंबहुना एखाद्या व्यक्तीचा अकाली मृत्यू झाला की, मला त्याच्या मुलांची काळजी वाटू लागते. अलीकडच्या काळात स्त्रिया नोकरी करतात, घरदार सांभाळतात; तरीही माझ्या डोळ्यांसमोरून माझं बालपण जातं. त्या धडपडीच्या, बऱ्याचशा अपमानित दिवसांची आठवण होते.

मी जेव्हा लग्न ठरवलं तेव्हा माझ्या भावी पत्नीला शिकायला हवं, असं सांगितलं. ''मी जरी विमा उतरवला तरी माझ्यानंतर ते पैसे तुला फार दिवस पुरणार नाहीत. तेव्हा तू शक्य आहे तोपर्यंत शिकून घे. स्वत:च्या पायावर उभी राहा. माझ्या पश्चात तुझे निर्णय तू घे. माझ्या स्मृतींमध्ये अडकून पडू नकोस', असं मी तिला स्पष्ट सांगितलं होतं. पुढं ती डॉक्टरेट पूर्ण करून नोकरीला लागली. तिच्या क्षेत्रात संशोधक म्हणून मान्यता पावलीच; पण माझाही तिनं सांभाळ केला, ते वेगळं. पण मी हे माझे विचार तिला सांगू शकलो, कारण माझ्या आईनं जे हलाखीचे दिवस सोसूनही आम्हाला वाढवलं आणि शिक्षणाचं महत्त्व माझ्या मनावर ठसवलं, ते होतं.

माझ्या वडिलांनी जे मित्र गोळा केले होते, त्यांनी अडीअडचणीच्या काळात आम्हाला खूप मदत केली. सुट्टीत बऱ्याचदा आम्ही त्यांच्याकडे जात

असू. ते आमच्या पाठीशी आहेत. हा फार मोठा दिलासा होता. त्यामुळं मी शिकू शकलो. जगण्याची धडपड म्हणजे काय, हे माझ्या लक्षात आणून द्यायला आमची आर्थिक हलाखी कारणीभूत असली, तरी जेव्हा मुंबईस जायचो आणि गिरणीतले कामगार जवळ घेऊन आम्हाला त्यांच्या डब्यातलं खाऊ घालायचे आणि 'तुम्ही देवमाणसाची मुलं' असं म्हणून कृष्णा देसाईला शिव्या द्यायचे, त्या प्रसंगामुळं आपण गरीब असलो तरी कुणीतरी आहोत, असं वाटायचं आणि कुठं तरी आतून 'मी शिकावं' ही वडिलांची अंतिम इच्छा पूर्ण करावी, ही उमेद यायची.

कृष्णा देसाईचा खून झाल्यावर वडिलांचे अनेक चाहते आम्हाला भेटायला आले. 'देवाच्या घरी न्याय आहे' असं डोळ्यात पाणी आणून म्हणाले. तेव्हा आपले वडील कुणीतरी होते; त्याशिवाय इतक्या कालावधीनंतरही ह्या लोकांनी आम्हाला भेटायला यायचं खरं तर काहीच कारण नव्हतं. ह्या लोकांमध्ये काहीजण अगदी अशिक्षित होते, तर काही फार मोठी पदं भूषविलेले होते. दादा म्हणजे बाळकाका कान्हेरे तर मला जवळ घेऊन खूप रडले. 'तुमच्या आयुष्याची फरफट त्याच्यामुळं झाली रे' हे त्यांचे शब्द होते.

खरं सांगायचं तर ही आयुष्याची फरफट होती असं इतरांना वाटलं असेल पण माझ्या वडिलांकडून मला एक फार मोठी देणगी मिळाली आहे. ती म्हणजे कुठल्याही परिस्थितीत विनोद शोधणे. ह्यामुळं माझं नुकसान झालंय असं बरेच जण म्हणतात, पण ह्यामुळं अनेक कठीण प्रसंगी संतुलन न गमावता मी त्यातून बाहेर पडलो. वडिलांप्रमाणे मी लोकसंग्रह केला का, हे मी सांगू शकत नाही तरी वडिलांना पश्चात्ताप होईल असं मी कधी वागलेलो नाही. आजकालच्या मानानं मी तसा अल्पशिक्षित आहे पण प्रामाणिकपणे जगून मी वडिलांना श्रद्धांजली वाहिली, ह्याची मला खात्री वाटते. तोच माझा मोठा ठेवा आहे. मी वडिलांना कधी बघितलं नाही, 'पण मी लहान असताना ते मला विदूषक म्हणत असतं', असं आई सांगते. ते स्वतः विदूषकाचे बाप होते, असं त्यांचे मित्र सांगतात. तो वारसा मी चालवला, ह्याचा मला अभिमान वाटतो.

(बाप नावाचं बेट-ह्यासाठी लिहिलेला लेख-२०१३)

◆◆◆

२६. माझी शंभरी भरते, त्याची गोष्ट

खरं तर या विषयावर मी लिहायला नको होतं, कारण अगदी खरोखरच मला १०० वर्षे जगावं, असं वाटत नाही. फार लहानपणापासून 'बास् झालं, आपण आता मरावं', असं मला वाटत आलंय. बरं, आपलं मरण आपल्या हातात नसतं. त्यामुळं ही माझी इच्छाशक्ती भाकडच होती. गेली काही वर्षे मी उत्क्रांतीच्या विविध अंगांवर लिहीत आलोय. तेव्हा माझ्या असं लक्षात आलं की, आपण १०० वर्षे जगणं हे पूर्णपणे निसर्गविरोधी आहे. सर्वसाधारण प्राण्यांचं जीवनचक्र त्यातल्या त्यात माणसाला जवळच्या अशा सस्तन प्राण्यांचं जीवनचक्र बघितलं तर पुढची पिढी वयात आली की, आधीच्या पिढीतले पुरुष मरतात. तेव्हा मुलगा २५ वर्षांचा झाला की निसर्गनियमांनुसार माणसानं सर्वसंग- परित्याग करायला हवा किंवा देह ठेवायला हवा. पूर्वी भारतीय माणसांचं वय ३९ वर्षे होतं. ते हळूहळू वाढत वाढत आता ६० वर्षांपर्यंत आलंय; म्हणजे खरं तर साठ वर्षे पूर्ण होताच आपण समाधी घ्यायला हवी अर्थात, आजकाल त्याला आत्महत्या म्हणतात.

पूर्वी समाधी घेणं हा सोहळा असे. गावचे लोक जमून भजनकीर्तनं चालत. आरत्या ओवाळल्या जात. मग ती व्यक्ती समाधिस्थानी मिरवणुकीनं जायची आणि समाधीमध्ये शिरायची. आजकाल तसं करता येत नाही. समाधी स्थान बंद करणाऱ्याला पोलीस लगेच खून किंवा आत्महत्येस मदत म्हणून अटक करतील. समाधी घेणाऱ्याला आत्महत्येच्या आरोपावरून अटक करतील. त्यामुळं आता समाधी घेणं शक्य नाही. आत्महत्या करणं म्हणजे पुन्हा पंचनामा आला.

त्यामुळं आता समाधी घेणं शक्य नाही, एकतर तत्त्वत: मला आत्महत्या मान्य नाही. जोपर्यंत इच्छामरणाचा कायदा होत नाही तोपर्यंत येणाऱ्या परिस्थितीला सामोरं जाणं भाग आहे.

आमच्या घरातले माझ्या आधीच्या पिढीतले सर्वजण भरपूर जगले. ज्यांना ज्यांना नैसर्गिक मरण आलं ते ८० ते ९५ वर्षांपर्यंत जगले. मी मात्र दीर्घायुषी होईन, याची खात्री देता येणं अवघड आहे. ह्याचं कारण मला असलेले वेगवेगळे विकार. मधुमेह, उच्च रक्तदाब, गाऊट, याशिवाय अनेक प्रकारच्या ॲलर्जी यामुळे जेव्हा मी माझ्या हालचालींची क्षमता गमावून बसेन, त्या वेळी माझा घरादाराला त्रास होणार हे उघड आहे. मला तर दुसऱ्याला त्रास देणं अजिबात आवडत नाही. त्यामुळं मी बऱ्याचदा पस्तावतो. आपण नीट वागलो आणि जुळवून घेतलं तर लोकांना ती बाब दुर्बलता वाटते. पुढे हा दुसऱ्यांचा त्रास वाढला आणि आपण तसं स्पष्ट केलं की, ती माणसं आपल्याला शिवीगाळ करतात, आपल्यावर चिडतात आणि शत्रू बनतात, हे मी अनुभवलं आहे. मी जर शंभर वर्षे जगलो आणि तेव्हा सुस्थितीत असलो, तर याचा मला त्रासच होणार आहे.

मला स्वत:ला कुठलाही समारंभ आणि वावदूक प्रसिद्धी आवडत नाही. मी माझं छायाचित्रही स्वत:हून कुणाला देत नाही किंवा माझ्या जन्मतारखेचीही फार थोड्या जणांना माहिती देतो. माझ्याबद्दलच्या बातम्या, छायाचित्र शक्यतो कुठे छापून येत नाहीत. याचं कारण शक्यतो सार्वजनिक समारंभांना जायचं मी टाळतो. अगदी क्वचित एखाद्या समारंभाला जाणं अपरिहार्य ठरतं. तिथंही शक्यतो माझं अस्तित्व जाणवणार नाही, याची मी दखल घेतो. यामुळे माझ्या शंभराव्या वाढदिवसासाठी मी स्वत: प्रयत्न करीन, हे शक्यच नाही. माझ्या मुलांनाही सार्वजनिक ठिकाणी मिरवायची हौस नाही. त्यांना माझ्याबद्दल आदर आणि प्रेम असलं, तरी माझा वाढदिवस साजरा करण्याची कल्पना ते फेटाळून लावतील, याची मला खात्री आहे. कारण अशा समारंभांना सार्वजनिक स्वरूप येऊ नये, ह्या माझ्या भावना त्यांना चांगल्याच ठाऊक आहेत. कदाचित घरातल्या घरात ते काही चांगलंचुंगलं खायला करतील; पण आत्ताच मला इतकी पथ्य आहेत, की त्या वेळी मला त्यातलं काही खाता येईल का, हा प्रश्नच आहे.

दुसरी एक महत्त्वाची गोष्ट म्हणजे माझे जे जे नातेवाईक नव्वदीच्या पुढे जगले, त्यांचा वास्तवाशी संबंध तुटलेला होता. तात्कालिक गोष्टींचं विस्मरण होणे, माणसांची ओळख विसरणे, नीट ऐकू न येणे अशा वृद्धावस्थेतील सर्व व्याधींना ते सामोरे जात होते. काहींची दीर्घकालीन स्मृती जागृत होती, म्हणजे

त्यांना त्यांच्या बालपणातल्या, शाळेतल्या किंवा चाळिशीपर्यंतच्या गोष्टी पूर्णपणे ठणठणीत, अगदी काल घडल्यासारख्या, आठवत होत्या पण खरोखर काल, किंवा काही तासांपूर्वी काय घडलं, हे त्यांना आठवत नव्हतं.

मला माझ्या नानाविध दृष्टिदोषांमुळे आजही चालत्या माणसांचे चेहरे ओळखायला त्रास होतो. स्थिर व्यक्ती मी ओळखू शकतो. बऱ्याचदा चेहरा आणि त्या माणसाचं नाव याची सांगड घालताना मला त्रास होतो. तर तेव्हा माझी काय स्थिती असेल याचा विचार करता मला माझा वाढदिवस आज आहे असं तेव्हा आठवलं, तरी खूप होईल. अशा परिस्थितीत मला त्रास होईलच, पण माझ्या मुलांनासुद्धा असा वाढदिवस करण्यात फार आनंद होईल, असं दिसत नाही. हे मी शंभर वर्षांचा होईपर्यंत जगलो तर, याचं वास्तवदर्शन झालं.

आता थोडी कल्पनाशक्ती चालवायला हरकत नाही. मी विज्ञानकथा लिहितो, विज्ञानकथा वाचतो. संदर्भासहित विज्ञानलेखन करताना विज्ञानावरची पुस्तकं वाचतो. एकविसावं शतक कसं असेल याचं दर्शन घडवणारा एक ग्रंथ मी १९९६-९७ च्या सुमारास लिहिला. त्याचं नाव 'एकविसावे शतक.' पुढच्या पाच वर्षात एकविसावं शतक कसं असेल याची आणखी माहिती मिळवली. दरम्यान एकविसावे शतक हा ग्रंथ लिहिताना २०१० ते २५ पर्यंत जे घडेल अशी अपेक्षा ठेवली होती त्यातले काही शोध २००१ पर्यंतच लागले होते. जो जिनोम प्रकल्प २००५ पर्यंत पूर्ण होणार असं म्हटलं जात होतं, तो प्रकल्प ११९८-९९ मध्येच पूर्णत्वास गेला होता. तो प्रकल्प राबविणाऱ्यांनाही ह्या घटनेनं चक्रावलं होतं. ह्यामुळे मग मी 'नवे शतक' हा नवा ग्रंथ लिहून पूर्ण केला. त्यामुळे आणखी ४० वर्षांनी म्हणजे २०४५ मध्ये जी विज्ञान प्रगती झालेली असेल, ती गृहीत धरून मी स्वप्नरंजन करतो.

आज माझी प्रकृती बघितली, आमचा आनुवंशिक वारसा बघितला आणि वैद्यकीय प्रगतीची दिशा बघितली, तर मी ७० वर्षांचा होईपर्यंत जगलो तर वैद्यकीय मदतीवर मी ८० वर्षांचा होईपर्यंत जगू शकेन, असं दिसतं. मी जर ८० वर्षांचा होईपर्यंत जगलो तर मी १०० वर्षांचा होईन तेव्हा कदाचित ठणठणीत असेन, माझी विचारशक्ती जागृत असेल, मी माझ्या पायांनी आधाराविना हिंडूफिरू शकत असेन आणि लिहीत वाचीत असेन असा एक अंदाज आपण करू शकतो. जर मला व्यवस्थित वाचता येत असेल आणि दिवसाला पान दोन पानं लिहिता येत असेल, तर ते माझ्या दृष्टीनं फार महत्त्वाचं ठरेल. माझ्या दृष्टीने वाचन म्हणजे स्वर्गसुख. स्वर्गाविषयीची माझी कल्पना म्हणजे खूप वेगवेगळ्या,

चांगल्या चांगल्या विषयांची पुस्तकं वाचायला उपलब्ध आहेत. त्यातून कंटाळा आला तर लिहिलेलं वाचणारे वाचक आहेत. अधूनमधून चार मित्र गप्पा मारायला भेटतात. एकमेकांना विनोद सांगून आम्ही हसतो. 'तू काय वाचलंस, मी काय वाचलं,' याची देवाणघेवाण होते आणि खास निवडक मित्रांबरोबर चांगले मद्यपान होते, म्हणजे स्वर्ग.

हे शंभराव्या वर्षी करता येईल का हा प्रश्न महत्त्वाचा. त्यांतला पहिला प्रश्न म्हणजे वाचायला मिळणे हा. तोपर्यंत छपाईकलेत आणखी प्रगती झालेली असेल. वाचनप्रक्रिया आणखी सोपी झालेली असेल. माझी दृष्टी वैद्यकीय मदतीने का होईना पण चांगली असेल. स्मरणशक्तीवर परिणाम झालेला नसेल, हात थरथरत नसतील असा शंभरावा वाढदिवस असेल, तर नक्कीच आवडेल.

माझ्या पत्नीने आणि मुलाने मिळून चांगला स्वयंपाक केलाय. सकाळी उठून आज काही लिहायचं नाही, असं फर्मान सुनावलंय. नातवंडे- बहुदा मुलाचं एक आणि मुलीचं एक अशी दोन, मराठीत मला वेगवेगळे प्रश्न विचारताहेत. माझे मित्र येणार आहेत, तेसुद्धा निवडक असे दोन चार मित्र येणार आहेत, अशा प्रतीक्षेत दिवसाची सुरुवात. एखादा प्रकाशक माझं ५०० वं पुस्तक किंवा एखाद्या पुस्तकाची चौथी, पाचवी आवृत्ती घेऊन भेटायला येतोय. दुपारी जेवण, मग वृत्तपत्रवाचन आणि झोप. संध्याकाळी मी चहा केलाय. गप्पा सुरू आहेत. अंधार पडतोय. बाटली उघडली जाते. वैद्यकीय प्रगतीमुळं कुणालाही पथ्य नाही. ज्यांनी वैद्यकीय मदत घेऊन जगायचं असं ठरवलं, असे माझे काही जवळचे नातेवाईक आणि मित्र आपणहून आले आहेत. मी त्यांची आणि ते माझी टिंगल- टवाळी करताहेत. जो तो आपल्या आवडीचं खातोय, पितोय. विनोद सांगणं सुरू आहे. जुन्या आठवणी कर. किती दिवस पुणे न सोडता काढणार, आता प्रवासाच्या खूप सोयी झाल्या आहेत, मला मात्र अंतिम प्रवासाची ओढ आहे. अशा वेळी खरं तर 'बस्! ही वेळ आयुष्याचा निरोप घ्यायला योग्य आहे', असं वाटतं. हे सगळे जातांना शुभेच्छा देऊन गेलेत. मी आरामात तक्क्याला टेकून बसलोय. छातीत एक कळ येते. जाता जाता दुसऱ्या दिवशीचा मजकूर लिहून ठेवलाय, हे आठवतं. मी समाधानानं डोळे मिटतो. कायमचे, पत्नीच्या साक्षीने. तिनंच तर मला इतकी वर्ष सांभाळलंय.

(प्रपंच दिवाळी -२०१०)

◆◆◆

लेखक परिचय

निरंजन घाटे हे नाव विज्ञान लेखनाशी कायम जोडलं गेलं आहे. तरी त्यांनी इतर विषयांवरही लेखन केलेलं आहे. त्यांचे विविध विषयांवरील लेख महाराष्ट्रातील बहुतेक सर्व मराठी आणि काही इंग्रजी वृत्तपत्रांतून प्रसिद्ध झाले आहेत. त्यांच्या कथांचे कानडी, हिंदी, इंग्रजी, तमीळ अशा भारतीय भाषांत अनुवाद झाले आहेत, त्यांच्या काही पुस्तकांचे अनुवाद गुजराथीतही प्रसिद्ध होत आहेत. त्यांनी सुमारे ५००० हून अधिक लेख लिहिले आहेत. गेल्या पन्नास वर्षांत त्यांची १७५ हून अधिक पुस्तकं प्रसिद्ध झाली आहेत. मराठीत विज्ञान-साहित्याचे अभ्यासक म्हणूनही त्यांना मान्यता मिळालेली आहे. सध्या त्यांची अनेक पुस्तकं प्रसिद्धीच्या मार्गावर आहेत.

www.ingramcontent.com/pod-product-compliance
Lightning Source LLC
LaVergne TN
LVHW060450051026
849518LV00002B/704